Scott Foresman - Addison Wesley

MATH

Multilingual Handbook

Grades 3–6

Scott Foresman - Addison Wesley

Editorial Offices: Menlo Park, California • Glenview, Illinois
Sales Offices: Reading, Massachusetts • Atlanta, Georgia • Glenview, Illinois
Carrollton, Texas • Menlo Park, California

http://www.sf.aw.com

Overview

The expanded glossaries in this *Multilingual Handbook* can help all students learn mathematics and improve their mathematics vocabulary.

All highlighted terms from the student textbook are defined in the expanded glossaries. Each term is also clarified with one or more examples with diagrams and/or worked-out problems. All mathematical operations are also included in the glossary. Students can see worked-out examples of addition, subtraction, multiplication and division of whole numbers, fractions, and decimals.

This handbook provides expanded glossaries in these seven languages:

- English
- Cambodian
- Cantonese
- Haitian Creole
- Korean
- Spanish
- Vietnamese

ISBN 0–201–31347-2

Printed in the United States of America

9 10 – ML – 02

Teaching Strategies for the Multilingual Classroom

Today's classrooms often have students with limited English skills. Many of these students have learned English as a second language. These students, as well as all other students in the classroom, can benefit from the following teaching strategies that are aimed at improving both their language and mathematics skills.

1. Use slow, clear speech that avoids idioms and slang. Use short sentences.

2. Act out the meaning with gestures, facial expressions, and other body language as well as any appropriate props, graphs, overhead transparencies, and other visual aids.

3. Have students use manipulatives so they can learn by doing.

4. Involve students rather than isolate them.

5. Do not require students to respond until they feel ready to speak before the group.

6. Employ cooperative learning strategies.

7. Relate instruction to students' prior experiences.

8. Include multicultural activities to create a welcoming environment in the classroom.

9. Provide a focus on vocabulary, where new words are repeated often and are introduced in context.

10. Provide material where some of it is translated for students.

11. Encourage students to bring to class an English/native language dictionary to enable them to look up words as needed.

Table of Glossary Terms

The Table of Glossary Terms, beginning on the next page, lists each glossary term in seven languages. Students and teachers can use this quick reference to make it easier for them to look up terms.

TABLE OF GLOSSARY TERMS

English	Cambodian	Cantonese	Haitian Creole	Korean	Spanish	Vietnamese
A.M.	ព្រឹក	午前	A.M.	A.M.	A.M.	A.M.
acute angle	មុមស្រួច	銳角	ang aygou	예각	ángulo agudo	góc nhọn
acute triangle	ត្រីកោណស្រួច	銳角三角形	triang aygou	예각삼각형	triángulo acutángulo	tam giác nhọn
addend	ជើងបូក	加數	nouméró ajouté	가수	sumando	số cộng
addition	លេខបូក	加法	adisyon	더하기	suma	tính cộng
algebra	ពិជគណិត	代數	Aljéb	대수	álgebra	đại số
algebraic expression	កន្សោមពិជគណិត	代數表達式	egspresyon aljèbrik	대수 표기법	expresión algebraica	biểu thức đại số
analog clock	នាឡិកាទ្រនិច	模擬鐘錶	rèvèy analóg	아날로그 시계	reloj analógico	đồng hồ kim
angle	មុម	角	ang	각	ángulo	góc
area	ក្រឡាផ្ទៃ	面積	arya	면적	área	diện tích
array	គន្លង	數組	kóletsyon	열	matriz	bảng dãy
associative (grouping) property	លក្ខណៈផ្ដុំ	結合律	próprityé asósiyatif	결합 (군집) 법칙	propiedad asociativa (de agrupación)	tính chất tập hợp (nhóm)
average	មធ្យមភាគ	平均數	mouyen	평균	promedio	số trung bình
axes	អ័ក្ស	坐標軸	aks	축	ejes	trục tọa độ
bar graph	ក្រាភិចរនុក	柱狀圖	grafik bar	막대 그래프	gráfica de barras	biểu đồ thanh
base	បាត	底邊,底面,底數	baz	밑	base	đáy
benchmark	ខ្នាតសម្គាល់	標准	pouint à rèfèrans	수준점	marca fija	điểm chuẩn
binary number system	ប្រព័ន្ធទ្វិភាគ	二進制	sistem nouméró binér	2진법	istema binario de numeración	hệ thống số nhị phân
bisect	ពុះចែក	平分	bisekté	이등분	bisecar	chia đôi
box-and-whisker plot	តារាងប្រអប់	框線圖	grafik bouat-é-lin	상자-수염 그림	gráfica de mediana y rango	biểu đồ box-and-whisker
calendar	ប្រក្រតិទិន	日歷	almanak	달력	calendario	lịch
capacity	ចំណុះ	容積	kapasité	용량	capacidad	thể tích
cent (¢)	សេន	美分	santim	센트	centavo	xu
center	ផ្ចិត	圓心	sant	중심	centro	tâm
centi-	សង្ទី-	百分之一	santi-	센티	centi-	bách phân-
centimeter (cm)	សង្ទីម៉ែត្រ	厘米	santimét	센티미터	centímetro	xen ti mét
certain	ប្រាកដ	一定,肯定	sérten	확실	con seguridad	chắc chắn
chances	ភាពចៃដន្យ	概率	shans	가능성	posibilidad	những cơ hội
change	ប្រាក់អាប់ (មកវិញ)	零錢	móné	잔돈	cambio	tiền thối lại
chord	ខ្សែធ្នូ	弦	kord	현	cuerda	dây cung

English	Cambodian	Cantonese	Haitian Creole	Korean	Spanish	Vietnamese
circle	រង្វង់	圓	sérk	원	círculo	vòng tròn
circle graph	ក្រាហ្វិករង្វង់	圓形圖	grafik sérk	원 그래프	gráfica circular	biểu đồ tròn
circumference	វណ្ឌមណ្ឌល	圓週	sérkonfèrans	원둘레	circunferencia	chu vi
clockwise	ស្របទ្រនិច-ម៉ោង	順時針	direksyon	시계방향	en el sentido de las manecillas del reloj	chiều kim đồng hồ
cluster	កញ្ចុំ	群律	group	무리	agrupación	một chùm
clustering	កញ្ចុំ	聚類	groupman	집락	agrupación	đồng hóa
common denominator	ភាគបែងរួម	公分母	dénóminateur komun	공통분모	denominador común	mẫu số chung
common factor	កត្តារួម	公因數	fakteur komun	공약수	factor común	thừa số chung
common multiple	ពហុគុណរួម	公倍數	moultip komun	공배수	múltiplo común	bội số chung
commutative (order) property	លក្ខណៈ:បម្រែបម្រួល	交換律	própriyété konmyoutatif	교환 (순서) 법칙	propiedad (orden) conmutativa	tính chất giao hoán (thứ tự)
compare	ប្រៀបធៀប	比較	konmparé	비교	comparar	so sánh
compass	បង្គោលទិស	圓規	konmpa	컴파스	compás	com pa
compatible numbers	លេខឆបគ្នា	整合數	nouméró konmpatib	순서운 수	números compatibles	những số tương hợp
compensation	ការទូទាត់	補償	konmpansasyon	보정	compensación	bù trừ
complementary angles	មុំបំពេញ	餘角	ang konmplèmêntèr	여각	ángulos complementarios	những góc bù
composite number	លេខសមាសភាគ	合數	nouméró konmpózit	합성수	número compuesto	số phức hợp
compound event	ព្រឹត្តិការណ៍បន្សំ	複合事件	évanman kounmbiné	곱사건	suceso compuesto	sự kiện kép
cone	កោណ	圓錐體	kón	원뿔	cono	hình hón
congruent figures	រូបសមភាព	全等圖形	figour égal	합동 모양	figuras congruentes	những hình đồng dạng
constant	ថេរ	常數	kónstan	상수	constante	hằng số
conversion factor	កត្តាបម្លែង	換算因子	fakteur kónvèrzyon	환산인수	fórmula de conversión	hệ số chuyển đổi
coordinate grid	ក្រឡាចត្រង្គកូអរដោនេ	坐標格	griyaj kóordinat	좌표 눈금	gráfica de coordenadas	khung tọa độ
coordinates	កូអរដោនេ (ប្រព័ន្ធ)	坐標	kóordinat	좌표	coordenadas	tọa độ
corner	ជ្រុងជ្រោយ	角	jènnen	구석	esquina	góc
counterclockwise	ច្រាសទ្រនិចម៉ោង	逆時針	direksyon ópózé kom youn aygoui sou youn eur	시계 반대방향	en sentido contrario a las manecillas del reloj	ngược chiều kim đồng hồ
cross product	ផលគុណឆ្លង	交叉乘積	prodoui kouazé	교차 곱	producto cruzado	Tích số chéo
cube	គូប	立方體	koub	입방체	cubo	hình khối vuông
cubed	គុណនឹងខ្លួនឯងបីដង	立方	koubé	3승	elevado al cubo	khối
cubic centimeter	សង់ទីម៉ែត្រគូប	立方厘米	santimèt koubik	입방 센티미터	centímetro cúbico	xen ti mét khối
cubic inch	អ៊ីញគូប (ប៉ូស)	立方吋	pous koubik	입방 인치	pulgada cúbica	in khối
cubic unit	ឯកតាគូប	立方單位	younit koubik	입방 단위	unidad cúbica	đơn vị khối
cup (c)	កែវ	量杯	tas	컵	taza	cúp

© Scott Foresman Addison Wesley 3-6

English	Cambodian	Cantonese	Haitian Creole	Korean	Spanish	Vietnamese
customary units of length, weight, capacity, and temperature		長度、重量、容積和溫度的英制單位	younit pour longèr, poua, kapasité, é tanmpratour nórmal	길이, 무게, 용량 및 측정의 관습적 단위	unidades usuales de longitud, peso, capacidad y temperatura en los EE.UU.	những đơn vị đo lường thông dụng về chiều dài, trọng lượng, thể tích, và nhiệt độ
cylinder		圓柱體	silind	원통	cilindro	hình lăng trụ
data		數據	doné	데이터	dato	dữ kiện
decagon		十邊形	dekagon	10각형	decágono	hình thập giác
deci-		十分之一	desi-	데시-	deci-	đề xi-
decimal		小數	desimal	소수	decimal	số thập phân
decimal addition		小數的加法	adisyon desimal	소수 덧셈	adición decimal	phép cộng số thập phân
decimal division		小數的除法	divizyon desimal	소수 나눗셈	división decimal	phép chia số thập phân
decimal multiplication		小數的乘法	moultiplikasyon desimal	소수 곱셈	multiplicación decimal	phép nhân số thập phân
decimal point		小數點	pouint desimal	소수점	punto decimal	dấu chấm thập phân
decimal subtraction		小數的減法	desimal soustraksyon	소수 뺄셈	sustracción decimal	phép trừ số thập phân
decimal system		十進制	sistem desimal	10진법	sistema decimal	hệ thống thập phân
decimeter (dm)		分米	desimèt	데시미터	decímetro	đề xi mét
degree (°)		度	dégré	도	grado	độ
degree Celsius (°C)		攝氏度	dégré Sèlsyous	섭씨 도	grado Celsius	độ Bách Phân
degree Fahrenheit (°F)		華氏度	dégré Farenhit	화씨 도	grado Fahrenheit	độ Fahrenheit
deka-		十	deka-	데카	deka-	đề ka-
denominator		分母	dénóminateur	분모	denominador	mẫu số
diagonal		對角線	diagónal	대각선	diagonal	đường chéo
diameter		直徑	diamèt	지름	diámetro	đường kính
difference		差	diférans	차	diferencia	hiệu số
digits		數字	shif	수자	dígito	con số
digital clock		數字時鐘	rèvéy dijital	디지털 시계	reloj digital	đồng hồ số
display		顯示屏，屏幕	panó	표시창	pantalla	hiển thị màn hình
distributive property		分配律	própriyèté distribyoutif	분배 법칙	propiedad distributiva	tính chất phân phối
dividend		被除數	dividand	피젯수	dividendo	số bị chia
divisible		可除盡的	divisib	나누어 떨어지는	divisible	chia chẵn
division		除法	divisyon	나눗셈	división	tính chia
divisor		除數	diviseur	젯수	divisor	ước số
dodecagon		十二邊形	dódekagón	12각형	dodecágono	đa giác 12 cạnh
dollar ($)		美元	dólar	달러	dólar	Mỹ kim
edge		邊	rèbó	모서리	arista	góc cạnh

English	Cambodian	Cantonese	Haitian Creole	Korean	Spanish	Vietnamese
elapsed time		記時	tanmp té pasé	경과 시간	tiempo transcurrido	thời gian trôi qua
endpoint		端點	pouint bout	끝점	punto extremo	điểm cuối
equality		相等	égalité	상등	igualdad	sự cân bằng
equally likely		同概率	pósib égalman	동등한 가능성	igualmente posible	khả năng xảy ra ngang nhau
equal ratios		等比	próporsyon égal	등비	razones iguales	tỷ số bằng nhau
equation		等式	ékouézyon	등식	ecuación	phương trình
equilateral triangle		等邊三角形	triang ekouilateral	등변 삼각형	triángulo equilátero	tam giác đều
equivalent decimals		等值小數	dèsimal ékivalan	등등 소수	decimales equivalentes	những số thập phân tương đương
equivalent fractions		等值分數	fraksyon ékivalan	등등 분수	fracciones equivalentes	những phân số bằng nhau
estimate		估算	évalyasyon	어림내기	estimar	ước tính
Euler's formula		歐拉公式	formoul Euler	올러의 공식	Fórmula de Euler	công thức Euler
evaluate		賦值	évalyoué	수치 구하기	evaluar	định giá
even number		偶數	nouméró pèr	짝수	número par	số chẵn
event		事件	évanman	경우	suceso	sự kiện
expanded form		展開式	fórm egspansé	확장식	forma expandida	dạng khai triển
expected probability		期望概率	próbabilité egspèktê	예상 확률	probabilidad anticipada	xác xuất sẽ xảy ra
experiment		試驗	egspèriman	실험	experimento	thử nghiệm
experimental probability		試驗概率	próbabilité egspèrimantal	실험 확률	probabilidad experimental	xác xuất thử nghiệm
exponent		指數，冪	egspózant	지수	exponente	số mũ
exponential notation		指數記號	fonksyon egspózantsyal	지수 기수법	notación exponencial	ký hiệu số mũ
expression		表達式	egspresyon	식	expresión	biểu thức
face		面	figi	면	cara	mặt
fact family		算式集	famil fè	사실 집합	familia de operaciones	con toán cùng nhóm
factors		因數	fakteur	인수	factores	những thừa số
factor tree		因數樹，因數圖	pyé boua fakteur	인수 체계	árbol de factores	cây thừa số
fair		公平	èkitab	공정	justo	công bình
fair game		公平遊戲	jouèt èkitab	공정한 게임	juego justo	trò chơi công bình
flip		反射	baskilé	뒤집기	dar la vuelta	lật ngược lại
fluid ounce (fl oz)		液衡盎司	ons flouid	액량 온스	onza fluida	lạng chất lỏng
foot (ft)		呎	pyé	푸트	pie	bộ
formula		公式	formoul	공식	fórmula	công thức
fraction		分數	fraksyon	분수	fracción	phân số
fraction addition		分數的加法	adisyon fraksyon	분수의 덧셈	división de fracciones	phép cộng phân số

English	Cambodian	Cantonese	Haitian Creole	Korean	Spanish	Vietnamese
fraction division	ចែកប្រភាគ	分數的除法	divisyon fraksyon	분수의 나눗셈	división fraccionaria	phép chia phân số
fraction multiplication	គុណប្រភាគ	分數的乘法	moultipikasyon fraksyon	분수의 곱셈	multiplicación de fracciones	phép nhân phân số
fraction subtraction	ដកប្រភាគ	分數的減法	soustraksyon fraksyon	분수의 뺄셈	sustracción de fracciones	phép trừ phân số
frequency chart or table	តារាងប្រេកង់	頻率表	grafik oubyin tab frèkans	빈도표	tabla o carta de frecuencia	biểu đồ hay bằng tần số
front-end estimation	ប្រមាណភ្ញើម-មុខ	高位估計	évalyouasyon avan	선취 어림내기	estimación por los primeros dígitos	ước tính bằng con số đầu
gallon (gal)	ហ្គាឡុង	加侖	galon	갤론	galón	ga lông
geometry	ធរណីមាត្រ	幾何學	jéómetrik	기하학	geometría	hình học
gram (g)	ក្រាម	克	gram	그램	gramo	gam
graph	ទំព័រ	圖表	grafik	그래프	gráfica	biểu đồ
greater than (>)	ធំជាង	大於	plous de	보다 큰	mayor que	lớn hơn
greatest common factor (GCF)	កត្តារួមធំបំផុត	最大公約數	plou gró fakteur kómun	최대공약수	máximo factor común	thừa số chung lớn nhất
grouping (associative) property	លក្ខណៈផ្គុំ	結合律	própriyètè groupman (asósiatif)	결합(군집) 법칙	propiedad (asociativa) de agrupamiento	tính chất nhóm (tập hợp)
hecto-	ហិកតូ	百-	hektó-	헥토	hecto-	héc tô-
height	កម្ពស់	高	tay	높이	altura	chiều cao
heptagon	សប្ដកោណ	七邊形	êptagon	7각형	heptágono	hình thất giác
hexagon	ឆកោណ	六邊形	eksagon	6각형	hexágono	hình lục giác
horizontal axis	អ័ក្សផ្ដេក	水平軸	aks órizontal	수평 축	eje horizontal	trục tung
hundredth	ប្បមួយរយ	百分之一	santyem	백분의 일	centésima	một phần trăm
impossible	មិនអាច (មិនកើតបាន)	不成立	impósib	불가능	imposible	không thể xảy ra
improper fraction	ប្រភាគទទឹងទាត់	假分數	fraksyon déplasé	가분수	fracción impropia	phân số không hợp cách
inch (in.)	អ៊ីញ	吋	pous	인치	pulgada (pulg)	in
inequality	វិសមភាព	不等式	inékalité	부등식	desigualdad	sự bất bình đẳng
integers	ចំនួនគត់	整數	antyé	정수	números enteros	những số nguyên
intersect	ប្រសព្វគ្នា	相交	koupé	교차	intersecarse	giao nhau
intersecting lines	បន្ទាត់ប្រសព្វគ្នា	相交線	lin koupé	교차선	rectas secantes	những đường giao nhau
interval	ចន្លោះ	區間	intèval	간격	intervalo	khoảng cách
isosceles triangle	ត្រីកោណសមបាទ	等腰三角形	triang isosceles	이등변 삼각형	triángulo isósceles	tam giác cân
key	សញ្ញាកូដ	圖例	klè	관례	clave	lời chú giải
kilo-	គីឡូ-	千-	kiló-	킬로	kilo-	ki lô-
kilogram (kg)	គីឡូក្រាម	千克，公斤	kiló	킬로그램	kilogramo	ki lô gam

English	Cambodian	Cantonese	Haitian Creole	Korean	Spanish	Vietnamese
kilometer (km)	គីឡូម៉ែត្រ	千米・公里	Kilomèt	킬로미터	kilómetro	ki lô mét
leaf	ស្លឹក	葉	fèy	잎	hoja	lá
least common denominator (LCD)	កាត់ម្ជុលឌុមភូមិ	最小公分母	mouens dénóminateur kómun	최소 공분모	mínimo común denominador	mẫu số chung nhỏ nhất
least common multiple (LCM)	លេខផលគុណរួមតូចបំផុត	最小公倍數	mouens moultip kómun	최소 공배수	mínimo común múltiplo	bội số chung nhỏ nhất
less than (<)	តូចជាង	小於	mouens de	보다 적은	menor que	nhỏ hơn
like denominators	កាត់ម្ជុលស្មើ៖	同分母	dénóminateur mem	공분모	igual denominador	những mẫu số giống nhau
likely	ប្រហែល	可能	san lèur	가능성 있다	probable	có thể xảy ra
line	ខ្សែបន្ទាត់	直線	lin	선	recta	đường thẳng
line graph	ព្រាបបន្ទាត់	線形圖	grafik lin	선 그래프	gráfica lineal	biểu đồ đường thẳng
line of symmetry	បន្ទាត់ស្មើ៖	對稱軸	lin de simètri	대칭선	eje de simetría	đường thẳng đối xứng
line plot	បន្ទាត់ក្រិត	線座圖	plan lin	선 도면	diagrama de puntos	sơ đồ thẳng
line segment	អង្គត់បន្ទាត់	線段	segman lin	선분	segmento de recta	đoạn thẳng
line symmetry	បន្ទាត់ស្មើ៖	對稱軸	simètri lin	선 대칭	simetría axial	đường đối xứng
liter (L)	លីត្រ	升	lit	리터	litro	lít
lowest terms	អង្គតូចបំផុត	最簡分數	tèrm pi ba	최소항	mínima expresión	những số hạng thấp nhất
mass	ម៉ាស់	質量	mas	질량	masa	khối lượng
mean	ជាបឋម	平均值	mouyen	평균	media	số bình vị
median	លេខកណ្តាល	中位數	midyan	중앙값	mediana	số trung vị
mental math	បូកពីក្បាល	心算	matèmatik mental	암산	cálculo mental	tính nhẩm
meter (m)	ម៉ែត្រ	米	mèt	미터	metro	mét
metric units of length, mass, capacity, and temperature	ឯកតាម៉ែត្រប្រើ ម៉ាស់, ចំណុះ, និង សីតុណ្ហភាព	長度、質量、容積和溫度的公制單位	younit mètrik pour longèr, mas, kapasité, tanmpratour	길이, 무게, 용량 및 온도의 미터 단위	unidades métricas de longitud, masa, capacidad y temperatura	những đơn vị đo chiều dài, khối lượng, thể tích, và nhiệt độ của hệ thống mét
mile (mi)	ម៉ៃល៍	哩	mil	마일	milla	dặm
milli-	មីលី-	千分之一	mili-	밀리	mili-	mi li-
milliliter (mL)	មីលីលីត្រ	毫升	mililit	밀리리터	mililitro	mi li lít
millimeter (mm)	មីលីម៉ែត្រ	毫米	milimèt	밀리미터	milímetro	mi li mét
mixed number	លេខចម្រុះ៖	帶分數	nouméró mèlanjé	대분수	número mixto	số hỗn hợp
mode	លេខញឹកញាប់	眾數	mód	최빈값	moda	số thường gặp
multiple	លេខផលគុណ	倍數	moultip	배수	múltiplo	bội số
multiplication	លេខគុណ	乘法	moultiplikasyon	곱셈	multiplicación	tính nhân
negative number	ចំនួនអវិជ្ជមាន	負數	nouméró negatif	음수	números negativos	những số âm

English	Cambodian	Cantonese	Haitian Creole	Korean	Spanish	Vietnamese
net	ប្លិងគ	網格	filyé	전개도	desarrollo de un sólido	mạng
nonagon	នព្វកោណ	九邊形	nónagon	9각형	nonágono	hình cửu giác
number line	បន្ទាត់លេខ	數軸	lin nouméró	수직선	recta numérica	đường số thứ tự
number sentence	កន្សោមលេខ	算式	fraz nouméró	숫자 문장	oración numérica	con toán nằm ngang
number-word form	លេខអក្សរ	數字-文字形式	fórm nouméró-mo	수문자 형식	forma de numérica-verbal	hình thức số-chữ
numeral	លេខសញ្ញា	數字	nouméral	수자	numeral	chữ số
numerator	ភាគយក	分子	noumérateur	분자	numerador	tử số
obtuse angle	មុំធាប	鈍角	ang óbtous	둔각	ángulo obtuso	góc tù
obtuse triangle	ត្រីកោណមានមុំធាប	鈍角三角形	triang óbtous	둔각 삼각형	triángulo obtusángulo	tam giác tù
octagon	អដ្ឋកោណ	八邊形	óktagon	8각형	octágono	hình bác giác
odd number	លេខសេស	奇數	nouméró anmpér	홀수	número impar	số lẻ
odds	ឱកាស	可能性	kót	가망성	probabilidades	tỷ số
one property	លក្ខណៈនៃមួយ	一的法則	oun própriyté	1 법칙	propiedad del uno	tính chất số một
operation	ប្រមាណវិធី	運算	prósédour	연산	operación	phép tính
opposite numbers	លេខផ្ទុយគ្នា	相反數	nouméró an fas	반대자리 수	números opuestos	những số đối nghịch
order	តម្រៀប	排序	sékans	순서	ordenar	thứ tự
order of operations	លំដាប់នៃប្រមាណវិធី	運算次序	sékans à prósédour	연산의 순서	orden de las operaciones	thứ tự của các phép toán
ordered pair	លំដាប់គូ	有序偶	pèr sékansé	좌표쌍	par ordenado	cặp số thứ tự
order (commutative) property	លក្ខណៈៈលំដាប់ផ្លាស់ប្តូរ	（交換律）次序定律	própriyté sékansé (kòmoutatif)	순서(교환) 법칙	propiedad (conmutativa) de orden	tính chất thứ tự (thể chỗ)
ordinal number	លេខប្រាប់លំដាប់	序數	nouméró ordinal	기수	número ordinal	số thứ tự
origin	ចំណុចគល់	原點	orijin	원점	origen	gốc
ounce (oz)	ោនស្យ	盎司	ons	온스	onza	lạng
outcome	លទ្ធផល	結果	rèzoult	결과	resultado	kết quả
outlier	លេខដាច់ពីគេ	舍棄值	nouméró déró	이상점	valor extremo	số ngoại hạng
P.M.	ល្ងាច	午後	P.M.	P.M.	P.M.	P.M.
parallel lines	បន្ទាត់ស្រប	平行線	lin paralel	평행선	recta paralelas	những đường thẳng song song
parallelogram	ប្រលេឡូក្រាម	平行四邊形	paralelógram	평행 사변형	paralelogramo	hình bình hành
pattern	គំរូ	規律	patouan	패턴	patrón	mẫu thức
pentagon	បញ្ចកោណ	五邊形	pentagon	5각형	pentágono	hình ngũ giác
percent (%)	ភាគរយ	百分之	pèrsan	퍼센트	por ciento	bách phân
perimeter	បរិមាត្រ	週長	périmèt	주변길이	perímetro	chu vi
period	ចន្លោះខណ្ឌ	分位	péryod	주기	período	khoản số

English	Cambodian	Cantonese	Haitian Creole	Korean	Spanish	Vietnamese
perpendicular lines		垂線	lin pèrpandikoular	수직선	rectas perpendiculares	những đường thẳng trục giao
pi (π)		圓週率	pi	파이	pi	pi
pictograph		象形圖表	piktogram	그림그래프	pictografía	biểu đồ hình vẽ
pint (pt)		品脫	pint	파인트	pinta	pây-tờ
place value		位值	valèr plas	자리값	valor posiciónal	trị số vị trí
plane figure		平面圖	figour plèn	평면 도형	figura plana	hình phẳng
point		點	pouint	점	punto	điểm
polygon		多邊形	póligon	다각형	poligono	hình đa giác
polyhedron		多面體	póliyèdron	다면체	poliedro	khối đa diện
positive numbers		正數	nouméró pózitif	양수	números positivos	số dương
possible		可能	posib	가능한	posible	có thể xảy ra
pound (lb)		磅	pouad	파운드	libra	cân Anh
power		乘方	pouvoua	승	potencia	lũy thừa
prediction		預測	prédiksyon	예측	predicción	tiên đoán
prime factorization		因式分解	fakteurizasyon prèmyé	소인수분해	descomposición factorial	thừa số hóa nguyên tố
prime number		素數	nouméró prèmyé	소수	número primo	số nguyên tố
prism		棱柱	prizm	프리즘	prisma	hình khối
probability		概率	próbabilité	확률	probabilidad	xác xuất
problem solving guide		解題思路	gid pour rézoud próblem	문제 해결 지첨	guía para resolver problemas	hướng dẫn giải toán
product		積	pródoui	곱	producto	tích số
proportion		比例式	próporsyon	비례	proporción	số tỷ lệ
protractor		量角器	raporteur	각도기	transportador	thước đo góc
pyramid		棱錐	piramid	피라미드	pirámide	hình tháp
quadrants		象限	kadrant	4분면	cuadrantes	những góc phần tư
quadrilateral		四邊形	kadrilateral	사변형	cuadrilátero	hình tứ giác
quart (qt)		夸脫	kart	쿼트	cuarto	quạt
quotient		商	kuósyent	몫	cociente	thương số
radius		半徑	radyous	반지름	radio	bán kính
range		區域，域	póté	범위	rango	khoảng biến thiên
rate		比率	tó	율	relación	tỷ suất
ratio		比例	próporsyon	비율	razón	tỷ số
ratio table		比例表	tab próporsyon	비율표	tabla de razones	bảng tỷ số

English	Cambodian	Cantonese	Haitian Creole	Korean	Spanish	Vietnamese
ray		射線	douat de fazó	반직선	rayo	nửa đường thẳng
reciprocals		倒數	résiprók	역수	recíprocos	những số đảo
rectangle		長方形，矩形	rektang	직사각형	rectángulo	hình chữ nhật
rectangular prism		矩形稜柱	prizm rektangoular	직사각형 프리즘	prisma rectangular	khối hình chữ nhật
reflection		反射	réfleksyon	반향	reflexión	phản chiếu
regroup		重新組合	régroupé	재구성	reagrupar	tái nhóm
regular polygon		規則多邊形	póligon règoulyé	정다각형	polígono regular	đa giác đều
remainder		餘數	rest	나머지	residuo	số dư
repeating decimal		循環小數	desimal rèpété	순환소수	decimal periódico	số thập phân lặp lại với số lẻ
rhombus		菱形	ronmbus	마름모꼴	rombo	hình thoi
right angle		直角	ang douat	직각	ángulo recto	góc vuông
right triangle		直角三角形	triang douat	직각삼각형	triángulo rectángulo	tam giác vuông
Roman numerals		羅馬數字	nouméró romain	로마 숫자	Números romanos	những số La Mã
rotation		旋轉	rótasyon	회전	rotación	quay
rotational symmetry		旋轉對稱	simètri rótasyonal	회전대칭	simetría rotacional	đối xứng quay
rounding		四捨五入	arondi	반올림/반내림	redondeo	quy tròn
sample		樣本	enshantiyon	표본	muestreo	mẫu
scale		標尺，秤，縮放，比例尺	eshel	비례	escala	chia độ; cân; tỷ lệ
scalene triangle		不規則三角形	triang skalèn	부등변 삼각형	triángulo escaleno	tam giác lệch
scatterplot		散佈圖	plan gayé	점그래프	diagrama de dispersión	biểu đồ rải rác
schedule		日程表	oré	스케줄	programación	thời biểu
scientific notation		科學記數法	nótasyon siantifik	과학적 표기방법	notación científica	ký hiệu khoa học
segment		段	segman	선분	segmento	đoạn
side		邊	bò	변	lado	cạnh
similar figures		相似圖形	figour similar	닮은꼴	figuras similares	những hình tương tự
simplest form		最簡分數	fórm pi sanmp	최단분수	mínima expresión	dạng đơn giản nhất
skew		斜線	fósé	빗극선	sesgo	xiên
skip counting		隔數	kounté par pasé	걸러서 세기	contar salteado	đếm cách khoảng
slide		平移	glisé	미끄러짐	trasladar	trượt
solid figure		立體圖形	figour sólid	입방체 도형	sólido geométrico	hình khối
sphere		球體	sfèr	구	esfera	hình cầu
square		正方形	karé	정사각형	cuadrado	hình vuông
square centimeter		平方厘米	santimèt karé	평방센티미터	centímetro cuadrado	xen ti mét vuông
square inch		平方吋	pous karé	평방센티인치	pulgada cuadrada	in vuông
square number		平方數	nouméró karé	제곱 숫자	cuadrado de un número	số bình phương

English	Cambodian	Cantonese	Haitian Creole	Korean	Spanish	Vietnamese
square root		平方根	rasin karé	평방근	raíz cuadrada	căn số bậc hai
square unit		平方單位	younit karé	평방 단위	unidad cuadrada	đơn vị vuông
standard form		標準型	fórm étandard	표준 양식	forma usual	dạng tiêu chuẩn
stem		莖	bok	줄기	tallo	thân
stem-and-leaf plot		莖葉圖	grafik bok-é-fé	줄기-잎도표	diagrama de tallo y hojas	đồ hình thân-và-lá
straight angle		直角	ang tou douat	평각	ángulo llano	góc bẹt
strategy		思路	stratèjyé	작전	estrategia	chiến thuật
subtraction		減法	soustraksyon	뺄셈	la resta	trừ
sum		和	total	합계	suma	tổng số
supplementary angles		補角	ang souplimantèr	보각	ángulos suplementarios	những góc phụ
surface area		表面積	arya sourfas	표면 면적	área del superficie	diện tích bề mặt
survey		調查	étoud	설문조사	encuesta	thăm dò
symbol		符號	simbòl	기호	símbolo	ký hiệu
symmetry		對稱	simètri	대칭	simetría	hình đối xứng
T-table		T形表	tab-T	T-도표	tabla de valores	bảng-T
tablespoon (tbsp)		湯匙	grand kouilèr	큰 숟갈	cucharada	muỗng để bàn
tally mark		計數符號	mark konmpt	빗줄 눈금	marca de conteo	dấu đếm
teaspoon (tsp)		茶匙	ti kouilèr	찻 숟갈	cucharadita	muỗng trà
tenth		十分之一	disyem	1/10	décima	một phần mười
terminating decimal		有限小數	desimal tèrminé	유한소수	decimal finito	số thập phân chấm dứt
tessellation		棋盤圖形	an mòzéyik	모자이크식	teselado	sự lát hoa
thousandths		千分之一	milyem	1/1000	milésimas	phần ngàn
ton		噸	ton	톤	tonelada	tấn
translation		平移	tradouksyon	이동	traslación	sự tịnh tiến
trapezoid		梯形	trapézoidal	사다리꼴	trapecio	hình thang
tree diagram		樹狀圖	diagram pyé boua	수형도	diagrama de árbol	biểu đồ cây
trend		趨勢	tandans	경향	tendencia	xu hướng
triangle		三角形	triang	삼각형	triángulo	hình tam giác
turn		轉動	tourné	뒤집기	girar	quay
unfair game		不公平游戲	jouet pa ékitab	불공평한 게임	juego no limpio	trò chơi bất công
unit		單位	younit	단위	unidad	đơn vị
unit fraction		單分數	fraksyon younit	단위분수	fracción integrante	phân số đơn vị
unit rate		單位比率	tó younit	단위율	razón unitaria	tỷ lệ đơn vị
units of time		時間單位	younit pour tanmp	시간 단위	unidades de tiempo	những đơn vị thời gian
unlike denominators		異分母	dénóminateur pa mem	서로다른 분모	distinto denominador	những mẫu số khác nhau

English	Cambodian	Cantonese	Haitian Creole	Korean	Spanish	Vietnamese
unlikely	ឆ្មើងឆ្មើងម៉ិន	不可能	pa san lèur	발생 가능치 않은	improbable	chắc chắn không xảy ra
variable	អថេរ	變量	varyab	변수	variable	biến số
Venn diagram	ឌីយ៉ាក្រាមវែន	馮氏圖表	Diagram Venn	벤다이어그램	diagrama de Venn	biểu đồ Venn
vertex (vertices)	កំពូល (ពហុវចនៈ: កំពូលច្រើន)	頂點（英文複數形式爲 vertices）	vèrteks (plouryal, vèrtisi)	꼭지점	vértice (plural, vértices)	đỉnh (số nhiều, vertices)
vertical axis	អ័ក្សបញ្ឈរ	垂直數軸	aks vèrtikal	수직 축	eje vertical	trục tung
volume	មាឌ	體積	vólounm	부피	volumen	thể tích
weight	ទម្ងន់	重力	poua	중량	peso	trọng lượng
whole number	លេខគត់	整數	nouméró antyé	0과 자연수	número entero positivo	số nguyên
word name	អក្សរសំណេរ	文字表達	nom mot	문자형식	forma verbal	gọi bằng chữ
x-axis	អ័ក្ស-x	x 軸	aks-x	x 축	eje de las x	trục-x
x-coordinate	កូអរដោនេ-x	x 坐標	kóordinat-x	x 좌표	la abscisa	tọa độ-x
y-axis	អ័ក្ស-y	y 軸	aks-y	y 축	eje de las y	trục-y
y-coordinate	កូអរដោនេ-y	y 坐標	kóordinat-y	y 좌표	ordenada	tọa độ-y
yard (yd)	យ៉ាត	碼	yad	야드	yarda	mét Anh
zero pair	គូសូន្យ	相反數對	pér zéró	0을 이루는 쌍	par cero	cặp số triệt tiêu
zero property	លក្ខណៈសូន្យ	和爲零的加法定律	própriyité zéró	영 법칙	propiedad del cero	tính chất số không

English Glossary

A.M. Times from midnight to noon.

Example:

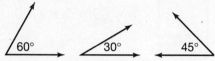

midnight   noon

11 **12** 1 2 3 4 5 6 7 8 9 10 **11** 12
PM **AM** AM AM AM AM AM AM AM AM AM AM **AM** PM

acute angle An angle that is less than a right angle.

Examples:

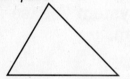

acute triangle A triangle with all angles less than right angles.

Examples:

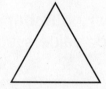

addend A number added to find a sum.

Example: addends

$$2 + 7 = 9$$

addition An operation that gives the total number when you put together two or more numbers.

Examples:

5 + 7 = 12

$$\begin{array}{r} 1 \\ 4\,3\,8 \\ +\,7\,2\,5 \\ \hline 1,1\,6\,3 \end{array}$$

algebra A branch of mathematics in which arithmetic relations are explored using variables to represent numbers.

algebraic expression An expression that contains a variable.

Examples:

$$n + 8 \qquad 4 \times n \qquad n - 2$$

analog clock A clock that displays time using hands.

Example:

   7:29

angle Two rays with a common endpoint.

Examples:

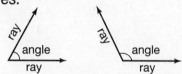

area The number of square units needed to cover a closed figure.

Example:

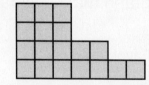   Area is 18 square units.

array Objects arranged in rows and columns.

Examples:

✳✳✳✳✳   ✳✳✳
✳✳✳✳✳   ✳✳✳
✳✳✳✳✳   ✳✳✳
                       ✳✳✳
                       ✳✳✳

an array showing   an array showing
3 groups of 5   5 groups of 3

associative (grouping) property
When the grouping of addends or factors is changed, the sum or product stays the same.

Examples:

$$(5 + 2) + 3 = 5 + (2 + 3)$$
$$(3 \times 2) \times 1 = 3 \times (2 \times 1)$$

average The number found when the sum of two or more numbers is divided by the number of addends. Also called the *mean*.

Example:

Find the average (mean) of 12, 14, 16, and 18.

```
   12        15
   14      4)60
   16       -4
 + 18       20
   60      -20
            0
```

The average is 15.

axes See *x-axis* and *y-axis*.

bar graph A graph that uses bars to show data.

Example: Favorite Colors

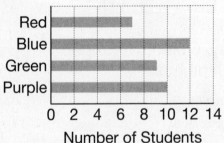

Number of Students

base The bottom of a polygon or solid. Also, in 4^3, 4 is the base.

Examples:

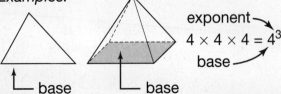

exponent
$$4 \times 4 \times 4 = 4^3$$
base

base   base

benchmark A known measurement that is used to estimate other measurements. Also, a number that is easy to work with, such as 10, 50, 100, 500, 1,000, or 1,000,000, used to help do mental math.

Examples:

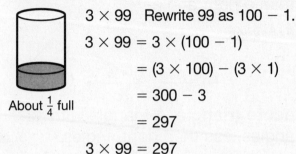

About $\frac{1}{4}$ full

3×99 Rewrite 99 as $100 - 1$.

$$3 \times 99 = 3 \times (100 - 1)$$
$$= (3 \times 100) - (3 \times 1)$$
$$= 300 - 3$$
$$= 297$$

$$3 \times 99 = 297$$

binary number system A base-2 place value system.

Example:

In the binary number system, 1011 is equal to 11 in the decimal (base 10) number system.

	Eights place	Fours place	Twos place	Ones place
Base 2	1	0	1	1
Place value	8	4	2	1
Product	$1 \times 8 = 8$	$0 \times 4 = 0$	$1 \times 2 = 2$	$1 \times 1 = 1$

$(1 \times 8) + (0 \times 4) + (1 \times 2) + (1 \times 1) = 8 + 0 + 2 + 1 = 11$

bisect To divide an angle or segment into two congruent angles or segments.

Examples:

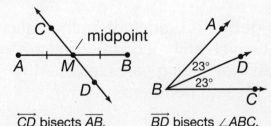

$\overleftrightarrow{CD}$ bisects $\overline{AB}$. $\overrightarrow{BD}$ bisects $\angle ABC$.

2

box-and-whisker plot A visual way of showing how a collection of data is distributed. The example below is based on the following ten test scores: 52, 64, 75, 79, 80, 80, 81, 88, 92, 99.

Example:

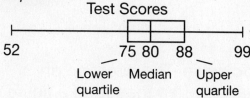

Test Scores

52   75 80   88   99

Lower quartile   Median   Upper quartile

calendar A chart that shows months, days, and dates.

Example:

MAY						
S	M	T	W	T	F	S
		1	2	3	4	5
6	7	8	9	10	11	12
13	14	15	16	17	18	19
20	21	22	23	24	25	26
27	28	29	30	31		

capacity The amount of liquid a container can hold.

Examples:

1000 mL 1 mL 1 L 1 cup 1 quart 1 gallon

cent (¢) Unit of money. 100 cents equal 1 dollar.

Example:

A penny is 1¢.

center The point from which all points on a circle are equally distant.

Example:

center

circle

centi- A prefix meaning $\frac{1}{100}$.

Example: 1 centimeter = $\frac{1}{100}$ meter

centimeter (cm) A unit for measuring length in the metric system.

Examples:

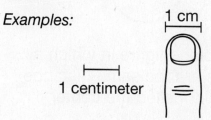

1 cm

1 centimeter

certain Definitely will happen.

Example:

The month after February is certain to be March.

chances The probability that a particular event will occur.

Example:

When you toss a coin you have the same chance of getting a tail as you do a head.

Head   Tail

change The amount of money you receive back when you pay with more money than something costs.

Example:

Money given to clerk	Cost of item	Change
$1.00	− 0.75 =	$0.25

chord A line segment with both endpoints on a circle.

Example:

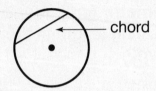

chord

circle A plane figure in which all the points are the same distance from a point called the center.

Example:

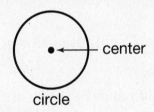

center

circle

circle graph A graph in the form of a circle that shows how the whole is divided into parts.

Example:

Favorite Pets

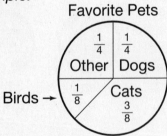

Birds →

Other $\frac{1}{4}$ | Dogs $\frac{1}{4}$

$\frac{1}{8}$ | Cats $\frac{3}{8}$

circumference The distance around a circle. $C = 2 \times \pi \times r$ or $C = \pi \times d$

Example:

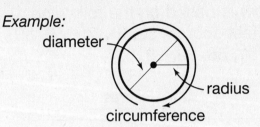

diameter

radius

circumference

clockwise The direction of rotation when the top of a figure turns to the right.

Example:

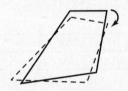

cluster Data that group around one value of a line plot.

Example:

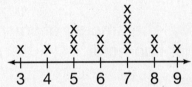

The line plot has a cluster at 7.

clustering An estimation method where numbers that are approximately equal are treated as if they were equal.

Example:

26 + 24 + 23 is about 25 + 25 + 25, or 3 × 25.

common denominator A number that is a denominator of two or more fractions.

Example: $\frac{1}{8}$ $\frac{3}{8}$ $\frac{6}{8}$

8 is the common denominator.

common factor A number that is a factor of each of two or more different numbers.

Example:

3 is a factor of 6.

3 is a factor of 9.

3 is a common factor of 6 and 9.

common multiple A number that is a multiple of two or more different numbers.

24 is a multiple of 6.

24 is a multiple of 8.

24 is a common multiple of 6 and 8.

commutative (order) property Changing the order of addends or factors does not change the sum or product.

Examples:

$8 + 5 = 5 + 8$ $3 \times 6 = 6 \times 3$

compare To decide which of two numbers is greater.

Example:

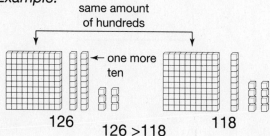

same amount of hundreds

← one more ten

126 126 >118 118

compass An instrument used to make circles.

Example:

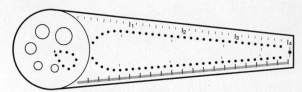

compatible numbers Numbers that are easy to compute with mentally.

Examples:

$25 + 175$ 5×20 $360 \div 9$

compensation The mental math strategy of choosing numbers close to the numbers in a problem, and then adjusting the answer to compensate for the numbers chosen.

Example: $99 \times 4 = (100 \times 4) - (1 \times 4)$
$$= 400 - 4$$
$$= 396$$

complementary angles Two angles whose measures add up to 90°.

Example:

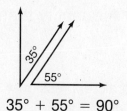

$35° + 55° = 90°$

composite number A whole number greater than 1 with more than two different factors.

Example:

6 is a composite number. Its factors are 1, 2, 3, and 6.

5

compound event Event that is the combination of two or more single events.

Example:

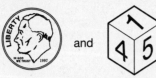

Getting heads on a coin toss and rolling a 1 with a number cube is a compound event.

cone A solid figure with one circular base and one vertex.

Example:

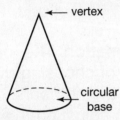

congruent figures Figures that have the same size and shape.

Example:

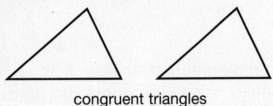

congruent triangles

constant A quantity that does not change.

Example:
In the algebraic expression $x + 7$, 7 is a constant.

conversion factor A measurement equivalence used to convert quantities from one unit to another. It is often expressed as a fraction.

Examples:

12 inches = 1 foot; $\dfrac{12 \text{ inches}}{1 \text{ foot}}$

4 quarts = 1 gallon; $\dfrac{4 \text{ quarts}}{1 \text{ gallon}}$

coordinate grid A graph used to locate points.

Example:

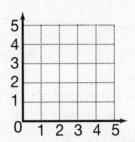

coordinates A pair of numbers used to locate a point on a graph. *See also* ordered pair.

Example:

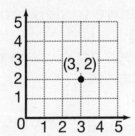

corner Where two sides meet.

Example:

corner

counterclockwise The direction of rotation when the top of a figure turns to the left.

Example:

cross product The product of the numerator of one ratio with the denominator of another.

Example:

cross products:
$1 \times 5 = 5$
$3 \times 2 = 6$

cube A solid figure whose six faces are all squares.

Example:

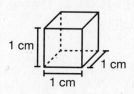

cubed Raised to the third power.

Example:

2 cubed = 2^3 = $2 \times 2 \times 2 = 8$

cubic centimeter A cube with edges 1 centimeter long. Unit for measuring volume. Abbreviated as cm^3.

Example:

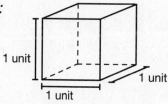

1 cm, 1 cm, 1 cm

cubic inch A cube with edges 1 inch long. Unit for measuring volume. Abbreviated as in^3.

Example:

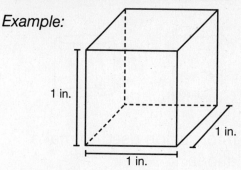

1 in., 1 in., 1 in.

cubic unit A cube with edges 1 unit long. Unit for measuring volume.

Example:

1 unit, 1 unit, 1 unit

cup (c) A unit for measuring capacity in the customary system.

Example:

8 oz, 6, 4, 2

customary units of length, weight, capacity, and temperature

Examples:

Next Exit 1 Mile | Rice 1 pound | MILK | 20°F 16°F 10°F

length   weight   capacity   temperature

cylinder A solid figure with two congruent circular faces.

Examples:

data Information used to make calculations.

Example:

The students in the class recorded the daily high temperatures for 5 days: 74°F, 79°F, 82°F, 85°F, 80°F.

decagon A polygon with 10 sides.

Example:

deci- A prefix meaning $\frac{1}{10}$.

Example: 1 decimeter = $\frac{1}{10}$ meter

decimal A number that uses a decimal point to show tenths, hundredths, and so on.

Examples:

    3.142   0.5   15.19

decimal addition Adding two or more decimals.

Example:

$$\begin{array}{r} \overset{1}{3}\,\overset{1}{6}.29 \\ +\ 25.12 \\ \hline 61.41 \end{array}$$

decimal division Dividing two decimals.

Example:

$$\begin{array}{r} 2.564 \\ 7\overline{)17.948} \\ -14 \\ \hline 39 \\ -35 \\ \hline 44 \\ -42 \\ \hline 28 \\ -28 \\ \hline 0 \end{array}$$

decimal multiplication Multiplying two or more decimals.

Example:

$$\begin{array}{r} 2.75 \leftarrow 2 \text{ decimal places} \\ \times\ 0.3 \leftarrow 1 \text{ decimal place} \\ \hline 0.825 \leftarrow 3 \text{ decimal places} \end{array}$$

decimal point A symbol used to separate the ones place from the tenths place in decimals, or dollars from cents in money.

Example : 4.57   \$2.13

       decimal point

decimal subtraction Subtracting two decimals.

Example:

$$\begin{array}{r} \overset{5}{8}\overset{12}{6}.27 \\ -\ 2.85 \\ \hline 83.42 \end{array}$$

decimal system A base-10 place value system.

Example:

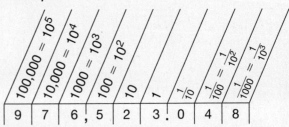

decimeter (dm) A unit for measuring length in the metric system.

Example:

1 decimeter = 10 centimeters

1 dm

degree (°) A unit of measure for angles and temperature.

Example:

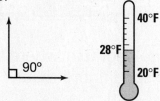

90°

40°F
28°F
20°F

degree Celsius (°C) A unit for measuring temperature in the metric system.

Example:

Temperature on a cold day: −10°C
Normal body temperature: 37°C

degree Fahrenheit (°F) A unit for measuring temperature in the customary system.

Example:

Temperature on a cold day: 14°F
Normal body temperature: 98.6°F

deka- A prefix meaning 10.

Example: 1 dekameter = 10 meters

denominator The bottom number of a fraction that tells the number of equal parts in all.

Example:

$\frac{5}{6}$ ← denominator

diagonal A line segment other than a side that connects two vertices of a polygon.

Example:

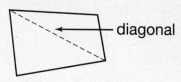

diagonal

diameter A line segment that goes from one point on a circle through the center to another point on the circle.

Example:

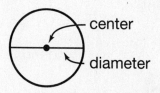

center

diameter

difference The number that is the result of subtracting one number from another.

Example:

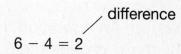

difference

6 − 4 = 2

digits The symbols used to show numbers: 0, 1, 2, 3, 4, 5, 6, 7, 8, and 9.

digital clock A clock that displays time using numbers.

Example:

7:29

display The window on a calculator that shows the numbers as they are entered and the results of the calculations.

Enter   Display
Example: 225 [+] 133 [=] ⎡358⎤

distributive property Multiplying a sum by a number is the same as multiplying each addend by the number and then adding the products.

Example: $3 \times (2 + 4) = 18$

$(3 \times 2) + (3 \times 4) = 18$

dividend The number to be divided in a division number sentence.

Example:

divisible Can be divided by another number without leaving a remainder.

Example: 18 is divisible by 6.

division An operation that tells how many groups there are or how many are in each group.

Examples:

$$\begin{array}{r} 64 \\ 4\overline{)256} \\ -24 \\ \hline 16 \\ -16 \\ \hline 0 \end{array}$$

$18 \div 6 = 3$ $18 \div 3 = 6$

divisor The number by which a dividend is divided.

Example:

$9\overline{)63}$ $63 \div 9 = 7$

divisor

dodecagon A polygon with 12 sides.

Example:
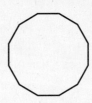

dollar ($) A bill or coin worth 100 cents.

Example:

edge A line segment where two faces of a solid figure meet.

Example:
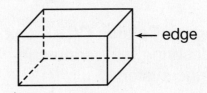

edge

elapsed time The difference between two times.

Example:
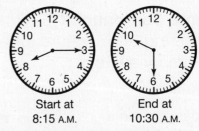

Start at 8:15 A.M.   End at 10:30 A.M.

Elapsed time is 2 hours 15 minutes.

endpoint A point at the start of a ray or at either end of a line segment.

Examples:
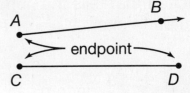

endpoint

equality A mathematical relation of being exactly the same.

Examples:

$$16 + 8 = 24 \qquad 25 \div 5 = 5$$

equally likely Just as likely to happen as not to happen.

Example:

When a coin is tossed it is equally likely that it will land on a head or a tail.

equal ratios Ratios that give the same comparison.

Example:

$\frac{1}{2}$ and $\frac{2}{4}$ are equal ratios.

equation A number sentence that uses the equal sign ($=$) to show that two expressions have the same value. *See also* number sentence.

Examples:

$$9 + 2 = 11 \qquad 32 \div 4 = 8$$

equilateral triangle A triangle with three equal sides.

Example:

equivalent decimals Decimals that name the same amount.

Example:

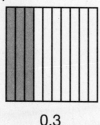

$$0.3 \qquad = \qquad 0.30$$

equivalent fractions Fractions that name the same region, part of a set, or part of a segment.

Example:

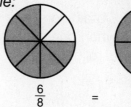

$$\frac{6}{8} \qquad = \qquad \frac{3}{4}$$

estimate To find a number that is close to an exact answer.

Example:

$$
\begin{array}{rcr}
382 & \rightarrow & 400 \\
+\,115 & \rightarrow & +\,100 \\
\hline
 & & 500
\end{array}
$$

estimated sum

Euler's formula A formula about the number of faces (F), vertices (V), and edges (E) of a polyhedron which states that $F + V - E = 2$.

Example:

For the triangular pyramid shown,

$$\underset{\text{faces}}{5} + \underset{\text{vertices}}{5} - \underset{\text{edges}}{8} = 2$$

evaluate To find the number an algebraic expression names by replacing a variable with a given number.

Example:

Use $n = 3$ to evaluate $2 \times n + 5$. Answer is $2 \times 3 + 5 = 6 + 5 = 11$.

even number A whole number that has 0, 2, 4, 6, or 8 in the ones place. A whole number divisible by 2.

Examples:

$$8 \quad 12 \quad 20 \quad 36 \quad 54$$

event An outcome or set of outcomes of an experiment or situation.

Example:

Event: Obtaining a 3 or higher when one number cube is rolled.

Possible outcomes for this event: 3, 4, 5, 6

expanded form A way to write a number that shows the place value of each digit.

Example:

Expanded form for 9,325:

$$9,000 + 300 + 20 + 5$$

expected probability The probability of a certain outcome if the number of trials is extended indefinitely.

Example:

The expected probability of heads on a coin toss is $\frac{1}{2}$.

experiment A test or trial.

Examples: toss a coin
roll a number cube
spin a spinner

experimental probability Probability based on the results of an experiment.

Example:

Two coins are tossed 50 times. The results:
2 heads: 13 times
2 tails: 15 times
1 head and 1 tail: 22 times
The experimental probability for 2 heads is $\frac{13}{50}$.

exponent A number that tells how many times another number is used as a factor.

Example:

$$3 \times 3 \times 3 \times 3 = 3^4 \leftarrow \text{exponent}$$

exponential notation A way of writing repeated multiplication of a number using exponents.

Examples: 2^8 5^2 9^3

expression Numbers combined with one or more operations. *See also* algebraic expression.

Examples:

$4 + 5$ $6 \times 3 \times 2$ $8 \div 2 + 3$

face A flat surface of a solid figure.

Example:

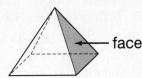

fact family A group of related facts using the same set of numbers.

Example: $4 + 3 = 7$
$3 + 4 = 7$
$7 - 3 = 4$
$7 - 4 = 3$

factors Numbers that are multiplied together to obtain a product.

Example: factors
$$7 \times 3 = 21$$

factor tree A diagram used to find the prime factors of a number.

Example:

$$36 \qquad 36 = 2 \times 2 \times 3 \times 3$$
$$2 \times 18$$
$$2 \times 2 \times 9$$
$$2 \times 2 \times 3 \times 3$$

fair All results are equally likely to happen.

Examples:

Toss a coin and land on heads or tails.

Roll a number cube and land on 1, 2, 3, 4, 5, or 6.

Spin a spinner with equal segments.

fair game A game where each player has an equal chance of winning.

Example:

Fair game: Each player takes a turn spinning the spinner. A player gets a point when the spinner lands on his or her name.

flip To turn a plane figure over.

Example:

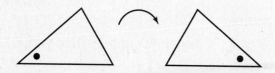

fluid ounce (fl oz) A unit for measuring capacity in the customary system.

Example:

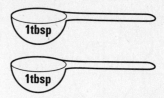

2 tablespoons equal 1 fluid ounce.

foot (ft) A unit for measuring length in the customary system.

Example:

1 foot

formula A general rule expressed by symbols.

Example:

The formula for the perimeter of a rectangle is $P = 2 \times (l + w)$.

fraction A way to compare equal parts to a whole, segment, or a set.

Example:

$\frac{3}{8}$ is 3 equal parts out of 8 equal parts.

fraction addition Adding two or more fractions.

Example:

$$\begin{aligned} \frac{1}{3} &= \frac{4}{12} \\ + \frac{1}{4} &= + \frac{3}{12} \\ \hline & \frac{7}{12} \end{aligned}$$

fraction division Dividing two fractions.

Example:
How many $\frac{1}{8}$s are in 2?

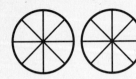 $2 \div \frac{1}{8} = 2 \times \frac{8}{1} = 16$

fraction multiplication Multiplying two or more fractions.

Example: $\frac{1}{3} \times \frac{2}{5} = \frac{1 \times 2}{3 \times 5} = \frac{2}{15}$

fraction subtraction Subtracting two fractions.

Example:

$$\begin{array}{r} \frac{3}{4} = \frac{9}{12} \\ -\frac{2}{3} = -\frac{8}{12} \\ \hline \frac{1}{12} \end{array}$$

frequency chart or table A table showing classes of things and the frequency with which things occur.

Example:

Color of Shirt	Frequency
Black	8
Tan	2
White	5
Blue	4

front-end estimation A way to estimate a sum by adding the first digit of each addend and adjusting the result based on the remaining digits.

Example:
$$\begin{array}{r} 476 \\ + 388 \end{array}$$

$$\begin{array}{r} 476 \rightarrow 400 \\ + 388 \rightarrow + 300 \\ \hline 700 \end{array} \qquad \begin{array}{r} 476 \rightarrow 70 \\ + 388 \rightarrow + 80 \\ \hline 150 \end{array}$$

$$700 + 150 = 850$$

gallon (gal) A unit for measuring capacity in the customary system.

Example:

Milk often comes in 1 gallon containers.

geometry A branch of mathematics in which the relations between points, lines, figures, and solids are explored.

gram (g) A unit for measuring mass in the metric system.

Example:

The mass of a large paperclip is about 1 gram.

graph A picture that shows data in an organized way.

Examples:

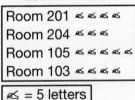

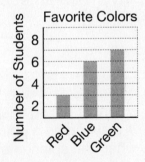

greater than (>) The relationship of one number being farther to the right on a number line than another number.

Example:

$7 > 3$ "Seven is greater than three."

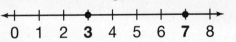

© Scott Foresman Addison Wesley 3-6

greatest common factor (GCF)
The greatest number that is a factor of each of two or more numbers.

Example:

factors of 12: **1 2 3** 4 **6** 12

factors of 18: **1 2 3 6** 9 18

1, 2, 3, and 6 are common factors.
6 is the greatest common factor.

grouping (associative) property
When the grouping of addends or factors is changed, the sum or product stays the same.

Examples:

$$(5 + 2) + 3 = 5 + (2 + 3)$$
$$(3 \times 2) \times 1 = 3 \times (2 \times 1)$$

hecto- A prefix meaning 100.

Example: 1 hectometer = 100 meters

height The length of the perpendicular line segment from the vertex to the base of a triangle.

Example:

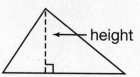

heptagon A polygon with 7 sides.

Example:

hexagon A polygon with six sides.

Examples:

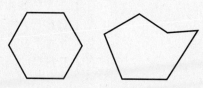

horizontal axis The left-to-right number line on a graph.

Example:

hundredth One out of 100 equal parts of a whole.

Example:

impossible Cannot happen.

Example:

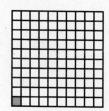

Getting a 9 on a number cube labeled 1–6 is impossible.

improper fraction A fraction in which the numerator is greater than or equal to the denominator.

Examples:

$$\frac{15}{2} \qquad \frac{3}{3} \qquad \frac{4}{3} \qquad \frac{8}{1}$$

inch (in.) A unit for measuring length in the customary system.

Example:

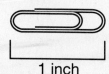

A paperclip is about 1 inch long.

1 inch

inequality A mathematical sentence involving $<$, $>$, $\leq$, or $\geq$.

Examples:

$6 < 9 \qquad x + 3 \geq 21 \qquad 2x - 8 > 0$

integers The set of positive whole numbers, their opposites, and 0.

Examples: ..., -3, -2, -1, 0, 1, 2, 3, ...

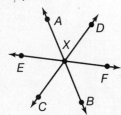

intersect To cross through the same point.

Example:

$\overleftrightarrow{AB}$, $\overleftrightarrow{CD}$, and $\overleftrightarrow{EF}$ intersect at point X.

intersecting lines Lines that cross at a point.

Example:

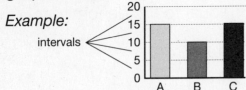

interval One of the equal-sized divisions on a bar graph or line graph scale.

Example:

intervals

isosceles triangle A triangle that has at least two equal sides.

Examples:

 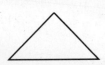

key Part of a pictograph that tells what each symbol stands for. *See also* symbol.

Example: Number of Letters Written

Room 201	✎ ✎ ✎ ✎
Room 204	✎ ✎ ✎
Room 105	✎ ✎ ✎ ✎ ✎
Room 103	✎ ✎ ✎ ✎

✎ = 5 letters ◄— key

kilo- A prefix meaning 1000.

Example: 1 kilometer = 1000 meters

kilogram (kg) A unit for measuring mass in the metric system.

Example:

The mass of a textbook is about 1 kilogram.

kilometer (km) A unit for measuring length in the metric system.

Example:

The distance you can walk in about 15 minutes.

leaf The part of a stem-and-leaf plot that shows the ones digit of a number.

Example:

Stem	Leaf
0	1 1 2 3 4 8
1	0 3 5 9
2	1 1 7 8
3	2 6

least common denominator (LCD)
The least common multiple of the denominators of two or more fractions.

Example: Find the LCD of $\frac{1}{4}$ and $\frac{1}{6}$.

multiples of 4: 4 8 **12** 16 20 **24** ...

multiples of 6: 6 **12** 18 **24** 30 **36** ...

12 and 24 are two common multiples of 4 and 6. 12 is the least common multiple which would be the LCD.

least common multiple (LCM)
The least nonzero number that is a multiple of two or more different numbers.

Example: Find the LCM of 2 and 3.

multiples of 2: 2 4 **6** 8 10 **12** ...

multiples of 3: 3 **6** 9 **12** 15 ...

6 and 12 are two common multiples of 2 and 3. 6 is the least common multiple.

less than (<) The relationship of one number being farther to the left on a number line than another number.

Example:

3 < 7   "Three is less than seven."

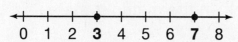

like denominators Denominators that are the same in two or more fractions.

Example:

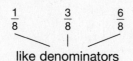

like denominators

likely Probably will happen.

Examples:

It is likely that it will snow in Montana next winter.

line A straight path that is endless in both directions.

Example:

line graph A graph that connects points to show how data changes over time.

Example:

line of symmetry A line on which a figure can be folded so that both halves are congruent.

Examples:

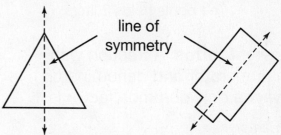

line of symmetry

line plot A graph that uses symbols above a number line to represent data.

Example:

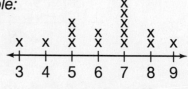

Number of Books

line segment Part of a line that has two endpoints.

Example: ●————————●

line symmetry A figure has line symmetry if it can be divided into two identical halves.

Example:

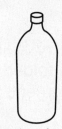

Figure with   Figure with no
line symmetry   line symmetry

liter (L) A unit for measuring capacity in the metric system.

Example:

The bottle holds 2 liters.

lowest terms A fraction with a numerator and denominator whose only common factor is 1.

Examples: $\frac{1}{2}$ $\frac{3}{5}$ $\frac{21}{23}$

mass The amount of matter that something contains.

Examples:

A raisin has a   A pair of athletic
mass of 1 gram.   shoes has a mass
                        of 1 kilogram.

mean The number found when the sum of two or more numbers is divided by the number of addends. Also called the *average*.

Example:
Find the mean (average) of 12, 14, 16, and 18.

$$
\begin{array}{r}
12 \\
14 \\
16 \\
+\ 18 \\
\hline
60
\end{array}
\qquad
\begin{array}{r}
15 \\
4\overline{)60} \\
-4 \\
\hline
20 \\
-20 \\
\hline
0
\end{array}
$$

The mean is 15.

median The middle number when data are arranged in order.

Example:

27 27 27 29 32 33 36 38 42 43 62
                    |
                 median

mental math Performing calculations in your head without using pencil and paper or a calculator.

Example: $200 \times 30 = 6{,}000$

meter (m) A unit for measuring length in the metric system.

Example:

1 meter

A meter is about the distance from one hand to the other when your arms are stretched out.

metric units of length, mass, capacity, and temperature

Examples:

Next Exit
1 Kilometer

about 1 gram

WATER
2 liters

°C
5
0
−5
−10
−15

length   mass   capacity temperature

mile (mi) A unit for measuring length in the customary system.

Example:

The distance you can walk in about 20 minutes.

milli- A prefix meaning $\frac{1}{1000}$.

Example: 1 millimeter = $\frac{1}{1000}$ meter

milliliter (mL) A unit for measuring capacity in the metric system.

Example:

A medicine dropper holds about 1 milliliter.

millimeter (mm) A unit for measuring length in the metric system.

Example:

A coin is about 1 millimeter thick.
10 mm = 1 cm

mixed number A number that has a whole number part and a fractional part.

Examples: $1\frac{1}{2}$ $3\frac{2}{5}$ $15\frac{7}{8}$

mode The number or numbers that occur most often in a set of data.

Example:

27 27 27 29 32 33 36 38 42 43 62

27 is the mode.

multiple The product of a given whole number and any other whole number.

Examples:

multiples of 5:   0   5   10   15 . . .

5×0 5×1 5×2 5×3

multiplication An operation that gives the total number when you put together equal groups.

Examples:

$$\begin{array}{r} 45 \\ \times\ 12 \\ \hline 90 \\ 450 \\ \hline 540 \end{array}$$

2 groups of 8
2 x 8 = 16

negative number A number that is less than zero.

Example: −2°C

°C
5
0
−5
−10
−15

net A pattern that can be cut out and folded into a solid.

Example:

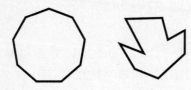

nonagon A polygon with 9 sides.

Examples:

number line A line that shows numbers in order using a scale.

Example:

number sentence A way to show a relationship between numbers. *See also* equation.

Examples: $2 + 5 = 7$ $6 ÷ 2 = 3$

number-word form A way of writing a number using digits and words.

Examples: 45 trillion   9 thousand

numeral A symbol for a number.

Examples: 7   58   234

numerator The top number of a fraction that tells the number of equal parts considered.

Example:

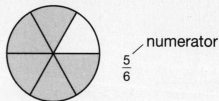

obtuse angle An angle with a measure greater than 90°.

Examples:

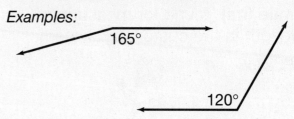

obtuse triangle A triangle with one angle greater than 90°.

Examples:

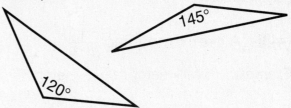

octagon A polygon with eight sides.

Examples:

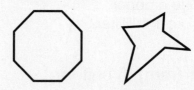

odd number A whole number that has 1, 3, 5, 7, or 9 in the ones place. A whole number that is not divisible by 2.

Examples: 3   91   205   445

odds The ratio of the number of ways an event can happen to the number of ways it cannot.

Example:

 Odds of rolling a 3: 1 to 5

Odds against rolling a 3: 5 to 1

one property In multiplication, the product of a number and 1 is that number. In division, a number divided by 1 is that number.

Examples: $5 \times 1 = 5$ $3 \div 1 = 3$

operation Addition, subtraction, multiplication, and division.

opposite numbers Numbers that are the same distance on a number line from zero but are on opposite sides.

Example:

7 and -7 are opposites of each other.

```
<---+--+--+--+--+--+--+--+--+--+--+--+--+--+-->
   -7              0              7
```

order To arrange numbers from least to greatest or from greatest to least.

Examples:

least to greatest   12 17 21 26 30

greatest to least   30 26 21 17 12

order of operations The rules telling what order to do operations in: (1) simplify inside parentheses, (2) simplify exponents, (3) multiply and divide from left to right, and (4) add and subtract from left to right.

Example:

Evaluate $2x^2 + 4(x - 2)$ for $x = 3$.

(1) simplify inside parentheses	$2 \cdot 3^2 + 4(3 - 2)$ $2 \cdot 3^2 + 4(1)$
(2) simplify exponents	$2 \cdot 9 + 4$
(3) multiply and divide from left to right	$18 + 4$
(4) add and subtract from left to right	22

ordered pair A pair of numbers used to locate a point on a coordinate grid.

Example:

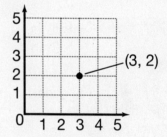

order (commutative) property Changing the order of addends or factors does not change the sum or product.

Examples:

$8 + 5 = 5 + 8$ $3 \times 6 = 6 \times 3$

ordinal number A number used to tell order.

Examples: first, thirteenth, 1st, 4th

origin The zero point on a number line, or the point (0, 0) where the axes of a coordinate system intersect.

Examples:

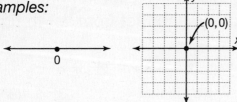

ounce (oz) A unit for measuring weight in the customary system.

Example:

 A letter weighs about an ounce.

outcome A possible result of an experiment.

Example: Toss 2 coins

Coin 1	Coin 2
head	tail
head	head
tail	head
tail	tail

One outcome is 1 head and 1 tail.

outlier An extreme value in a data set, separated from most of the other values.

Example:

27 27 27 29 32 33 36 38 42 43 62

outlier

P.M. Times from noon to midnight.

Example:

noon   midnight

11	12	1	2	3	4	5	6	7	8	9	10	11	12
AM	PM	PM	PM	PM	PM	PM	PM	PM	PM	PM	PM	PM	AM

parallel lines Lines that do not intersect.

Example:

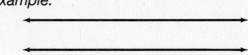

parallelogram A quadrilateral with two pairs of opposite parallel sides.

Examples:

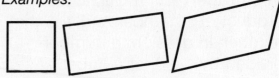

pattern A sequence of objects, events, or ideas that repeat.

Examples:

pentagon A polygon with five sides.

Examples:

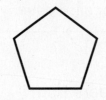 

percent (%) Per hundred. A way to compare a number to 100.

Example:

 $\frac{40}{100} = 0.40 = 40\%$

perimeter The distance around a closed figure.

Example:

Perimeter =
5 + 2 + 6 + 4 + 11 + 6 = 34

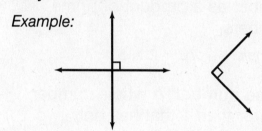

period A group of three digits in a number. Periods are separated by a comma.

Example:

Thousands Period			Ones Period		
hundred thousands	ten thousands	thousands	hundreds	tens	ones
3	0	5 ,	2	1	6

305,216

perpendicular lines Two lines which form right angles where they intersect.

Example:

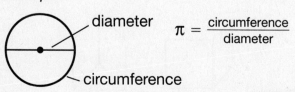

pi (π) The ratio of the circumference of a circle to its diameter. The decimal for π is 3.141592....
3.14 or $3\frac{1}{7}$ are often used as approximations for π.

Example:

diameter

$\pi = \dfrac{\text{circumference}}{\text{diameter}}$

circumference

pictograph A graph that uses symbols to show data.

Example:

Number of Letters Written

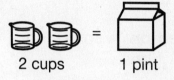

✍ = 5 letters

pint (pt) A unit for measuring capacity in the customary system.

Example:

2 cups = 1 pint

place value The value given to the place a digit has in a number.

Example:

Thousands Period			Ones Period		
hundred thousands	ten thousands	thousands	hundreds	tens	ones
3	0	5 ,	2	1	6

305,216

In 305,216 the place value of the digit 2 is hundreds.

plane figure A figure that lies on a flat surface.

Examples:

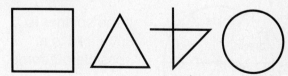

point An exact position often marked by a dot.

Examples:

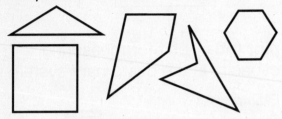

polygon A closed plane figure made up of line segments.

Examples:

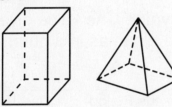

polyhedron A solid whose faces are polygons.

Examples:

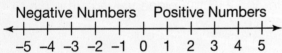

positive numbers Numbers greater than zero.

Example:

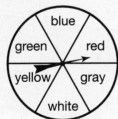

possible Able to happen.

Example:

If the spinner is spun, red is a possible outcome.

pound (lb) A unit for measuring weight in the customary system.

Example:

power An exponent or the number produced by raising a base to the exponent.

Example:

$16 = 2^4$ 2 is raised to the 4th power.

16 is the 4th power of 2.

prediction An educated guess about what will happen.

Example:

Jane predicts that $\frac{1}{6}$ of the time she will roll a 2.

prime factorization Writing a number as a product of prime numbers.

Example: $70 = 2 \times 5 \times 7$

prime number A whole number greater than 1 that has only two factors, itself and 1.

Example:

The primes start with 2, 3, 5, 7, 11, ...

prism A solid figure whose bases lie in parallel planes and whose faces are parallelograms.

Examples:

probability The chance that an event will happen. The ratio of the number of ways an event can occur to the total number of possible outcomes.

Example:

The probability of rolling a 2 is $\frac{1}{6}$.

The probability of not rolling a 2 is $\frac{5}{6}$.

problem solving guide A process for solving a problem: Understand, Plan, Solve, Look Back.

Example:

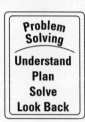

product The number that is the result of multiplying two or more factors.

Example: factors   product

$$2 \times 3 \times 5 = 30$$

proportion A statement showing that two ratios are equal.

Example: $\frac{12}{34} = \frac{6}{17}$

protractor An instrument used to measure the size of an angle.

Example:

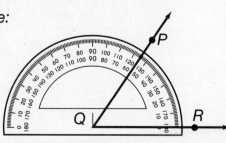

pyramid A solid figure whose base is a polygon and whose faces are triangles with a common vertex.

Examples:

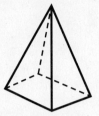 

quadrants The four regions determined by the axes of a coordinate plane.

Example:

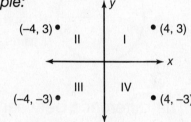

quadrilateral A polygon with four sides.

Examples:

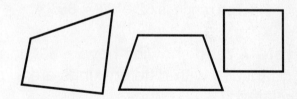

quart (qt) A unit for measuring capacity in the customary system.

Example:

A quart of milk

25

quotient The number other than the remainder that is the result of dividing.

Example:

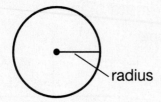

$28 \div 4 = 7$

radius A line segment from the center of a circle to any point on the circle.

Example:

radius

range The difference between the greatest and least numbers in a set of data.

Example:

27 27 27 29 32 33 36 38 42 43 62

The range is $62 - 27 = 35$.

rate A ratio showing how quantities with different units are related.

Examples: $\dfrac{72 \text{ dollars}}{28 \text{ hours}}$ $\dfrac{55 \text{ miles}}{1 \text{ hour}}$

ratio A pair of numbers used to compare quantities.

Examples: $\dfrac{2}{1}$ 2 to 1   2:1

ratio table A table that displays a set of equal ratios.

Example:

	(12 × 2)	(12 × 3)	(12 × 4)
boxes	12	24	36	48
carton	1	2	3	4
	(1 × 2)	(1 × 3)	(1 × 4)

ray Part of a line that begins at a point and is endless in one direction.

Example:

reciprocals Two numbers whose product is 1.

Example:

$\dfrac{3}{5}$ and $\dfrac{5}{3}$ are reciprocals since $\dfrac{3}{5} \cdot \dfrac{5}{3} = 1$.

rectangle A quadrilateral with four right angles and opposite sides parallel and the same length.

Examples:

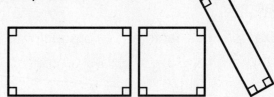

rectangular prism A solid figure whose six faces are all rectangles.

Examples:

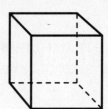 

reflection The mirror image of a figure that has been "flipped" over a line. Also, the name for the transformation that flips the figure over the line.

Example:

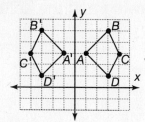

regroup To name a whole or decimal number in a different way.

Examples: 28 is 2 tens and 8 ones.
0.3 is 0.30 or 0.300.

regular polygon A polygon whose sides are all equal and whose angles are all equal.

Examples:

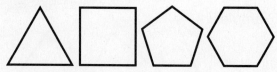

remainder The number less than the divisor that remains after the division is complete.

Example:

$$\begin{array}{r} 3 \text{ R1} \\ 8)\overline{25} \\ -24 \\ \hline 1 \end{array}$$ Remainder

repeating decimal A decimal with a repeating digit or group of digits to the right of the decimal point.

Examples: $0.\overline{6}$ $0.\overline{123}$ $2.1\overline{8}$

rhombus A quadrilateral with two pairs of parallel sides and all sides the same length.

Examples:

right angle An angle that forms a square corner and has a measure of 90°.

Example:

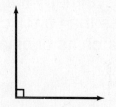

right triangle A triangle that has one right angle.

Examples:

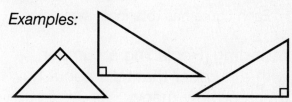

Roman numerals Numerals in a number system used by ancient Romans.

Examples:
I = 1   IV = 4   V = 5   VI = 6

rotation The image of a figure that has been "turned," as if on a wheel. Also, the name for the transformation that turns the figure.

Example:

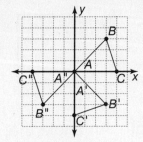

rotational symmetry A figure has rotational symmetry if it can be rotated less than a full circle and exactly match its original image.

Examples:

 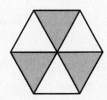

Each figure has rotational symmetry.

rounding Replacing a number with a number that tells about how much or how many.

Example:

Round 2153 to the nearest:	
thousand	2,000
hundred	2,200
ten	2,150

sample A selected part of a large group.

Example:

All 1,000 names of a club's membership were put on cards and the cards were shuffled. Then 100 cards were drawn and these members were given a phone survey. The sample is the 100 members that took the phone survey.

scale The numbers that show the units used on a graph. Also, an instrument used to measure an object's weight. Also, a ratio that shows the relationship between a scale drawing and the actual object.

Examples:

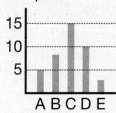 

Scale drawing of living room

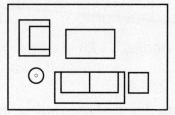

Scale: 1 in. = 10 ft

scalene triangle A triangle with no equal sides.

Examples:

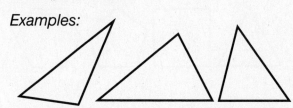

scatterplot A graph using paired data values as points to show the relationship between the two data sets.

Example:

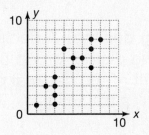

schedule A list which shows the times events occur.

Example:

Saturday Afternoon Schedule

12:00	Lunch
12:45	Walk the dog
1:15	Clean your room
2:30	Play with friends
5:00	Home for dinner

scientific notation A number written as a decimal greater than or equal to 1 and less than 10, multiplied by a power of 10.

Example: $350,000 = 3.5 \times 10^5$

segment See *line segment*.

side A line segment forming part of a plane figure.

Example:

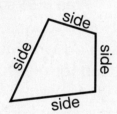

similar figures Figures that have the same shape and may or may not have the same size.

Examples:

 and

 and

 and

simplest form A fraction in which the numerator and denominator have no common factors other than 1.

Examples:

Fractions in simplest form:

$$\frac{1}{2} \qquad \frac{3}{5} \qquad \frac{21}{23}$$

skew Lines that are not parallel and do not intersect.

Example:

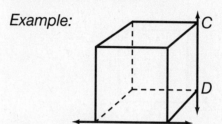

$\overleftrightarrow{AB}$ and $\overleftrightarrow{CD}$ are skew lines.

skip counting Counting by a number other than 1.

Example:

To skip count by 2s, think: 2, 4, 6, 8, . . .

slide To move a plane figure in one direction.

Example:

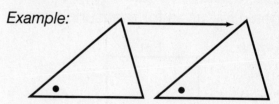

solid figure A figure that has length, width, height, and volume.

Examples:

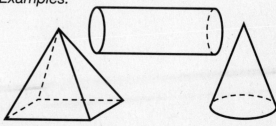

sphere A solid figure that has the shape of a round ball.

Example:

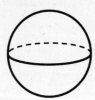

square A polygon that has four equal sides and four right angles.

Example:

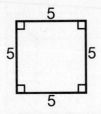

square centimeter A square with 1 centimeter sides. Unit used for measuring area.

Example:

1 square centimeter

square inch A square with 1 inch sides. Unit used for measuring area.

Example:

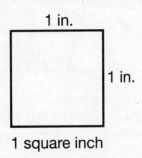

1 square inch

square number The product of a number multiplied by itself.

Example:

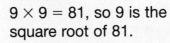

$5 \times 5 = 25$

↑

Square number

square root The square root of *N* is the number that when multiplied by itself gives *N*. Also, the square root of a given number is the length of one side of a square with an area equal to the given number.

Example:
$9 \times 9 = 81$, so 9 is the square root of 81.
$9 = \sqrt{81}$

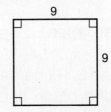

Area is 81 square units.

square unit A square with 1 unit sides. Unit used for measuring area.

Example:

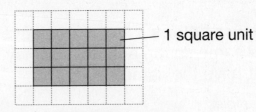

1 square unit

Area = 15 square units

standard form A way to write a number that shows only its digits.

Examples: 85   239   9,325

stem The part of a stem-and-leaf plot that shows all but the ones digit of a number.

Example:

Stem	Leaf
6	7 8 8 0
7	0 0 5 6 8
8	4 6 9

tens digits ⌐

stem-and-leaf plot A graph that uses place value to organize numbers in data.

Example:

Stem	Leaf
3	3 4 4 5
4	2 5 6
5	1 1 2 3 5 8

4 | 2 represents 42.

straight angle An angle that forms a straight line and has a measure of 180°.

Example:

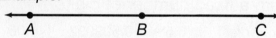

strategy A plan or method used to solve a problem.

Some problem solving strategies are:

Draw a Picture	Look for a Pattern
Make a Table	Guess and Check

subtraction An operation that tells the difference between two numbers or how many are left when some are taken away.

Examples:

$$275 - 32 = 243$$

$$8 - 3 = 5$$

sum The number that is the result of adding two or more addends.

Example: 7 + 9 = 16 ⟍ sum

supplementary angles Two angles whose measures add up to 180°.

Example:

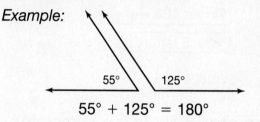

55° + 125° = 180°

surface area The sum of the areas of all the faces of a solid.

Example:

surface area = (2 × front area) + (2 × side area)
            + (2 × top area)

surface area = (2 × 50) + (2 × 20) + (2 × 40)
            = 100 + 40 + 80
            = 220 cm^2

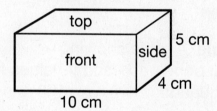

survey Question or questions answered by a group of people.

Example:

Customer Survey
How often do you shop here? _____
How many items did you buy? _____
Was the store clerk polite? _____

31

symbol A picture in a pictograph that stands for a given number of objects.

Example:

Number of Letters Written

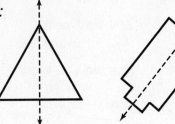

symbol

symmetry A figure has symmetry if it can be folded along a line so that both parts match exactly. *See also* line of symmetry.

Examples:

T-table A table showing corresponding *x*- and *y*-values for an equation.

Example: $y = 2x + 1$

x	y
–2	–3
–1	–1
0	1
1	3
2	5

tablespoon (tbsp) A unit for measuring capacity in the customary system.

Example:

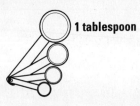
1 tablespoon

tally mark A mark used to record data.

Examples: I = One
                   川 = Five

teaspoon (tsp) A unit for measuring capacity in the customary system.

Example:

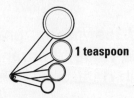
1 teaspoon

3 teaspoons = 1 tablespoon

tenth One out of 10 equal parts of a whole.

Example:

terminating decimal A decimal with a fixed number of digits.

Examples: 3.5   0.599992   4.05

tessellation A repeating pattern of figures that covers a plane without gaps or overlaps.

Examples:

thousandths One out of 1,000 equal parts of a whole.

Example:

ones	tenths	hundredths	thousandths
0 .	0	0	2

0.002 is read 2 thousandths.

ton A unit for measuring weight in the customary system.

Example:

The truck weighs about 1 ton.

translation The image of a figure that has been slid to a new position without flipping or turning. Also, the name for the transformation that slides the figure.

Example:

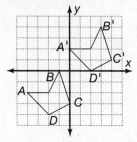

trapezoid A quadrilateral that has exactly one pair of parallel sides.

Examples:

tree diagram A diagram showing all possible outcomes of an event.

Example:

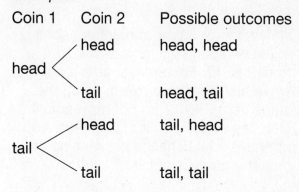

trend A relationship between two sets of data that shows up as a pattern in a scatterplot. See *positive relationship, negative relationship, no relationship.*

triangle A polygon with three sides.

Examples:

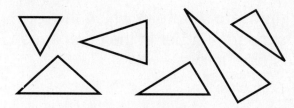

turn To rotate a plane figure.

Example:

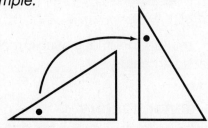

unfair game A game in which not all players have the same probability of winning.

Example:

Unfair game: A pair of number cubes is rolled and each player is assigned a sum from 2 to 12. Each player gets a point when his/her sum is rolled. Since the sums from 2 to 12 do not have equal chances of being rolled, the players do not have equal chances of winning and thus the game is unfair.

unit A quantity used as a standard of measure.

Examples:

inch, minute, liter, ounce, day, pound

unit fraction A fraction with a numerator of 1.

Examples: $\frac{1}{4}$ $\frac{1}{2}$ $\frac{1}{7}$

unit rate A rate in which the second number in the comparison is one unit.

Examples:

25 gallons per minute $\frac{55 \text{ miles}}{1 \text{ hour}}$

units of time

Examples:

second, minute, hour, day, week, month, year, decade, century

unlike denominators Denominators that are different in two or more fractions.

Example:

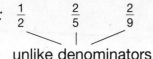
unlike denominators

unlikely Probably will not happen.

Example:

It is unlikely that a dog will talk.

variable A letter that stands for a number or range of numbers.

Example:

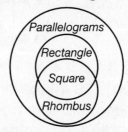
variable

Venn diagram A diagram that uses regions to show relationships between sets of things.

Example:

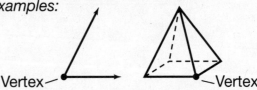

vertex (plural, vertices) The point that two rays of an angle have in common. Also, a point where two or more edges meet.

Examples:

vertical axis The up-and-down number line on a graph.

Example:

Company Sales

vertical axis

34

© Scott Foresman Addison Wesley 3-6

volume The number of cubic units needed to fill a solid figure.

Example:

The volume is 24 cubic units.

weight A measure of the force that gravity exerts on a body.

Examples:

1 oz   1 lb   1 ton

whole number Any number in the set {0, 1, 2, 3, 4, . . .}.

word name A way to show a number using words.

Example:

nine thousand, three hundred twenty-five

x-axis The horizontal axis on a coordinate plane.

Example:

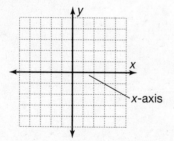

x-axis

x-coordinate The first number in an ordered pair.

Example:

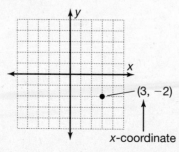

(3, −2)

x-coordinate

y-axis The vertical axis on a coordinate plane.

Example:

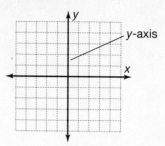

y-axis

y-coordinate The second number in an ordered pair.

Example:

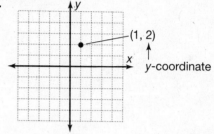

(1, 2)

y-coordinate

yard (yd) A unit for measuring length in the customary system.

Example:

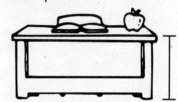

The height of a desk is about a yard.

zero pair A number and its opposite.

Examples: 7 and −7   23 and −23

zero property In addition, the sum of a number and 0 is that number. In multiplication, the product of a number and 0 is 0.

Examples: 7 + 0 = 7   7 × 0 = 0

Cambodian Glossary

ព្រឹក (A.M.) ពេលពីអធ្រាត្រយប់ ទៅថ្ងៃត្រង់ ។

ឧទាហរណ៍:

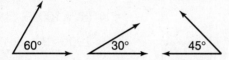

មុមស្រួច (acute angle) មុមមួយទំហំតិច ជាង 90° ។

ឧទាហរណ៍:

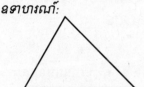

ត្រីកោណស្រួច (acute triangle) ត្រីកោណដែលមានមុមតូចជាងមុមកែង ។

ឧទាហរណ៍:

ជើងបួក (addend) ចំនួនមួយបូកបន្ថែម ដើម្បីរកផលបូក ។

ឧទាហរណ៍:   ជើងបួក
$$2 + 7 = 9$$

លេខបួក (addition) ប្រមាណវិធីដែល អោយចំនួនទាំងអស់ កាលបើអ្នកបញ្ចូលចំនួនពីរ ឬ ចំនួនច្រើនទៀត ។

ឧទាហរណ៍:

$$5 \quad + \quad 7 \quad = \quad 12$$

$$\begin{array}{r} 1 \\ 438 \\ +725 \\ \hline 1,163 \end{array}$$

ពិជគណិត (algebra) មែកធាងមួយនៃគណិត សាស្ត្រ ដែលក្នុងនោះ ទំនាក់ទំនងលេខគណិត ត្រូវបានស្រាវជ្រាវរកដោយយក អថេរ ទៅតំណាង ចំនួនទាំងនោះ ។

កន្សោមពិជគណិត (algebraic expression) កន្សោមដែលមាន អថេរៈ មួយ ។

ឧទាហរណ៍:

$$n + 8 \qquad 4 \times n \qquad n - 2$$

នាឡិកាទ្រនិច (analog clock) នាឡិកា ប្រើទ្រនិច ចង្អុលប្រាប់ម៉ោង ។

ឧទាហរណ៍:

   7:29

មុម (angle) រាំយ៉ពីរ ដែលមាន ចំណុចប្រសព្វមួយ ។

ឧទាហរណ៍:

ក្រឡាផ្ទៃ (area) ចំនួនត្រូវការ ឯកតាការ៉េ ពាសរូបមួយជិត ។

ឧទាហរណ៍:

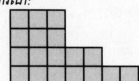   ក្រឡាផ្ទៃមាន 18 ឯកតាការ៉េ

គន្លង (array) របស់តម្រៀបជាជួរទទឹង និងជួរបណ្ដោយ ។

ឧទាហរណ៍:

* * * * *   * * *
* * * * *   * * *
* * * * *   * * *
                   * * *
                   * * *

គន្លងបង្ហាញ   គន្លងបង្ហាញ
3 ក្រមមាន 5 មួយៗ   5 ក្រមមាន 3 មួយៗ

លក្ខណៈផ្គុំ (associative (grouping) property) កាលណាការផ្គុំ ជើងបូក ឬ កត្តាគុណ ផ្លាស់ប្ដូរ, ផលបូក ឬ ផលគុណ នៅតែដដែល ។

ឧទាហរណ៍:

$$(5 + 2) + 3 = 5 + (2 + 3)$$

$$(3 \times 2) \times 1 = 3 \times (2 \times 1)$$

មធ្យមភាគ (average) ចំនួនដែលបាន កាលបើផលបូក របស់ចំនួនពីរ ឬច្រើនទៀត បានត្រូវចែកជាមួយនឹងចំនួនជើងបូក ។ ហៅម្យ៉ាងទៀតថា ផលមធ្យម ។

ឧទាហរណ៍:

ចូររកមធ្យមភាគ (ផលមធ្យម) របស់ 12, 14, 16 និង 18 ។

```
                    15
   12            4)60
   14             -4
   16             20
 + 18            -20
   60              0
```

មធ្យមភាគ គឺ 15 ។

អ័ក្ស (axes) មើល អ័ក្ស-x និង អ័ក្ស-y ។

ក្រាភិចរនុក (bar graph) ក្រាភិច ដែលប្រើ រនុក ដើម្បីបង្ហាញទិន្នផល ។

ឧទាហរណ៍:

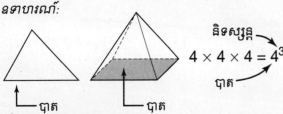

ពណ៌ពេញចិត្តជាងគេ

បាត (base) (ឬគោល) ផ្ទែកក្រោមរបស់ពហុ កោណ ឬសូលីត ។ ម្យ៉ាងទៀត ក្នុង 4^3, 4 គឺជាគោល ។

ឧទាហរណ៍:

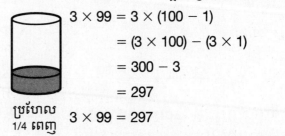

$$4 \times 4 \times 4 = 4^3$$

2 Cambodian

ខ្នាតសម្គាល់ (benchmark) រង្វាស់និយម ប្រើសម្រាប់ប្រមាណរង្វាស់ងទៀតៗ ។ ម្យ៉ាងទៀត គឺជាលេខដែល ងាយយកមកគិត ដូចជា 10, 50, 100, 500, 1,000, ឬ 1,000,000, ក្នុងមុផាគណិត ។

ឧទាហរណ៍:

3×99 សរសេរឡើងវិញ 99 ជា $100 - 1$.

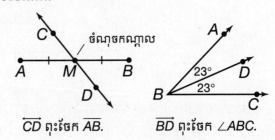

ប្រហែល 1/4 ពេញ

$$3 \times 99 = 3 \times (100 - 1)$$

$$= (3 \times 100) - (3 \times 1)$$

$$= 300 - 3$$

$$= 297$$

$$3 \times 99 = 297$$

ប្រព័ន្ធទ្វិភាគ (binary number system) ប្រព័ន្ធប្រើក្បួន-2 នៃខ្ទង់លេខ ។

ឧទាហរណ៍:

ក្នុងប្រព័ន្ធទ្វិភាគ, 1011 ស្មើនឹង 11 ក្នុងប្រព័ន្ធលេខទសភាគ (ក្បួន-10) ។

	ខ្ទង់ ៨	ខ្ទង់ ៤	ខ្ទង់ ២	ខ្ទង់ ១
ក្បួន-2	1	0	1	1
ខ្ទង់លេខ	8	4	2	1
ផលគុណ	$1 \times 8 = 8$	$0 \times 4 = 0$	$1 \times 2 = 2$	$1 \times 1 = 1$

$(1 \times 8) + (0 \times 4) + (1 \times 2) + (1 \times 1) = 8 + 0 + 2 + 1 = 11$

ពុះចែក (bisect) គឺចែកមុមមួយ ឬអង្កត់មួយ ឲ្យបានជាមុពីរ ឬអង្កត់ពីរស្មើភាព ។

ឧទាហរណ៍:

$\overleftrightarrow{CD}$ ពុះចែក $\overline{AB}$.

$\overrightarrow{BD}$ ពុះចែក $\angle ABC$.

© Scott Foresman Addison Wesley 3-6

តារាងប្រអប់ (box-and-whisker plot)
ការបង្ហាញឲ្យមើលឃើញ ពីរបៀបប្រមូលផ្ដុំ
ទន្នន័យ និង បែងចែក ។ ឧទាហរណ៍ខាងក្រោម
សំអាងលើពិន្ទុប្រឡង តេស្ត ទាំងដប់ដូចតទៅ:
52, 64, 75, 79, 80, 80, 81, 88, 92, 99.

ឧទាហរណ៍:

ពិន្ទុប្រឡងតេស្ត

52   75 80 88   99

ផ្នែកទាប លេខកណ្ដាល ផ្នែកខ្ពស់
ជួរ

ប្រក្រតិទិន (calendar) តារាងបង្ហាញ ខែ-ថ្ងៃ
និង កាលបរិច្ឆេទ ។

ឧទាហរណ៍:

MAY						
S	M	T	W	T	F	S
			1	2	3	4	5
6	7	8	9	10	11	12
13	14	15	16	17	18	19
20	21	22	23	24	25	26
27	28	29	30	31		

ចំណុះ (capacity) ទំហំវត្ថុរាវ
ដែលរបស់នីមួយៗអាចទទួលបាន ។

ឧទាហរណ៍:

1000 មីល.   1 មីល.   1 ល   1 កែវ   1 ក្វាត   1 ហ្គាឡុន

សេន (cent) (¢) ឯកតារូបិយវត្ថុ ។ 100
សេន ស្មើនឹង 1 ដុល្លារ ។

ឧទាហរណ៍:

 មួយផ្លែនី គឺ 1¢

ផ្ចិត (center) ចំណុចកណ្ដាលមានរយៈចម្ងា
យស្មើៗគ្នា ទៅចំណុចឯទៀត នៅលើរង្វង់ ។

ឧទាហរណ៍:

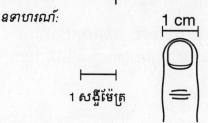

ផ្ចិត

រង្វង់

សង្ធី- (centi-) បុព្វបទ មាននន័យថា
ភាគមួយរយ $\frac{1}{100}$ ។

ឧទាហរណ៍:   1 សង្ធីម៉ែត្រ = $\frac{1}{100}$ ម៉ែត្រ

សង្ធីម៉ែត្រ (centimeter (cm)) ឯកតា
រង្វាស់ប្រវែង នៅក្នុងមាត្រាប្រព័ន្ធ ។

ឧទាហរណ៍:

1 cm

1 សង្ធីម៉ែត្រ

ប្រាកដ (certain) អ្វីច្បាស់ជានឹងកើតមាន ។

ឧទាហរណ៍:
ខែបន្ទាប់ពីកុម្ភៈ គឺប្រាកដជា មីនា ។

ភាពចៃដន្យ (chances) ភវនិយភាព
នៃព្រឹត្តិការណ៍ ពិសេសណាមួយ
នឹងកើតមានឡើង ។

ឧទាហរណ៍:
កាលបើអ្នកបោះត្រៀបឡៀប់កាក់
អ្នកមានភាពចៃដន្យនឹងបាន
ផ្នែកមុខ និងផ្នែកខ្នង
ដូចគ្នា ។

មុខ   ខ្នង

ប្រាក់អាប់ (មករិញ) (change) ចំនួនប្រាក់ ដែលអ្នកបានទទួលមករិញ កាលណា អ្នកបង់ថ្លៃ លើសទំនិញ ។

ឧទាហរណ៍:

ប្រាក់អោយអ្នកលក់		តម្លៃរបស់		ប្រាក់អាប់
$1.00	–	0.75	=	$0.25

ខ្សែរជ្ជ (chord) អង្កត់ខ្សែ ដែលចុង ចំផុតចំណុចនៅលើរង្វង់ ។

ឧទាហរណ៍:

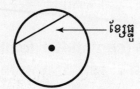

ខ្សែរជ្ជ

រង្វង់ (circle) រូបលើប្លង់ ដែលគ្រប់ចំណុច ទាំងអស់ មានរយៈចម្ងាយស្មើគ្នា ពីចំណុចមួយ ហៅថា ផ្ចិត ។

ឧទាហរណ៍:

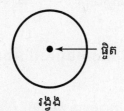

ផ្ចិត

រង្វង់

ក្រាភិចរង្វង់ (circle graph) ក្រាភិចមាន ទម្រង់ជារង្វង់ ដែលបង្ហាញពីផ្នែកពេញ ចែកជា ចម្រៀក ។

ឧទាហរណ៍:

សត្វចិញ្ចឹមពេញចិត្តជាងគេ

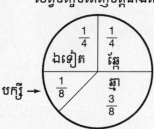

បក្សី

$\frac{1}{4}$ ឆ្កែ $\frac{1}{4}$ ឆ្មា

$\frac{1}{8}$ ត្រី $\frac{3}{8}$

វណ្ឌមណ្ឌល (circumference) រយៈចម្ងាយព័ទ្ធជុំវិញមណ្ឌលមួយ ។ $C = 2 \times \pi \times r$ or $C = \pi \times d$

ឧទាហរណ៍:

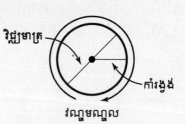

វិជ្ឈមាត្រ

កាំរង្វង់

វណ្ឌមណ្ឌល

វិលស្រប-ស្ទាំ (clockwise) ទិសវិលស្រប កាលបើកំពូលលើនៃរូបរាងអ្វីមួយបាន វិលទៅខាងស្ទាំ ។

ឧទាហរណ៍:

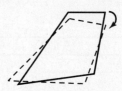

កញ្ចុំ (cluster) ទិន្នផល ដែលផ្តុំ តម្លៃនៅលើបន្ទាត់ក្រិត ។

ឧទាហរណ៍:

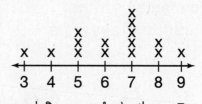

បន្ទាត់ក្រិត មានកញ្ចុំនៅត្រង់លេខ 7 ។

កញ្ចុំ (clustering) របៀបប្រមាណដោយ យកចំនួន ប្រហាក់ប្រហែលគ្នា ចាត់ទុកទាំង អស់ថា ស្មើគ្នា ។

ឧទាហរណ៍:

26 + 24 + 23 ប្រហែលនឹង 25 + 25 + 25, ឬ 3 × 25.

ភាគបែងរួម **(common denominator)**
គឺចំនួនដែលជាភាគបែងរបស់ប្រភាគពីរ
ឬច្រើនទៀត ។

ឧទាហរណ៍: $\frac{1}{8}$ $\frac{3}{8}$ $\frac{6}{8}$

8 គឺជាភាគបែងរួម

កត្តារួម **(common factor)** ចំនួនមួយ
ដែលជាកត្តានៃចំនួនពីរ ឬចំនួនច្រើនទៀត ។

ឧទាហរណ៍:

3 គឺជាចំនួនរបស់ 6.

3 គឺជាចំនួនរបស់ 9.

3 គឺជាកត្តារួមរបស់ 6 និង 9.

ពហុគុណរួម **(common multiple)**
លេខដែលជាពហុគុណ នៃចំនួនពីរ ឬ
ចំនួនផ្សេងច្រើន ទៀត ។

24 គឺជាពហុគុណរបស់ 6.

24 គឺជាពហុគុណរបស 8.

24 គឺជាពហុគុណរួមរបស់ 6 និង 8.

លក្ខណៈបន្លាស់ប្តូរ **(commutative (order)
property)** ការប្តូរលំដាប់ របស់ដើងបួក
បួកគ្នា និងមិនប្តូរផលបួក ឬ ផលគុណទេ ។

ឧទាហរណ៍:

$8 + 5 = 5 + 8$ $3 \times 6 = 6 \times 3$

ប្រៀបធៀប **(compare)** សម្រេចយក
ចំនួនណាដែលធំជាង ។

ឧទាហរណ៍:

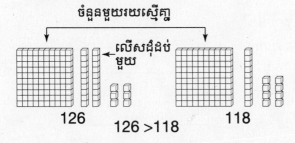

$126 > 118$

បន្ទាត់រង្វង់ **(compass)** សម្ភារ:
ប្រើសម្រាប់វាស់រង្វង់ ។

ឧទាហរណ៍:

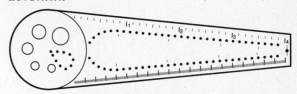

លេខឧបតម្ភ **(compatible numbers)**
លេខដែលងាយធ្វើ មុឃាគណនា ។

ឧទាហរណ៍:

$25 + 175$ 5×20 $360 \div 9$

ការទូទាត់លេខ **(compensation)** វិធីតិត
មាត់ទទេដោយប្រើលេខមានចំនួនកែរលេខក្នុង
ចំណោម រួចបន្ថាប់មក តម្រឹមចំឡើយដោយទូទាត់
ទៅចំនួនលេខ ដែលជ្រើសនោះ ។

ឧទាហរណ៍: $99 \times 4 = (100 - 1) \times 4$
$= (100 \times 4) - (1 \times 4)$
$= 400 - 4$
$= 396$

មុមបំពេញ **(complementary angles)**
មុមពីរដែលរង្វាស់មុមបួកចូលគ្នា ស្មើនឹង 90° ។

ឧទាហរណ៍:

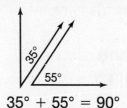

$35° + 55° = 90°$

លេខសមាសភាគ **(composite number)**
ចំនួនគត់ ដែលធំជាង 1 ហើយមានកត្តាផ្សេងៗ
ច្រើនលើសពីរ ឡើងទៅ ។

ឧទាហរណ៍:

6 គឺជាលេខសមាសភាគ ។ កត្តារបស់វាគឺ 1, 2, 3 និង 6 ។

ព្រឹត្តិការណ៍លាយគ្នា (compound event)
ព្រឹត្តិការណ៍ ដែលជាបន្សំ នៃ ព្រឹត្តិការណ៍
ទោល ពីរ ឬច្រើនទៀត ។

ឧទាហរណ៍:

 និង

 បោះកាក់ធ្លាក់បានខាងមុខ និងក្រឡុកគ្រូបធ្លាក់បានលេខ 1
គឺជាព្រឹត្តិការណ៍លាយគ្នា ។

កោន (cone) រូបសូលីត ដែលមានបាតបរិវត្ត
និងកំពូលមួយ ។

ឧទាហរណ៍:

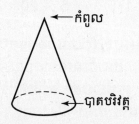
← កំពូល
← បាតបរិវត្ត

រូបសមភាត (congruent figures)
រូបទាំងឡាយ ដែលមានទំហំ និងរាងដូចគ្នា ។

ឧទាហរណ៍:

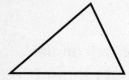 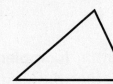

ត្រីកោណសមភាត

ថេរ (constant) បរិមាណមួយ
ដែលមិនផ្លាស់ប្តូរ ។

ឧទាហរណ៍:
នៅក្នុងកន្សោមពិជគណិត x + 7, 7 គឺជាថេរមួយ ។

កត្តាបន្លាស់ (conversion factor)
ខ្នាតស្មើគ្នា ប្រើសំរាប់ បន្លាស់បរិមាណពី
ខ្នាតវង្វាស់មួយ ទៅមួយទៀត ។
កត្តាបន្លាស់ច្រើនប្រើជាបែបប្រភាគ ។

ឧទាហរណ៍:

12 អ៊ិញ = 1 ហ្វ៊ុត; $\frac{12 \text{ អ៊ិញ}}{1 \text{ ហ្វ៊ុត}}$

4 ក្វាត = 1 ហ្គាឡ៊ិន; $\frac{4 \text{ ក្វាត}}{1 \text{ ហ្គាឡ៊ិន}}$

កូអរដោណេឆ្នូត (coordinate grid) ក្រាភិច
ប្រើសម្រាប់កំណត់ទីតាំងចំណុច ។

ឧទាហរណ៍:

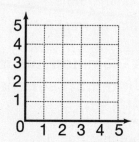

កូអរដោណេ (ឬគូ) (coordinates)
លេខមួយគូ ប្រើសម្រាប់កំណត់ទីតាំងចំណុច
ក្នុង ក្រាភិច ។ មើលពាក្យសំដៅគូទៀត ។

ឧទាហរណ៍:

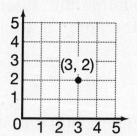
(3, 2)

ចំណុចជ្រុង (corner) កន្លែងជ្រុងខាងពីរ
ជួបគ្នា ។

ឧទាហរណ៍:

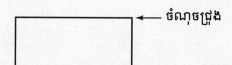
← ចំណុចជ្រុង

រង្វិលប្រច្រាស (counterclockwise)
ទិសរង្វិល កាលបើកំពូលលើ នៃរូបរាងអ្វីមួយ
បានវិលទៅខាង ឆ្វេង ។

ឧទាហរណ៍:

ផលគុណខ្វែង (cross product) ផលគុណ
ភាគយក នៃអនុបាតមួយជាមួយ និងភាគបែង
នៃអនុបាតមួយទៀត ។

ឧទាហរណ៍:

ផលគុណខ្វែង:
$1 \times 5 = 5$
$3 \times 2 = 6$

គូប (cube) រូបសូលីត ដែលមានមុខទាំង
ប្រាំមួយ ជាការ៉េទាំងអស់ ។

ឧទាហរណ៍:

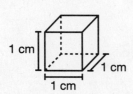

តម្លើងស្វ័យគុណទី៣ (cubed)
តម្លើងស្វ័យគុណ ដល់កម្រិតទី៣ ។

ឧទាហរណ៍:

2 ស្វ័យគុណទី៣ $= 2^3 = 2 \times 2 \times 2 = 8$

សង្ទីម៉ែត្រគូប (cubic centimeter) (ឬគីប):
គូបដែលមានប្រវែងទ្រនុងខាង 1 សង្ទីម៉ែត្រ ។
ឯកតារង្វាស់ វ៉ុលួម (មាឌ) ។ សរសេរកាត់ជា
ស.ម cm^3 ។

ឧទាហរណ៍:

1 cm
1 cm
1 cm

អ៊ិញគូប (ឬគីប) (cubic inch) គូបមួយមាន
ប្រវែងទ្រនុងខាង 1 អ៊ិញ ។ ឯកតារង្វាស់
វ៉ុលួម (មាឌ) ។ សរសេរកាត់ជា in^3 ។

ឧទាហរណ៍:

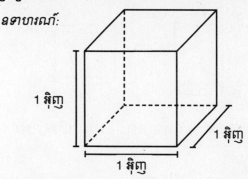

1 អ៊ិញ
1 អ៊ិញ
1 អ៊ិញ

ឯកតាគូប (cubic unit) គូបមួយមានប្រវែង
ទ្រនុងខាង 1 ឯកតា ។ ឯកតារង្វាស់ វ៉ុលួម ។

ឧទាហរណ៍:

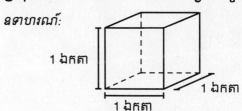

1 ឯកតា
1 ឯកតា
1 ឯកតា

ពែង (cup (c)) គឺជាឯកតា រង្វាស់ចំណុះ
តាមបែបទម្លាប់ ។

ឧទាហរណ៍:

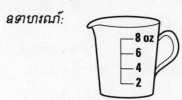

8 oz
6
4
2

**រង្វាស់ឯកតាតាមបែបទម្លាប់ អំពី ប្រវែង, ទម្ងន់,
ចំណុះ និងសីតុណ្ហភាព (customary units
of length, weight, capacity, and
temperature)**

ឧទាហរណ៍:

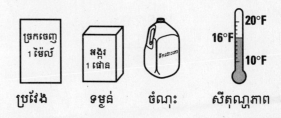

ប្រវែង
ទម្ងន់
ចំណុះ
សីតុណ្ហភាព

ស៊ីឡាំង (cylinder) រូបសូលីតមួយ ដែលមុខបរិវត្ត សមមូល ។

ឧទាហរណ៍:

ទិន្នផល (data) ព័ត៌មានប្រើសម្រាប់គិតលេខ ។

ឧទាហរណ៍:

សិស្សបានកត់ត្រាសីតុណ្ហភាព រាល់ថ្ងៃ ក្នុងថ្នាក់ ក្នុងរយៈ ពេល 5 ថ្ងៃ 74°F, 79°F, 82°F, 85°F, 80°F

ទសកោណ (decagon) ពហុកោណ ដែលមាន 10 ជ្រុង ។

ឧទាហរណ៍:

ដេស៊ី- (deci-) បុព្វបទ មានន័យថា មួយភាគដប់ $\frac{1}{10}$ ។

ឧទាហរណ៍: 1 ដេស៊ីម៉ែត្រ = $\frac{1}{10}$ ម៉ែត្រ

ទសភាគ (decimal) លេខដែលប្រើចំណុច ទសភាគ ដើម្បីប្រាប់ពីខ្ទង់មួយភាគដប់, ខ្ទង់មួយ ភាគរយ ។ល ។

ឧទាហរណ៍:

3.142   0.5   15.19

បូកលេខទសភាគ (decimal addition) ការ បូកលេខទសភាគពី ពីរ និងច្រើនឡើងទៅ ។

ឧទាហរណ៍:
$$\begin{array}{r} \overset{1\ \ 1}{3\,6.2\,9} \\ +\ 2\,5.1\,2 \\ \hline 6\,1.4\,1 \end{array}$$

ចែកលេខទសភាគ (decimal division) ការចែកលេខទសភាគពីរ ។

ឧទាហរណ៍:
$$\begin{array}{r} 2.564 \\ 7\overline{)17.948} \\ -14 \\ \hline 39 \\ -35 \\ \hline 44 \\ -42 \\ \hline 28 \\ -28 \\ \hline 0 \end{array}$$

គុណលេខទសភាគ (decimal multiplication) ការគុណលេខទសភាគ ពីរ ឬច្រើនថែមទៀត ។

ឧទាហរណ៍:
$$\begin{array}{r} 2.75 \leftarrow 2 \text{ ខ្ទង់ទសភាគ} \\ \times\ 0.3 \leftarrow 1 \text{ ខ្ទង់ទសភាគ} \\ \hline 0.825 \leftarrow 3 \text{ ខ្ទង់ទសភាគ} \end{array}$$

ចំណុចទសភាគ (decimal point) និមិត្តសញ្ញា ប្រើសម្រាប់ ញែក ខ្ទង់រាយ ពីខ្ទង់មួយភាគដប់ ក្នុងទសភាគ, ឬ ពី ដុល្លារ ចេញពី សេន ក្នុងរូបិយវត្ថុ ។

ឧទាហរណ៍:   4.57 $2.13

ចំណុចទសភាគ

ដកលេខទសភាគ (decimal subtraction) ការដកលេខទសភាគពីរ ។

ឧទាហរណ៍:
$$\begin{array}{r} \overset{5\ \ 12}{8\,\cancel{6}.\cancel{2}7} \\ -\ 2.85 \\ \hline 83.42 \end{array}$$

ប្រព័ន្ធទសភាគ (decimal system) ប្រព័ន្ធខ្ទង់ គោល-10 (ក្បួន-10) ។

ឧទាហរណ៍:

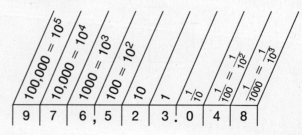

ដេស៊ីម៉ែត្រ (decimeter (dm))
ឯកតារង្វាស់ប្រវែង ក្នុងមាត្រាប្រព័ន្ធ ។

ឧទាហរណ៍:

1 ដេស៊ីម៉ែត្រ =
10 សង្ទីម៉ែត្រ

1 dm

ដឺក្រេ (°) (degree) ឯកតារង្វាស់មុម
និងសីតុណ្ហភាព ។

ឧទាហរណ៍:

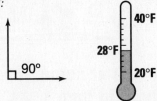

90°

40°F
28°F
20°F

ដឺក្រេ សែលស្យុស (degree Celsius (°C))
ឯកតារង្វាស់សីតុណ្ហភាព ក្នុងមាត្រាប្រព័ន្ធ ។

ឧទាហរណ៍:

សីតុណ្ហភាពនៅថ្ងៃត្រជាក់	កម្ដៅខ្លួនធម្មតា
−10°C	37°C

ដឺក្រេ ហ្វារិនហៃ (degree Fahrenheit (°F))
ឯកតារង្វាស់សីតុណ្ហភាព តាមបែបទម្លាប់ ។

ឧទាហរណ៍:

សីតុណ្ហភាពនៅថ្ងៃត្រជាក់	កម្ដៅខ្លួនធម្មតា
14°F	98.6°F

ដេកា- (deka-) បុព្វបទ មានន័យថា 10 ។

ឧទាហរណ៍:   1 ដេកាម៉ែត្រ = 10 ម៉ែត្រ

ភាគបែង (denominator) លេខផ្នែកក្រោម
របស់ប្រភាគ ដែលប្រាប់ពីចំនួននៃផ្នែកស្មើៗគ្នា
ទាំងអស់ ។

ឧទាហរណ៍:

$\frac{5}{6}$ ← ភាគបែង

អង្កត់ទ្រូង ឬ វិជ្ជុរកោណ (diagonal)
អង្កត់បន្ទាត់ ក្រៅពីជ្រុងខាង ដែលភ្ជាប់គ្នា
ទៅកំពូលទាំងពីរ របស់ពហុកោណ ។

ឧទាហរណ៍:

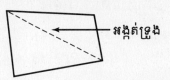

អង្កត់ទ្រូង

វិជ្ជុរមាត្រ ឬអង្កត់ផ្ចិត (diameter) អង្កត់បន្ទាត់
ដែលកូសពីចំណុចមួយ ទៅចំណុចមួយទៀត
នៅលើរង្វង់ ដោយឆ្លងកាត់តាមផ្ចិត ។

ឧទាហរណ៍:

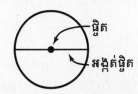

ផ្ចិត
អង្កត់ផ្ចិត

ផលដក (difference) ចំនួនដែលជាផលនៃការ
ធ្វើលេខដក ពីចំនួនមួយ ទៅចំនួនមួយទៀត ។

ឧទាហរណ៍:

ផលដក

6 − 4 = 2

លេខសញ្ញា (digit) សញ្ញាសម្រាប់សរសេរ
លេខ 0, 1, 2, 3, 4, 5, 6, 7, 8, និង 9 ។

នាឡិកាលេខ (digital clock) នាឡិកា
ដែលប្រាប់ម៉ោង ដោយប្រើលេខ ។

ឧទាហរណ៍:

បង្ហាញ (display) មុខប្រដាប់គិតលេខ
ដែលបង្ហាញពីចំនួនលេខ បញ្ចូល
គិតនិងលទ្ធផល ចេញពីការគិតនៅគូរនោះ ។

បញ្ចូល   បង្ហាញ

ឧទាហរណ៍:   225 ⊞ 133 🟰 358

លក្ខណៈបំបែក (distributive property)
គុណផលបូក ដោយមួយចំនួន គឺដូចគ្នា និង គុណជើងបូក និមួយៗ ជាមួយនឹងចំនួនដែល រួចបូកបញ្ចូលផលគុណទាំងនោះ ។

ឧទាហរណ៍៖ $3 \times (2 + 4) = 18$
            $(3 \times 2) + (3 \times 4) = 18$

តំណាងចែក (dividend) លេខដែលត្រូវចែក ក្នុងចំណោទលេខចែក ។

ឧទាហរណ៍៖
$$9\overline{)63} \quad = 7$$
$$63 \div 9 = 7$$
តំណាងលេខចែក

ចែកដាច់ (divisible) (ចែកគត់) អាចចែកនឹង លេខ ណាមួយ ដោយគ្មានសេស ។

ឧទាហរណ៍៖   18 អាចចែកដាច់នឹង 6 ។

លេខចែក (division) ប្រមាណវិធី ដែល ប្រាប់ថាតើ មានចំនួនក្រុមប៉ុន្មាន ឬតើ មានចំនួនប៉ុន្មាន ក្នុងមួយក្រុមនោះ ។

ឧទាហរណ៍៖
$$4\overline{)256}$$
$$\begin{array}{r} 64 \\ 256 \\ -24 \\ \hline 16 \\ -16 \\ \hline 0 \end{array}$$
$18 \div 6 = 3$ $18 \div 3 = 6$

មេចែក (divisor) លេខដែលត្រូវចែកជាមួយ នឹងតំណាងចែក ។

ឧទាហរណ៍៖
$$9\overline{)63} \quad 63 \div 9 = 7$$
មេចែក

ទាទសកោណ (dodecagon) ពហុកោណ ដែលមានជ្រុង 12 ។

ឧទាហរណ៍៖

ដុល្លារ (dollar ($)) ក្រដាសប្រាក់ ឬ កាក់ មានតម្លៃ 100 សេន ។

ឧទាហរណ៍៖

ទ្រនុងខាង (edge) អង្កត់បន្ទាត់ ដែលមុខ ទាំងពីររបស់រូបសូលីត ជួបគ្នា ។

ឧទាហរណ៍៖

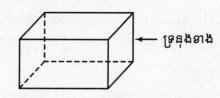
ទ្រនុងខាង

ពេលចន្លោះ (elapsed time) រយៈពេល ចន្លោះម៉ោងទាំងពីរ ។

ឧទាហរណ៍៖

ចាប់ផ្ដើមម៉ោង   ចាប់នៅម៉ោង
8:15 ព្រឹក   10:30 ព្រឹក
ពេលចន្លោះ គឺ 2 ម៉ោង 15 នាទី

ចំណុចចុង (endpoint) ចំណុចនៅដើម រឬ ឬមួយនៅចុងអង្កត់បន្ទាត់ ។

ឧទាហរណ៍៖

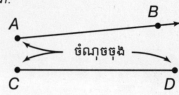
ចំណុចចុង

សមភាព (equality) ក្នុងទំនាក់ទំនងគណិត ដែលស្មើគ្នាបេះបិទ ។

ឧទាហរណ៍:

$$16 + 8 = 24 \qquad 25 \div 5 = 5$$

ប្រហែលគ្នា (equally likely) គ្រាន់តែ ប្រហែលនឹងកើតឡើង ឬ មិនកើតឡើងទេ ។

ឧទាហរណ៍:

កាលបើកាក់មួយបានបោះត្រឡប់ វាប្រហែលគ្នា នឹងធ្លាក់បានខាងមុខ ឬ បានខាងខ្នង ។

ផលធៀបស្មើគ្នា (equal ratios) ផលធៀបដែលមានការប្រៀបធៀបដូចគ្នា ។

ឧទាហរណ៍:

$\frac{1}{2}$ និង $\frac{2}{4}$ មានផលធៀបស្មើគ្នា ។

សមីការ (equation) ប្រយោគគណិត ដែល ប្រើសញ្ញាស្មើ (=) ដើម្បីប្រាប់ថាកន្សោមពីរ មាន តម្លៃស្មើគ្នា ។ មើលប្រយោគគណិត ទៀត ។

ឧទាហរណ៍:

$$9 + 2 = 11 \qquad 32 \div 4 = 8$$

ត្រីកោណសម័ង្ស (equilateral triangle) ត្រីកោណដែលមានជ្រុងខាងបីស្មើគ្នា ។

ឧទាហរណ៍:

ទសភាគសមមូល (equivalent decimals) ទសភាគដែលមានឈ្មោះចំនួនស្មើគ្នា ។

ឧទាហរណ៍:

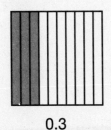 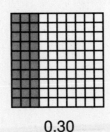

$$0.3 \qquad = \qquad 0.30$$

ប្រភាគសមមូល (equivalent fractions) ប្រភាគដែលមានឈ្មោះផ្សែកដូចគ្នា, ភាគ របស់សំណុំ ឬ ផ្នែករបស់អង្គត់ ។

ឧទាហរណ៍:

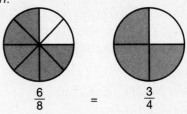

$$\frac{6}{8} \qquad = \qquad \frac{3}{4}$$

ប្រមាណ (estimate) រកចំនួនដែល ប្រហែលនឹងចម្លើយពិតប្រាកដ ។

ឧទាហរណ៍:

$$\begin{array}{ccc} 382 & \rightarrow & 400 \\ +\ 115 & \rightarrow & +\ 100 \\ \hline & & 500 \end{array}$$

ផលបូកដោយប្រមាណ

រូបមន្ត Euler (Euler's formula) រូបមន្តអំពី ចំនួនមុខ (*F*), កំពូល (*V*) និង ទ្រនុង ខាង (*E*) របស់ សូលីតពហុមុខ ដែលបញ្ជាក់ថា $F + V - E = 2.$

ឧទាហរណ៍:

ចំពោះពីរ៉ាមីតត្រីកោណ បង្ហាញនេះ

$$\underset{\text{មុខ}}{5} \ + \ \underset{\text{កំពូល}}{5} \ - \ \underset{\text{ទ្រនុង}}{8} = 2$$

គណនាតម្លៃ (evaluate) ដើម្បីរកចំនួន ក្នុងកន្សោមពីជគណិត ត្រូវប្ដូរ អថេរៈ ដោយលេខ ដែលអោយនោះ ។

ឧទាហរណ៍:

ប្រើ $n = 3$ ដើម្បីគណនា $2 \times n + 5$

ចម្លើយ គឺ $2 \times 3 + 5 = 6 + 5 = 11$

លេខគូ (even number) គឺលេខគត់គូ ដែលមាន 0, 2, 4, 6, ឬ 8 នៅក្នុង ខ្ទង់រាយ ។ លេខគត់គូ ចែកដាច់ (ចែកគត់) នឹង 2 ។

ឧទាហរណ៍:

$$8 \qquad 12 \qquad 20 \qquad 36 \qquad 54$$

ព្រឹត្តិការណ៍ **(event)** គឺជាលទ្ធផលលេខ
ចេញមក ឬ លទ្ធផលលេខចេញមកមួយឈុត
ពីការពិសោធន៍ ឬ ស្ថានការណ៍មួយ ។

ឧទាហរណ៍:

ព្រឹត្តិការណ៍: បោះដុំគូបបានលេខ 3 ឬធំជាងនេះ
កាលណាលេខណាមួយរមៀលត្រ
ឡប់ឡើង ។

លទ្ធផលលេខចេញមក
ដែលអាចកើតមានបាន 3, 4, 5, 6
សម្រាប់ព្រឹត្តិការណ៍នេះ គឺ

លក្ខណៈពង្រាយ **(expanded form)**
គឺជារបៀបសរសេរលេខ ដែលបង្ហាញពីខ្ទង់នៃ
តួលេខ នីមួយៗ ។

ឧទាហរណ៍:

លក្ខណៈពង្រាយលេខ 9,325:

$$9,000 + 300 + 20 + 5$$

ភវនិយភាពប្រមាណ **(expected probability)** គឺភវនិយភាពរបស់លទ្ធផល
ខ្លះៗប្រសិនបើចំនួនសាកល្បងបន្តគ្មានទីបញ្ចប់ ។

ឧទាហរណ៍:

ភវនិយភាពប្រមាណ រកខាងមុខកាក់ ក្នុងការបោះ
ត្រឡប់កាក់ គឺ $\frac{1}{2}$ ។

ការពិសោធន៍ **(experiment)** ជាតេស្ត ឬ
សាកល្បង ។

ឧទាហរណ៍: បោះត្រឡប់កាក់
បោះក្រឡុកគូបលេខ
បង្វិលផ្សាំសរវិល

ភវនិយភាពដោយពិសោធន៍ **(experimental probability)** ភវនិយភាពអាងទៅលើលទ្ធផល
របស់ការពិសោធន៍មួយ ។

ឧទាហរណ៍:

កាក់ 2 បានបោះត្រឡប់ ចំនួន 50 ដង ។ លទ្ធផលគឺ :
2 ខាងមុខ = 13 ដង
2 ខាងខ្នង = 15 ដង
1 ខាងមុខ និង 1 ខាងខ្នង = 22 ដង
ភវនិយភាព ដោយពិសោធន៍ របស់មុខទាំង 2 គឺ $\frac{13}{50}$ ។

និទស្សន្ត **(exponent)** គឺលេខដែលប្រាប់
ពីចំនួនដងលេខមួយទៀត ប្រើការជាកត្តា ។

ឧទាហរណ៍:

$$3 \times 3 \times 3 \times 3 = 3^4 \leftarrow \text{និទស្សន្ត}$$

កំណត់សញ្ញាបង្កើនផ្នួន **(exponential notation)** គឺជារបៀបសរសេរ កត់សម្គាល់
លេខ គុណផ្នួន នៃចំនួនណាមួយដោយប្រើ
និទស្សន្ត ។

ឧទាហរណ៍: 2^8 5^2 9^3

កន្សោម **(expression)** ចំនួនរួមចូលគ្នា
ដោយប្រើប្រមាណវិធីមួយ ឬ ច្រើនទៀត ។

ឧទាហរណ៍:

$$4 + 5 \qquad 6 \times 3 \times 2 \qquad 8 \div 2 + 3$$

មុខ **(face)** គឺផ្ទៃរាបរបស់រូបសូលីតមួយ ។

ឧទាហរណ៍:

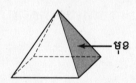

លក្ខណៈចង្គោម **(fact family)** ក្រុមដែល
មានលក្ខណៈប្រហែលគ្នា ប្រើសំណុំលេខដូចគ្នា ។

ឧទាហរណ៍:

$$4 + 3 = 7$$
$$3 + 4 = 7$$
$$7 - 3 = 4$$
$$7 - 4 = 3$$

កត្តាគុណ **(factors)** លេខដែលគុណជាមួយគ្នា
ដើម្បីបានផលគុណ ។

ឧទាហរណ៍: កត្តាគុណ

$$7 \times 3 = 21$$

កត្តាស្វែង **(factor tree)** គឺឌីយ៉ាក្រាម ប្រើសម្រាប់រកកត្តាដំបូង របស់ ចំនួនមួយ ។

ឧទាហរណ៍:

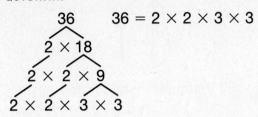

$$36 \qquad 36 = 2 \times 2 \times 3 \times 3$$

ស្មើ **(fair)** លទ្ធផលទាំងអស់អាចកើតឡើង ស្មើគ្នា ។

ឧទាហរណ៍:

បោះត្រឡប់កាក់ ឆ្នាក់ចំខាងមុខ ឬខ្នង

បង្វិលថាសវិលបាន ផ្នែកស្មើគ្នា ។

ត្រឡុកគូបលេខ ឆ្នាក់ចំលេខ 1, 2, 3, 4, 5, ឬ 6 ។

ល្បែងស្មើ **(fair game)** គឺជាល្បែង ដែល អ្នកលេងម្នាក់ៗ មានចែដិនរួឈ្នះស្មើគ្នា ។

ឧទាហរណ៍:

ល្បែងស្មើ : អ្នកលេងម្នាក់ៗ ទទួលវេនបង្វិលថាស ។ អ្នកលេងម្នាក់ៗបានទទួលពិន្ធ កាលបើ ទ្រនិចថាសឈប់ចំ ឈ្មោះរបស់ខ្លួន ។

ផ្ដាប់ចុះ **(flip)** ទាញរូបប្លុងក្រឡាប់ចុះ ។

ឧទាហរណ៍:

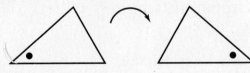

អោនស្ សន្ធនីយ៍ **(fluid ounce (fl oz))** ឯកតា រង្វាស់ចំណុះ តាមបែបទម្លាប់ ។

ឧទាហរណ៍:

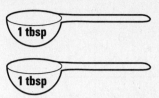

2 ស្លាបព្រាគូចស្ជើនឹង 1 អោនស្ សន្ធនីយ៍

ហ្វីត **(foot)** ឯកតារង្វាស់ប្រវែង តាមបែបទម្លាប់ ។

ឧទាហរណ៍:

1 ហ្វីត

រូបមន្ត **(formula)** ក្បួនទូទៅ បញ្ជាក់ដោយនិមិត្តសញ្ញា ។

ឧទាហរណ៍:

រូបមន្តរបស់បរិមាត្រចតុកោណកែង គឺ $P = 2 \times (l + w)$.

ប្រភាគ **(fraction)** ជាបែបប្រៀបឆ្ជៀបផ្នែក ស្មើៗគ្នា ទៅនឹងដុំទាំងមូល, ទៅនឹងអង្គត់ ឬ ទៅ នឹងសំណុំ ។

ឧទាហរណ៍:

$\dfrac{3}{8}$ គឺ 3 ភាគ 8 នៃផ្នែកស្មើៗគ្នា ។

បូកប្រភាគ **(fraction addition)** ការបូកប្រភាគ ពីរ ឬប្រភាគច្រើនទ្បៀត ។

ឧទាហរណ៍:

$$\frac{1}{3} = \frac{4}{12}$$
$$+\frac{1}{4} = +\frac{3}{12}$$
$$\overline{\frac{7}{12}}$$

ចែកប្រភាគ (fraction division)
ការចែកប្រភាគ ពីរ ។

ឧទាហរណ៍:

តើចំនួនប៉ុន្មាន $\frac{1}{8}$ ក្នុង 2?

$$2 \div \frac{1}{8} = 2 \times \frac{8}{1} = 16$$

គុណប្រភាគ (fraction multiplication)
គឺការគុណប្រភាគពីរ ឬ ប្រភាគច្រើនទៀត ។

ឧទាហរណ៍: $\frac{1}{3} \times \frac{2}{5} = \frac{1 \times 2}{3 \times 5} = \frac{2}{15}$

ដកប្រភាគ (fraction subtraction)
គឺការដក ប្រភាគពីរ ។

ឧទាហរណ៍:

$$\begin{array}{r} \frac{3}{4} = \frac{9}{12} \\ -\frac{2}{3} = -\frac{8}{12} \\ \hline \frac{1}{12} \end{array}$$

តារាងប្រេកង់ (frequency chart or table)
គឺតារាងបង្ហាញប្រាប់ពីក្រុមនៃវត្ថុនិង ប្រេកង់ កើតឡើងនៃវត្ថុទាំងនោះ ។

ឧទាហរណ៍:

ពណ៌អាវ	ប្រេកង់
ខៅ	8
ដាំដែង	2
ស	5
ខៀវ	4

ប្រមាណដើម-ចុង (front-end estimation)
ជារបៀបប្រមាណផលបូក ដោយផ្សុំវត្តុលេខទី មួយ ទៅជើងបូក នីមួយៗ ហើយតម្រឹម លទ្ធផល ដោយពឹងផ្អែកទៅ លើតួលេខនៅសល់ ។

ឧទាហរណ៍:

$$\begin{array}{r} 476 \\ +388 \end{array}$$

$$\begin{array}{rcr} 476 & \to & 400 \\ +388 & \to & +300 \\ \hline & & 700 \end{array} \qquad \begin{array}{rcr} 476 & \to & 70 \\ +388 & \to & +80 \\ \hline & & 150 \end{array}$$

$$700 + 150 = 850$$

ហ្គាឡ្វន (gallon (gal)) ឯកតារង្វាស់សំណុំ
តាមបែបទម្លាប់ ។

ឧទាហរណ៍:

ជាញឹកញាប់ ទឹកដោះគោដាក់ក្នុងធុងចំណុះ 1 ហ្គាឡ្វន

ធរណីមាត្រ (geometry)
គឺជាមែកធាងមួយ នៃគណិតសាស្ត្រ ដែលសិក្សាពីទំនាក់ទំនងរវាង ចំណុច, បន្ទាត់, រូប, និង សូលីត ។

ក្រាម (gram (g)) ឯកតារង្វាស់ ម៉ាស់
ក្នុងមាត្រាប្រព័ន្ធ ។

ឧទាហរណ៍:

ម៉ាស់ របស់ដង្ខៀបក្រដាសធំប្រហែល 1 ក្រាម ។

ក្រាភិច (graph)
រូបភាពដែលបង្ហាញទិន្នផល ទៅតាមរបៀបត្រឹមត្រូវ ។

ឧទាហរណ៍:

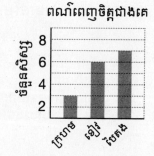

ធំជាង (greater than (>))
ទំនាក់ទំនងរបស់ លេខនៅឆ្វេងចុងខាងស្តាំ និងលេខមួយទៀត នៅ លើបន្ទាត់លេខជាមួយគ្នា ។

ឧទាហរណ៍:

$7 > 3$ "ប្រាំពីរធំជាងបី" ។

$$\begin{array}{ccccccccc} \leftarrow & | & | & | & \bullet & | & | & | & \bullet & | & \rightarrow \\ & 0 & 1 & 2 & 3 & 4 & 5 & 6 & 7 & 8 \end{array}$$

កត្តារួមធំបង្អស់ (greatest common factor (GCF)) លេខធំបំផុត ដែលជាកត្តាគុណនៃរាល់ ចំនួនពីរ ឬច្រើនទៀត ។

ឧទាហរណ៍:

កត្តាគុណរបស់ 12: **1   2   3**   4   **6**   12

កត្តាគុណរបស់ 18: **1   2   3   6**   9   18

1, 2, 3, និង 6 គឺជាកត្តាគុណរួម ។
6 កត្តារួមធំបង្អស់ ។

លក្ខណៈផ្ដុំ (grouping (associative) property) កាលបើផ្ដុំជើងបូក ឬកត្តាគុណ ផ្លាស់ប្ដូរ ផលបូក ឬ ផលគុណ នៅដដែល ។

ឧទាហរណ៍:

$$(5 + 2) + 3 = 5 + (2 + 3)$$
$$(3 \times 2) \times 1 = 3 \times (2 \times 1)$$

ហិកតូ (hecto-) គឺជាបុព្វបទ មានន័យថា 100 ។

ឧទាហរណ៍:   1 ហិកតូម៉ែត្រ = 100 ម៉ែត្រ

កម្ពស់ (height) ប្រវែងរបស់អង្កត់បន្ទាត់កែង ពីកំពូលទៅបាតរបស់ត្រីកោណ ។

ឧទាហរណ៍:

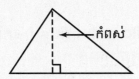

← កំពស់

សត្តកោណ (heptagon) គឺជាពហុកោណ ដែលមានជ្រុងខាង 7 ។

ឧទាហរណ៍:

ឆកោណ (hexagon) គឺជាពហុកោណ ដែលមានជ្រុងខាង 6 ។

ឧទាហរណ៍:

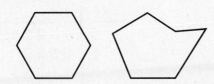

អ័ក្សផ្ដេក (horizontal axis) បន្ទាត់លេខ ពីឆ្វេងទៅស្ដាំ ក្នុងក្រាភិច ។

ឧទាហរណ៍:

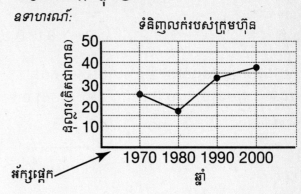

ទំនិញលក់របស់ក្រុមហ៊ុន

អ័ក្សផ្ដេក

មួយភាគរយ (hundredth) មួយក្នុង 100 ភាគស្មើ គិតទៅក្នុងរបស់ទាំងមូល ។

ឧទាហរណ៍:

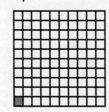

មិនអាច (កើតបាន) (impossible) មិនអាចកើតបាន ។

ឧទាហរណ៍:

បោះបានលេខ 9 ក្នុងគូបលេខ ពី 1 ទៅ 6 មិនអាចកើតបានទេ ។

ប្រភាគមិនទំនង (improper fraction) គឺប្រភាគ ដែលមានភាគយក ធំជាង ឬ ស្មើនឹងភាគបែង ។

ឧទាហរណ៍:

$$\frac{15}{2} \qquad \frac{3}{3} \qquad \frac{4}{3} \qquad \frac{8}{1}$$

អ៊ិញ (inch (in.)) ឯកតារង្វាស់ប្រវែង តាមបែបទម្លាប់ ។

ឧទាហរណ៍:

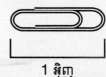

តង្កៀបក្រដាស ប្រវែងប្រហែល 1 អ៊ិញ ។

1 អ៊ិញ

វិសមភាព (inequality) គឺប្រយោគគណិត ទាក់ទងនឹង <, >, ≤, ឬ ≥ ។

ឧទាហរណ៍:

6 < 9   x + 3 ≥ 21   2x − 8 > 0

ចំនួនគត់ (integers) គឺសំណុំនៃលេខគត់តួ វិជ្ជមាន, លេខប្រច្រាស របស់វា និងលេខសូន្យ 0 ។

ឧទាហរណ៍: ..., −3, −2, −1, 0, 1, 2, 3, ...

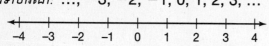

ប្រសព្វមុម (intersect) គឺកាត់មកជួបនឹង ចំណុច តែមួយ ។

ឧទាហរណ៍:

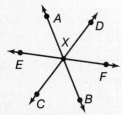

$\overrightarrow{AB}$, $\overrightarrow{CD}$, និង $\overrightarrow{EF}$ ប្រសព្វមុមគ្នានៅចំណុច X ។

បន្ទាត់ប្រសព្វមុខ (intersecting lines) បន្ទាត់ដែលកាត់គ្នានៅលើចំណុចមួយ ។

ឧទាហរណ៍:

ចន្លោះ (interval) គឺខ្លាតបែងចែកប្រវែងស្មើគ្នា ក្នុងក្រាភិករនុក ឬក្រាភិចខ្សែ ។

ឧទាហរណ៍:

ត្រីកោណសមបាទ (isosceles triangle) គឺត្រីកោណដែលមានយ៉ាងហោចណាស់ ជ្រុងខាងលើស្មើគ្នាពីរ ។

ឧទាហរណ៍:

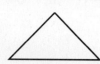

សញ្ញាគន្លឹះ (key) ផ្នែកមួយក្នុងក្រាភិចរូប ដែលប្រាប់ន័យ រាល់និមិត្តសញ្ញា ។ មើល និមិត្តសញ្ញា ទៀត ។

ឧទាហរណ៍:

ចំនួនសំបុត្របានសរសេរ

បន្ទប់ 201	⋞ ⋞ ⋞ ⋞
បន្ទប់ 204	⋞ ⋞ ⋞
បន្ទប់ 105	⋞ ⋞ ⋞ ⋞ ⋞
បន្ទប់ 103	⋞ ⋞ ⋞ ⋞

⋞ = 5 សំបុត្រ ←— សញ្ញាគន្លឹះ

គីឡូ- (kilo-) គឺជាបុព្វបទ មានន័យថា 1000 ។

ឧទាហរណ៍:   1 គីឡូម៉ែត្រ = 1000 ម៉ែត្រ

គីឡូក្រាម (kilogram (kg)) ឯកតារង្វាស់ ម៉ាស់ ក្នុងមាត្រាប្រព័ន្ធ ។

ឧទាហរណ៍:

ម៉ាស់របស់សៀវភៅសិក្សានេះ ប្រហែល 1 គីឡូក្រាម ។

គីឡូម៉ែត្រ (kilometer (km)) ឯកតារង្វាស់ ប្រវែង ក្នុងមាត្រាប្រព័ន្ធ ។

ឧទាហរណ៍:

រយៈចម្ងាយ អ្នកអាចដើរបាន ប្រហែលក្នុង 15 មីនុត ។

ស្លឹក (leaf) ផ្នែករបស់បញ្ជីចុះ ១២-និង-ស្លឹក ដែលបង្ហាញខ្ទង់រាយរបស់ចំនួនមួយ ។

ឧទាហរណ៍:

១២	ស្លឹក
0	1 1 2 3 4 8
1	0 3 5 9
2	1 1 7 8
3	2 6

ភាគបែងរួមតូចបំផុត (least common denominator (LCD)) លេខផលគុណ រួមតូចបំផុត របស់ភាគបែងនៃប្រភាគពីរ ឬច្រើនទៀត ។

ឧទាហរណ៍: ចូររក LCD របស់ $\frac{1}{4}$ និង $\frac{1}{6}$ ។

លេខផលគុណរបស់ 4: 4   8   **12**   16   20   **24** ...

លេខផលគុណរបស់ 6: 6   **12**   18   **24**   30   **36** ...

12 និង 24 គឺជាលេខផលគុណពីរ របស់ 4 និង 6 ។ 12 ជាលេខផលគុណតូចបំផុត គឺ ត្រូវជាភាគបែងរួម តូចបំផុត LCD ។

លេខផលគុណរួមតូចបំផុត (least common multiple (LCM)) គឺចំនួនតូចបំផុត មិនមែនសូន្យ ដែលជាលេខផលគុណ របស់ចំនួនពីរ ឬ ច្រើនទៀត ។

ឧទាហរណ៍: ចូររក LCM របស់ 2 និង 3

លេខផលគុណរបស់ 2: 2   4   **6**   8   10   **12** ...

លេខផលគុណរបស់ 3: 3   **6**   9   **12**   15 ...

6 និង 12 គឺលេខផលគុណរួម របស់ 2 និង 3 ។ 6 គឺជាលេខ ផលគុណរួមតូចបំផុត ។

តូចជាង (less than (<)) ទំនាក់ទំនងរបស់ លេខ នៅឆ្វេងចុងខាងឆ្វេង និងលេខមួយ ទៀត នៅ លើបន្ទាត់ជាមួយគ្នា ។

ឧទាហរណ៍:

3 < 7   "បីតូចជាងប្រាំពីរ"

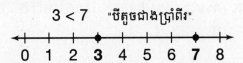

ភាគបែងស្មើ (like denominators) គឺភាគដែលដូចគ្នា ក្នុងប្រភាគពីរ ឬច្រើនទៀត ។

ឧទាហរណ៍:

$\frac{1}{8}$ $\frac{3}{8}$ $\frac{6}{8}$

ភាគបែងស្មើ

ប្រហែល (likely) អាចនឹងកើតមានឡើង ។

ឧទាហរណ៍:
ប្រហែលជានឹងមានព្រិលធ្លាក់ នៅរដ្ឋ ម៉ុងតាណា សិសិររដូវក្រោយ ។

ខ្សែរូបបន្ទាត់ (line) គឺជាគន្លងត្រង់ មួយ គ្មានទីបំផុតទៅទិសទាំងពីរ ។

ឧទាហរណ៍:

ក្រាភិចបន្ទាត់ (line graph) ក្រាភិចដែល ភ្ជាប់ចំណុចទាំងឡាយ ដោយប្រាប់បង្ហាញពី បន្លាស់ប្តូរ ទិន្នផល ទៅតាមពេល ។

ឧទាហរណ៍:

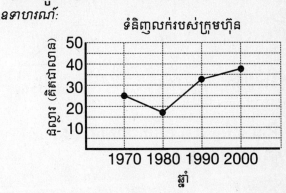

បន្ទាត់ឆ្លុះ (line of symmetry) គឺខ្សែបន្ទាត់ ដែលរូបភាពមួយអាចបត់ជាផ្នត់ បង្កើតបានជាពីរ ផ្នែក សមភាព ។

ឧទាហរណ៍:

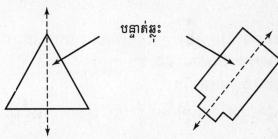

បន្ទាត់ឆ្លុះ

បន្ទាត់ក្រិត (line plot) ក្រាភិច ដែលប្រើ និមិត្តសញ្ញា លើខ្សែលេខជាតំណាងទិន្នផល ។

ឧទាហរណ៍:

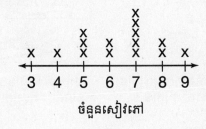

ចំនួនសៀវភៅ

អង្គត់បន្ទាត់ (line segment) ផ្នែកនៃបន្ទាត់ ដែលមានចំណុចចុងពីរ ។

ឧទាហរណ៍:

បន្ទាត់ឆ្លុះ (line symmetry) រូបដែលមានបន្ទាត់ ឆ្លុះ ប្រសិនបើអាចចែកបានជាពីរភាគបេះបិទ ។

ឧទាហរណ៍:

រូបមានបន្ទាត់ឆ្លុះ   រូបគ្មានបន្ទាត់ឆ្លុះទេ

លីត្រ (liter (L)) ឯកតារង្វាស់ចំណុះ ក្នុងមាត្រាប្រព័ន្ធ ។

ឧទាហរណ៍:

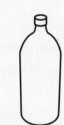

ដបចំណុះ 2 លីត្រ

អង្គតូចបំផុត (lowest terms) ប្រភាគ ដែល ភាគយក និងភាគបែង មានកត្តារួមជាលេខ 1 ក្នុងអង្គតូចបំផុត ។

ឧទាហរណ៍: $\dfrac{1}{2}$ $\dfrac{3}{5}$ $\dfrac{21}{23}$

ម៉ាស់ (mass) គឺចំនួនរូបធាតុ ដែលវត្ថុ អ្វីនិមួយៗ ទ្រទ្រង់នោះ ។

ឧទាហរណ៍:

គ្រាប់ទំពាំងបាយជូរក្រៀម   ស្បែកជើងកីឡាមួយគូ
មានម៉ាស់ 1 ក្រាម ។   មានម៉ាស់ 1 គីឡូក្រាម ។

ផលមធ្យម (mean) ចំនួនកើតមាន កាលបើផលបូករបស់ចំនួនពីរ ឬច្រើនទៀត ចែកជាមួយ នឹងចំនួនជើងបូក ។ ហៅម្យ៉ាងទៀតថា មធ្យមភាគ ។

ឧទាហរណ៍:

ចូររកផលឡើយ របស់ 12, 14, 16 និង 18 ។

```
    12          15
    14       4)60
    16         −4
  + 18         20
    60        −20
                0
```

ផលឡើយមធ្យមគឺ 15 ។

លេខកណ្តាល (median) គឺលេខកណ្តាល កាលបើទិន្នផល បានតម្រៀបគ្នាជាលំដាប់ ។

ឧទាហរណ៍:

27 27 27 29 32 33 36 38 42 43 62
                   |
              លេខកណ្តាល

មុជាគណិត (mental math) ការគិតគណនា តែក្នុងខួរក្បាល ដោយពុំប្រើ ខ្មៅដៃ និងក្រដាស ឬ ប្រដាប់គិតលេខ ។

ឧទាហរណ៍:   **200 × 30 = 6,000**

ម៉ែត្រ (meter (m)) ឯកតារង្វាស់ប្រវែង ក្នុងមាត្រាប្រព័ន្ធ ។

ឧទាហរណ៍:

1 ម៉ែត្រ

មួយម៉ែត្រគឺរង្វាស់ប្រហែលពីចុង ដៃមួយទៅចុងដៃមួយទៀត កាលបើអ្នកលាត សន្ធឹងដៃទាំងពីរ ។

ឯកតារង្វាស់ម៉ែត្រ ម៉ាស់, ចំណុះ, និង សីតុណ្ហភាព (metric units of length, mass, capacity and temperature)

ឧទាហរណ៍:

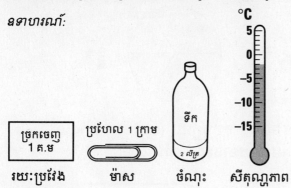

ម៉ែល (mile (mi)) ឯកតារង្វាស់ប្រវែង តាមបែបទម្លាប់ ។

ឧទាហរណ៍:

របៈចម្ងាយអ្នកអាចដើរបាន ក្នុងរបៈប្រហែល 20 មិនុត ។

មិល្លី- (milli-) ជាបុព្វបទ មានន័យថា $\frac{1}{1000}$ ។

ឧទាហរណ៍: 1 ម៉ែត្រ = $\frac{1}{1000}$ ម៉ែត្រ

មិល្លីលីត្រ (milliliter (mL)) ឯកតា សម្រាប់រង្វាស់ចំណុះ ក្នុងមាត្រាប្រព័ន្ធ ។

ឧទាហរណ៍:

ប្រដាប់ច្របាច់ថ្នាំភ្នែក មានចំណុះ ប្រហែល 1 មិល្លីលីត្រ ។

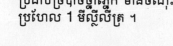

មិល្លីម៉ែត្រ (millimeter (mm)) ឯកតារង្វាស់ប្រវែង ក្នុងមាត្រាប្រព័ន្ធ ។

ឧទាហរណ៍:

កាក់មួយមានកម្រាស់ ប្រហែល 10 ម.ម = 1 ស.ម

លេខចម្រុះ (mixed number) គឺចំនួនដែល មានផ្នែកលេខគត់គូ និង ផ្នែកប្រភាគ ។

ឧទាហរណ៍: $1\frac{1}{2}$ $\qquad$ $3\frac{2}{5}$ $\qquad$ $15\frac{7}{8}$

លេខញឹកញាប់ (mode) គឺលេខកើតឡើង ជាញឹកញាប់ ក្នុងសំណុំទិន្នផល ។

ឧទាហរណ៍:

27 27 27 29 32 33 36 38 42 43 62

27 ជាលេខញឹកញាប់

លេខផលគុណ (multiple) ផលគុណារបស់ លេខគត់គុណាមួយ ឬលេខគត់គូដទៃទៀត ។

ឧទាហរណ៍:

លេខផលគុណារបស់ 5: $\quad$ 0 $\qquad$ 5 $\qquad$ 10 $\qquad$ 15 . . .

$\qquad$ 5×0 5×1 $\quad$ 5×2 $\quad$ 5×3

លេខគុណ (multiplication) ប្រមាណវិធី ដែលអោយចំនួនទាំងអស់ កាលណាអ្នក បញ្ចូលក្នុងក្រុមស្មើគ្នា ។

ឧទាហរណ៍:

$$\begin{array}{r} 45 \\ \times 12 \\ \hline 90 \\ 450 \\ \hline 540 \end{array}$$

2 ក្រុម 8
2 × 8 =16

ចំនួនអវិជ្ជមាន (negative number) គឺចំនួន ដែលតិចជាងសូន្យ ។

ឧទាហរណ៍: –2°C

ផ្គុំងត (net) លក្ខណៈសំនាំដែលអាចកាត់ចេញ ហើយបត់ចូល បង្កើតបានជាសូលីត ។

ឧទាហរណ៍:

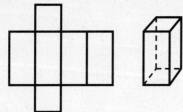

នវកោណ (nonagon) គឺជាពហុកោណ មានជ្រុងខាង 9 ។

ឧទាហរណ៍:

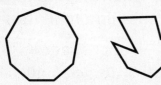

បន្ទាត់លេខ (number line) បន្ទាត់ដែល បង្ហាញលេខជាលំដាប់ ប្រើជាកម្រិតខ្នាត ។

ឧទាហរណ៍:

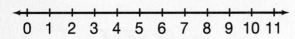

កញ្ចុំលេខ (number sentence) វិធីចំបង្ហាញទំនាក់ទំនងរវាងលេខ ។

ឧទាហរណ៍:   2 + 5 = 7   6 ÷ 2 = 3

លេខអក្សរ (number-word form) គឺជា របៀប សរសេរលេខ ដោយប្រើតួលេខ និង ពាក្យ ។

ឧទាហរណ៍: 45 សែនសាន   9 ពាន់

លេខសញ្ញា (numeral) គឺជានិមិត្តរូប សំគាល់ ចំនួនលេខមួយៗ ។

ឧទាហរណ៍: 7   58   234

ភាគយក (numerator) លេខខាងលើក្នុង ប្រភាគ ដែលប្រាប់ពីចំនួនភាគស្មើៗគ្នានោះ ។

ឧទាហរណ៍:

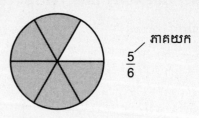

ភាគយក $\frac{5}{6}$

មុមទាល ឬមុមម្ពាយ (obtuse angle) មុមដែលមានរង្វាស់ធំជាង 90° ។

ឧទាហរណ៍:

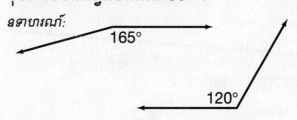

ត្រីកោណទាល ឬត្រីកោណម្ពាយ (obtuse triangle) ត្រីកោណដែលមានមុមធំជាង 90° ។

ឧទាហរណ៍:

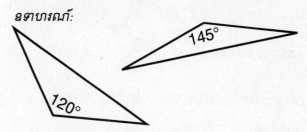

អដ្ឋកោណ (octagon) គឺជាពហុកោណមួយ ដែលមានជ្រុងខាង 8 ។

ឧទាហរណ៍:

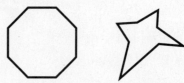

លេខសេសគូ (odd number) លេខគត់គូ ដែលមាន 1, 3, 5, 7, ឬ 9 នៅក្នុងខ្ទង់រាយ ។ លេខគត់គូដែលចែកមិនដាច់ជាម្ពួយចំនួន 2 ។

ឧទាហរណ៍:   3   91   205   445

សេស (odds) គឺផលធៀប នៃចំនួនរបៀប ដែល ព្រឹត្តិការណ៍មួយអាចកើតមានឡើង ទៅនឹងចំនួន របៀប ដែលព្រឹត្តិការណ៍ មិនអាចកើតមានឡើង នោះ ។

ឧទាហរណ៍:

សេស ក្នុងការបោះគ្រលៀបរបកលេខ 3: 1 ទៅ 5
សេស ក្នុងការបោះមិនអោយប៉ះលេខ 3វិញ: 5 ទៅ 1

មួយលក្ខណ: (one property) ក្នុង លេខគុណ, ផលគុណរបស់ចំនួនណាមួយ ជាមួយនិងលេខ មួយ គឺចំនួននោះឯង ។ ក្នុងលេខចែក ចំនួនណាមួយ ចែកនិង លេខមួយ គឺចំនួននោះឯងដែរ ។

ឧទាហរណ៍: $5 \times 1 = 5$ $3 \div 1 = 3$

ប្រមាណវិធី (operation) គឺលេខបូក, លេខដក, លេខគុណ និងលេខចែក ។

លេខផ្ទុយគ្នា (opposite numbers) គឺលេខ២ដែលមានរយ:ចម្ងាយ ពីសូន្យប៉ុនគ្នា នៅលើ បន្ទាត់លេខ ប៉ុន្តែនៅជ្រុងម្ខាងម្នាក់ ។

ឧទាហរណ៍:

7 និង −7 ផ្ទុយគ្នា

```
  −7        0         7
```

លំដាប់ (order) ដើម្បីរៀបម្រៀបលេខពីតិច ទៅច្រើន ឬពីធំបំផុត ទៅតូចបំផុត ។

ឧទាហរណ៍:

| តិចបំផុតទៅច្រើនបំផុត | 12 | 17 | 21 | 26 | 30 |
| ធំបំផុតទៅតិចបំផុត | 30 | 26 | 21 | 17 | 12 |

លំដាប់នៃប្រមាណវិធី (order of operations) គឺក្បួន ដែលប្រាប់ពីលំដាប់ក្នុងប្រមាណវិធី មាន: (1) សម្រួលខាងក្នុងរង់ក្រចក់, (2) សម្រួល និទស្សន្ត, (3) គុណនិងចែក ពីឆ្វេងទៅស្តាំ និង, (4) បូក និងដក ពីឆ្វេងទៅស្តាំ ។

ឧទាហរណ៍:

កំណត់តម្លៃ $2x^2 + 4(x - 2)$ សម្រាប់ $x = 3$.

(1) សម្រួលខាងក្នុងរង់ក្រចក	$2 \cdot 3^2 + 4(3 - 2)$
	$2 \cdot 3^2 + 4(1)$
(2) សម្រួលនិទស្សន្ត	$2 \cdot 9 + 4$
(3) គុណនិងចែក ពីឆ្វេងទៅស្តាំ	$18 + 4$
(4) បូក និងដក ពីឆ្វេងទៅស្តាំ	22

លំដាប់គូ (order pair) លេខមួយគូប្រើ សម្រាប់ កំណត់ទីតាំងចំណុចមួយ នៅលើ កូអរដោណេ (តម្រួយ) ប្លង់ ។

ឧទាហរណ៍:

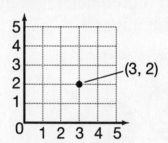

លក្ខណ:លំដាប់បន្លាស់ប្តូរ (order (commutative) property) បន្លាស់ប្តូរលំដាប់របស់ ជើងបូក ឬកត្តាគុណ មិនប្តូរផលបូក ឬផលគុណទេ ។

ឧទាហរណ៍:

$8 + 5 = 5 + 8$ $3 \times 6 = 6 \times 3$

លេខបូរណាសំខ្យា (ordinal number) លេខប្រើសំគាល់លំដាប់ ។

ឧទាហរណ៍: ទីមួយ, ទីដប់បី, ទី 1 ទី 4

ចំណុចគល់ (origin) ចំណុចសូន្យនៅលើបន្ទាត់ លេខ ឬចំណុច (0,0) ដែលខ្សែអក្សរបស់ប្រព័ន្ធតម្រុយ បានប្រសព្វគ្នា ។

ឧទាហរណ៍:

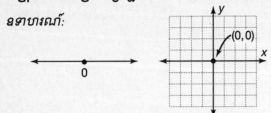

អោន្ស (ounce (oz)) ឯកតារង្វាស់ទម្ងន់ តាមបែបទម្លាប់ ។

ឧទាហរណ៍:

សំបុត្រទម្ងន់ប្រហែល មួយអោន្ស

លទ្ធផល (outcome) លទ្ធផលដែលអាចបាន ពីការពិសោធន៍មួយ ។

ឧទាហរណ៍: ចោះកាក់ 2

	កាក់ទី ១	កាក់ទី ២
	មុខ	ខ្នង
	មុខ	មុខ
	ខ្នង	មុខ
	ខ្នង	ខ្នង

លទ្ធផលគឺ 1 មុខ និង 1 ខ្នង ។

លេខដាច់ប៉ែក (outlier) គឺជាតម្លៃចុងផុតនៅ ក្នុងសំណុំទិន្នផល ដាច់ចេញពីតម្លៃទៀតៗ ។

ឧទាហរណ៍:

27 27 27 29 32 33 36 38 42 43 62

លេខដាច់ប៉ែក

ស្ងាច (P.M.) ពេលពីថ្ងៃត្រង់ទៅពាក់កណ្តាល អាធ្រាត្រ ។

ឧទាហរណ៍:

ថ្ងៃត្រង់												ពាក់កណ្តាលអាធ្រាត្រ
11	**12**	**1**	**2**	**3**	**4**	**5**	**6**	**7**	**8**	**9**	**10**	**11**	12
AM	**PM**	**PM**	**PM**	**PM**	**PM**	**PM**	**PM**	**PM**	**PM**	**PM**	**PM**	**PM**	AM

បន្ទាត់ស្រប (parallel lines) បន្ទាត់ដែលមិន ពុះកាត់គ្នា ។

ឧទាហរណ៍:

ប្រឡេឡោក្រាម (parallelogram) ចតុរង្គ ដែលមានជ្រុងខាង ឈមពីរគូ ស្របគ្នា ។

ឧទាហរណ៍:

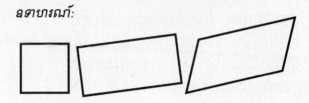

តម្រូលំនាំ ឬលក្ខណៈលំនាំ (pattern) លំដាប់របស់, ស្ថានការណ៍ ឬគំនិត ដែលច្រំផ្ទួន ។

ឧទាហរណ៍:

បញ្ចកោណ (pentagon) ជាពហុកោណ មាន ជ្រុងខាង 5 ។

ឧទាហរណ៍:

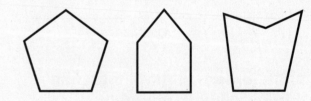

ភាគរយ (percent (%)) គិតតាមចំនួនមួយរយ ។ ជារបៀបប្រៀបធៀបចំនួនមួយទៅនឹង 100 ។

ឧទាហរណ៍:

$$\frac{40}{100} = 0.40 = 40\%$$

© Scott Foresman Addison Wesley 3-6

បរិមាត្រ (perimeter) រយៈចម្ងាយព័ទ្ធជុំវិញ រូបមួយ ។

ឧទាហរណ៍:

បរិមាត្រ: =
5 + 2 + 6 + 4 + 11 + 6 = 34

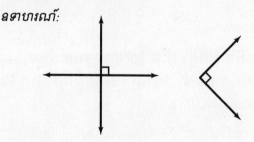

ចង្កោមខ្ទង់ (period) ក្រុមរបស់ខ្ទង់បីៗ ក្នុងចំនួនលេខនីមួយៗ ។ ចង្កោមខ្ទង់បែងចែកដោយ សញ្ញាក្បៀស ។

ឧទាហរណ៍:

ចង្កោមខ្ទង់ពាន់			ចង្កោមខ្ទង់រយ		
រយពាន់	ដប់ពាន់	ពាន់	រយ	ដប់	រយ
3	0	5 ,	2	1	6

305,216

ខ្សែបន្ទាត់កែង (perpendicular lines) ខ្សែបន្ទាត់ពីរ ដែលបង្កើតបានជាមុមកែង នៅកន្លែងៗ កាត់គ្នា ។

ឧទាហរណ៍:

ផៃ (pi (π)) ផលធៀបរង្វាស់រង្វង់ក្រៅ ទៅ នឹងវិជ្ជុមាត្រ ។ លេខទសភាគផៃ π គឺ 3.141592.... 3.14 ឬ $3\frac{1}{7}$ ប្រើជាញឹក ញាប់សម្គាល់ π ។

ឧទាហរណ៍:

$$\pi = \frac{\text{រង្វង់ក្រៅ}}{\text{វិជ្ជុមាត្រ}}$$

ក្រាភិចរូប (pictograph) ក្រាភិ ប្រើរូបសញ្ញា ដើម្បីប្រាប់ទិន្នផល ។

ឧទាហរណ៍:

ចំនួនសំបុត្រសរសេររួច

បន្ទប់ 201	✎ ✎ ✎ ✎
បន្ទប់ 204	✎ ✎ ✎
បន្ទប់ 105	✎ ✎ ✎ ✎ ✎
បន្ទប់ 103	✎ ✎ ✎ ✎

✎ = 5 សំបុត្រ

ជាញ (pint (pt)) ឯកតារង្វាស់ចំណុះ តាមបែបទម្ងាប់ ។

ឧទាហរណ៍:

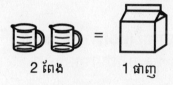

2 ផៃង = 1 ជាញ

ខ្ទង់លេខ (place value) តម្លៃអោយទៅ កន្លែងគូលេខនីមួយៗ នៃចំនួនលេខណាមួយ ។

ឧទាហរណ៍:

ចង្កោមខ្ទង់ពាន់			ចង្កោមខ្ទង់រយ		
រយពាន់	ដប់ពាន់	ពាន់	រយ	ដប់	រយ
3	0	5 ,	2	1	6

305,216

ក្នុង 305, 216 ខ្ទង់លេខរបស់ 2 គឺ ខ្ទង់មួយរយ ។

រូបផ្ទាំង (plane figure) រូបដែលផ្ទែកលើប្លង់ នោះ ។

ឧទាហរណ៍:

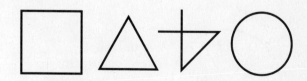

ចំណុច **(point)** ទីតាំងពិតប្រាកដ ភាគច្រើន កំណត់ដោយចំណុចសំណៅ ។

ឧទាហរណ៍:

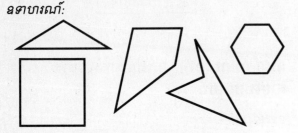

ចំណុច ចំណុច ចំណុច

ពហុកោណ **(polygon)** រូបផ្គុំ រូបផ្គុំដោយអង្កត់បន្ទាត់ជួបមុខ ។

ឧទាហរណ៍:

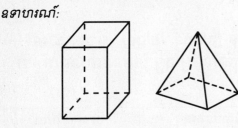

សូលីតពហុមុខ **(polyhedron)** សូលីត ដែលមាន មុខខាងជាពហុកោណ ។

ឧទាហរណ៍:

ចំនួនវិជ្ជមាន **(positive numbers)** គឺចំនួនទាំងឡាយ ដែលធំជាងសូន្យ ។

ឧទាហរណ៍:

ចំនួនអវិជ្ជមាន   ចំនួនវិជ្ជមាន

-5 -4 -3 -2 -1 0 1 2 3 4 5

អាច **(possible)** អាចនឹងកើតឡើងបាន ។

ឧទាហរណ៍:

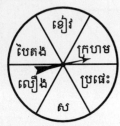

ប្រសិនបើ ថាសរង្វិលត្រូវវិល, ពណ៌ក្រហមជាលទ្ធផល អាច នឹងកើតឡើងបាន ។

ផោន **(pound (lb))** ឯកតារង្វាស់ទម្ងន់ តាមបែបទម្លាប់ ។

ឧទាហរណ៍:

អង្ករ
1 ផោន

ស្វ័យគុណ **(power)** និទស្សន្ត ឬ ចំនួនដែល កើនឡើងដោយ បង្កើនគោល ទៅតាម និទស្សន្ត ។

ឧទាហរណ៍:

$16 = 2^4$ 2 បង្កើនស្វ័យគុណទី 4
16 គឺជាស្វ័យគុណទី 4 របស់ 2 ។

ទាយទុក **(prediction)** ការស្មានតាម របៀបសិក្សា អ្វីៗដែលនឹងកើតឡើង ។

ឧទាហរណ៍:

Jane ទាយទុកថា $\frac{1}{6}$ ក្នុងពេល ក្រឡុក នាងនឹងបោះបានលេខ 2 ។

គុណកត្តាដើម **(prime factorization)** ការ សរសេរលេខ ជាបែបផលគុណ របស់លេខដើម ។

ឧទាហរណ៍: $70 = 2 \times 5 \times 7$

លេខដើម ឬចំនួនដើម **(prime number)** លេខគត់គូ ធំជាង 1 ដែលមានកត្តាគុណតែ 2, ខ្លួនឯងនិងលេខ 1 ។

ឧទាហរណ៍:

លេខដើម សរសេរនៅដើមលេខ 2, 3, 5, 7, 11 . . .

ព្រីស **(prism)** រូបសូលីត ដែលមានបាតនៅ លើឬក្រោមស្រប ហើយមុខទាំងអស់ ជាប្រលេឡូ ក្រាម ។

ឧទាហរណ៍:

ភវនិយភាព **(probability)** ចែដន្យដែលព្រឹត្តិ
ការណ៍មួយ និងកើតឡើង ។ ផលធៀបនៃចំនួន
បែបរបស់ព្រឹត្តិការណ៍ អាចកើតឡើង ទៅនឹងចំ
នួនទាំងអស់របស់លទ្ធផល ដែលអាចមាននោះ ។

ឧទាហរណ៍:

ភវនិយភាព ក្នុងការបោះ
ក្រឡុកបានលេខ 2 គឺ $\frac{1}{6}$ ។

ភវនិយភាព ក្នុងការបោះ
ក្រឡុកបានលេខ 2 គឺ $\frac{5}{6}$ ។

ការណែនាំដោះស្រាយចំណោទ **(problem
solving guide)** លំដាប់ថ្នាក់ក្នុងការដោះ
ស្រាយ ចំណោទ: យល់, តំរោង, ដោះស្រាយ
និងពិនិត្យសាឡើងវិញ ។

ឧទាហរណ៍:

ផលគុណ **(product)** ចំនួនដែលជាលទ្ធផល
នៃការគុណលេខ មានកត្តាគុណពីរ ឬច្រើនទៀត ។

ឧទាហរណ៍:

កត្តាគុណ   ផលគុណ

$2 \times 3 \times 5 = 30$

សមាមាត្រ **(proportion)** ការអះអាង
បញ្ជាក់ថា ផលធៀបពីរស្មើគ្នា ។

ឧទាហរណ៍: $\frac{12}{34} = \frac{6}{17}$

បន្ទាត់មុម **(protractor)** សម្ភារៈ
ប្រើសម្រាប់វាស់ទំហំមុម ។

ឧទាហរណ៍:

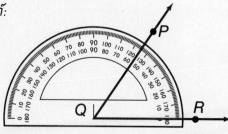

ពីរ៉ាមិត **(pyramid)** រូបសូលីត ដែលមាន
បាតជាពហុកោណ និងមានមុខជាត្រីកោណ និង
មាន កំពូលរួមមួយ ។

ឧទាហរណ៍:

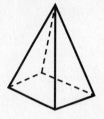 

កាដ្រង់ **(quadrants)** សំណុំចំណុចទាំង 4,
កំណត់បានដោយ អ័ក្សនៃខ្សែកូតម្រយ ថ្លុង ។

ឧទាហរណ៍:

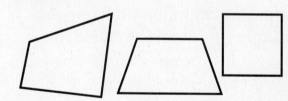

ចតុរង្គ **(quadrilateral)**
គឺពហុកោណដែលមាន ជ្រុងខាង 4 ។

ឧទាហរណ៍:

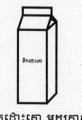

ក្វាត **(quart (qt))** ឯកតារង្វាស់ចំណុះ
តាមបែបទម្លាប់ ។

ឧទាហរណ៍:

ទឹកដោះគោ មួយក្វាត

ផលចែក (quotient) គឺចំនួនក្រៅពីសេស ដែលជាផលបានពីការធ្វើលេខ ចែក ។

ឧទាហរណ៍:

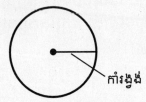

$28 \div 4 = 7$

កាំរង្វង់ (radius) អង្កត់បន្ទាត់ ពីផ្ចិតរង្វង់ទៅ ចំណុចណាមួយ នៅលើរង្វង់ ។

ឧទាហរណ៍:

កាំរង្វង់

វិសាល (range) ផលដករវាងចំនួនធំបំផុត និងតូចបំផុត នៅក្នុងសំណុំទិន្នផល ។

ឧទាហរណ៍:
27 27 27 29 32 33 36 38 42 43 62

វិសាលគឺ $62 - 27 = 35$ ។

អត្រា (rate) ផលធៀបបង្ហាញពីទំនាក់ទំនង រវាងបរិមាណ ដែលមានឯកតាខុសគ្នា ។

ឧទាហរណ៍:
$\dfrac{72 \text{ ដុល្លារ}}{28 \text{ ម៉ោង}}$ $\dfrac{55 \text{ ដុល្លារ}}{1 \text{ ម៉ោង}}$

ផលធៀប (ratio) ចំនួនលេខមួយគូ ប្រើក្នុងការប្រៀបធៀបបរិមាណ ។

ឧទាហរណ៍: $\dfrac{2}{1}$ 2 ភាគ 1   2:1

តារាងផលធៀប (ratio table) តារាងដែល បង្ហាញពីសំណុំ របស់ផលធៀបស្មើគ្នា ។

ឧទាហរណ៍:

	(12×2)	(12×3)	(12×4)
កញ្ចប់	12	24	36	48
ប្រអប់	1	2	3	4

(1×2) (1×3) (1×4)

រេយ៍ (ray) ផ្នែកនៃខ្សែបន្ទាត់ ដែលចាប់ផ្តើម នៅនឹងចំណុច ហើយពន្លាតគ្មានទីបំផុត នៅទិស ម្ខាងទៀត ។

ឧទាហរណ៍:

លេខឆ្នាស់ (reciprocals) ចំនួនពីរ ដែលផលគុណស្មើនឹង 1 ។

ឧទាហរណ៍:
$\dfrac{3}{5}$ និង $\dfrac{5}{3}$ ឆ្នាស់គ្នា ដូច្នេះ $\dfrac{3}{5} \cdot \dfrac{5}{3} = 1$ ។

ចតុកោណកែង (rectangle) ចតុរង្គ ដែល មានមុមកែងបួន ហើយជ្រុងឈមស្របគ្នា និងមាន ប្រវែងស្មើគ្នា ។

ឧទាហរណ៍:

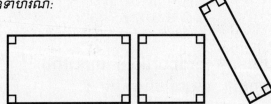

ព្រីសចតុកោណកែង (rectangular prism) រូបសូលីត ដែលមានមុខ 6 ជាចតុកោណកែង ទាំងអស់ ។

ឧទាហរណ៍:

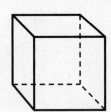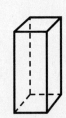

លេខឆ្លាស់ (reflection) រូបភាពឆ្លុះរបស់រូប
មួយដែលបានផ្កាប់ចុះ ទៅម្ខាងខ្សែ មួយ ។
ឆ្លុះក៏ជាឈ្មោះ ប្រើសម្រាប់សម្គាល់ បន្លាស់រូប
ដែលផ្កាប់រូបចុះទៅ ម្ខាងខ្សែ ផងដែរ ។

ឧទាហរណ៍:

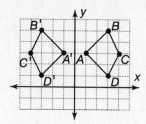

រីរៀប (regroup) មើលឈ្មោះលេខគត់គូ
ឬទសភាគ តាមបែបផ្សេងទៀត ។

ឧទាហរណ៍: 28 គឺ 2 ដប់ និង 8 រាយ
0.3 គឺ 0.30 ឬ 0.300

ពហុកោណនិយ័ត (regular polygon)
ពហុកោណដែលមានជ្រុងខាងស្មើគ្នាទាំងអស់
និងមុម ទាំងអស់ស្មើគ្នា ។

ឧទាហរណ៍:

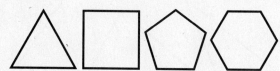

សេស (remainder) គឺចំនួនគត់ចជាងគូចែក
ដែលនៅសល់ បន្ទាប់ពីធ្វើលេខចែករួច ។

ឧទាហរណ៍:

សេស

ទសភាគច្រំដែល (repeating decimal)
ទសភាគ ដែលមានតួលេខ ច្រំដែល ឬ
ក្រុមតួលេខនៅខាងស្តាំ ចំណុចទសភាគ ។

ឧទាហរណ៍: $0.\overline{6}$ $0.\overline{123}$ $2.1\overline{8}$

រ៉ុមប៊ីស (rhombus) ចតុកោណ ដែលមានជ្រុង
ខាងពីរគូស្របគ្នា ហើយមានប្រវែងស្មើគ្នា ។

ឧទាហរណ៍:

មុមកែង (right angle) មុមមួយកែងដែលផ្ដុំ
ជាចុងកែងរង្វាស់ប្រវែង 90° ។

ឧទាហរណ៍:

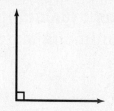

ត្រីកោណកែង (right triangle)
ត្រីកោណដែល មានមុមកែងមួយ ។

ឧទាហរណ៍:

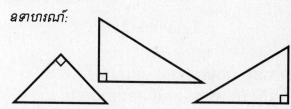

លេខរ៉ូម៉ាំង (Roman numerals)
លេខប្រើតាមរបៀបរាប់លេខ ដោយពួក
Romans ជាដំដើម ។

ឧទាហរណ៍:

I = 1   IV = 4   V = 5   VI = 6

រង្វិល (rotation) រូបភាពរបស់រូប ដែលត្រូវ
បានបង្វិលនៅលើចាស ។ ពាក្យរង្វិល ក៏សំដៅ
ទៅលើការបង្វាស់រូប ដោយបង្វិលរូបដែរ ។

ឧទាហរណ៍:

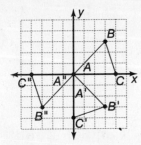

រង្វិលឆ្លុះ (rotational symmetry) រូបមួយ
ដែល មានបង្វិលឆ្លុះ ប្រសិនបើវាត្រូវបានបង្វិល
ពុំបានពេញ មួយ ហើយនៅមានរូបភាពបេះ
ចិននឹងភាពដើម ។

ឧទាហរណ៍:

រូបនីមួយៗមានរង្វិលឆ្លុះ

ផ្ទាត់លេខ (rounding) ដូរលេខ និងលេខ
ដែលត្រូវយកមកជិនុសចំនួនប៉ុន្មាននោះ ។

ឧទាហរណ៍:

ផ្ទាត់លេខ 2153 ទៅនឹងខ្ទង់	
ពាន់	2,000
រយ	2,200
ដប់	2,150

សំណាក (sample) ផ្នែកជ្រើសរើស
ក្នុងក្រុមមួយ ។

ឧទាហរណ៍:

ឈ្មោះ 1000 ដែលជាសមាជិកក្លឹប បានចុះក្នុងក្រដាសសន្លាត
ដើម្បី និងហូតចាប់យក ។ បន្ទាប់មក ក្រដាសសន្លាត 100
បានហូតចេញ ហើយ ត្រូវបានគេទូរស័ព្ទទៅប្រាប់ ធ្វើជា
សម្រង់ ។ សំណាកគឺចំនួនសមាជិក 100 នាក់
ដែលគេទូរស័ព្ទទៅប្រាប់ធ្វើជាសម្រង់នោះ ។

មាត្រដ្ឋាន (scale) លេខដែលបង្ហាញពីឯកតា
ប្រើក្នុងក្រាភិច ។ ជាសមម្បារៈប្រើវាស់ទម្ងន់របស់ ។
ម៉្យាងទៀត ជាផលធៀប ដែលបង្ហាញ ពីទំនាក់
ទំនង វាងមាត្រដ្ឋានគំនូរ ទៅនឹងរបស់ពិត ។

ឧទាហរណ៍:

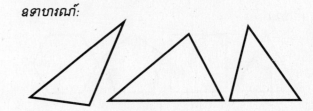

មាត្រដ្ឋានគំនូរ
បន្ទប់ទទួលភ្ញៀវ

មាត្រដ្ឋាន:
1 អ៊ិញ = 10 ហ្វីត

ត្រីកោណ វិសមង្ស (scalene triangle)
ត្រីកោណដែលគ្មានជ្រុងខាងស្មើគ្នា ។

ឧទាហរណ៍:

ក្រាភិចពាស (scatterplot) ក្រាភិចប្រើតម្លៃទិន្ន
ផលគូ ជាចំណុចដើម្បីបង្ហាញពីទំនាក់ទំនង
វាង សំណុំទិន្នផលពីរ ។

ឧទាហរណ៍:

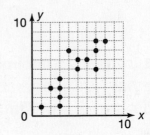

កាលវិភាគ (schedule) បញ្ជីបង្ហាញពីពេល វេលា ដែលព្រឹត្តិការណ៍កើតឡើង ។

ឧទាហរណ៍:

កាលវិភាគល្ងាចថ្ងៃសៅរ៍

12:00	បាយថ្ងៃត្រង់
12:45	បណ្ណើរផ្សែ
1:15	សម្ភាតបន្ទប់របស់អ្នក
2:30	លេងកំស្សាន្តជាមួយមិត្តភក្រ
5:00	ទៅផ្ទះ- បរិភោគអាហារ

កំណត់ប្រើបែបវិទ្យាសាស្ត្រ (scientific notation) លេខសរសេរមានទសភាគ ធំជាង ឬស្មើ 1 គុណនឹង ស្វ័យគុណ 10 ។

ឧទាហរណ៍: $350,000 = 3.5 \times 10^5$

អង្កត់ (segment) *មើលអង្កត់ខ្សែ (line segment)* ។

ជ្រុងខាង (side) អង្កត់ខ្សែ បង្កើតបានជាផ្នែក នៃរូបបញ្ឈុងមួយ ។

ឧទាហរណ៍:

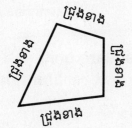

សមរូប (similar figures) រូបដែលមានរាងរៅ ដូចគ្នា តែអាច ឬមិនអាចមានទំហំបុ៉ន្តគ្នា ។

ឧទាហរណ៍:

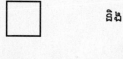

ទម្រង់គូបបំផុត (simplest form) ប្រភាគ ដែលភាគយក និងភាគបែង គ្មានកត្តាគុណរួម ក្រៅពី 1 ។

ឧទាហរណ៍:

ប្រភាគក្នុងទម្រង់គូបបំផុត:

$$\frac{1}{2} \qquad \frac{3}{5} \qquad \frac{21}{23}$$

បន្ធាត់ជ្រេស (skew) ខ្សែបន្ធាត់ដែលមិន ស្របគ្នា ឬ ពុះកាត់គ្នា ។

ឧទាហរណ៍:

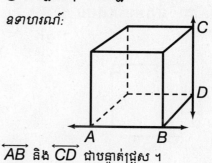

$\overleftrightarrow{AB}$ និង $\overleftrightarrow{CD}$ ជាបន្ធាត់ជ្រេស ។

រាប់រំលង (skip counting) រាប់ចំនួនលេខ រំលង 1 ។

ឧទាហរណ៍:

រាប់រំលងពីរៗ   គិត: 2, 4, 6, 6, 8 ...

បន្ធិល (slide) ជំរុញរូបបញ្ឈុងមួយ ទៅតាមទិសណាមួយ ។

ឧទាហរណ៍:

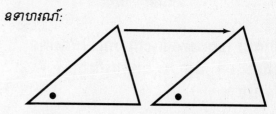

រូបសូលីត (solid figure) រូបដែលមាន ប្រវែងបណ្តោយ, ទទឹង, កម្ពស់ និង រ៉ូល្លម ។

ឧទាហរណ៍:

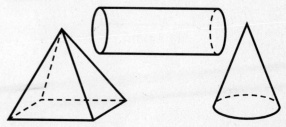

ស្វ៊ើ (sphere) រូបសូលីត
ដែលមានរាងនៅជាបាល់មូល ។

ឧទាហរណ៍:

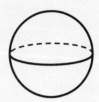

ការ៉េ (square) ពហុកោណ ដែលមាន
ជ្រុងខាងបួនស្មើគ្នា និងមុមកែងបួន ។

ឧទាហរណ៍:

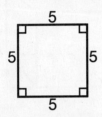

សង់ទីម៉ែត្រការ៉េ (square centimeter)
ការ៉េ ដែលមានជ្រុងខាង 1 អ៊ិញ ។
ឯកតាប្រើរង្វាស់ ក្រឡាផ្ទៃ ។

ឧទាហរណ៍:

1 សង់ទីម៉ែត្រការ៉េ

អ៊ិញការ៉េ (square inch) ការ៉េ ដែលមាន
ជ្រុងខាង 1 អ៊ិញ ។ ឯកតាប្រើរង្វាស់
ក្រឡាផ្ទៃ ។

ឧទាហរណ៍:

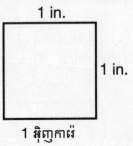

1 អ៊ិញការ៉េ

លេខស្វ៊យគុណ (square number) ផលគុណ
របស់ចំនួនមួយ ដែលគុណនឹងខ្លួនឯង ។

ឧទាហរណ៍:

$$5 \times 5 = 25$$
↑
លេខស្វ៊យគុណ

ឬសការ៉េ (square root) ឬសការ៉េ របស់ N
គឺជាចំនួនដែលអោយទៅ N គុណនឹងខ្លួនឯង ។
ម្យ៉ាងទៀត ឬសការ៉េ របស់ចំនួនអោយ៉ណា
មួយ គឺជាការ៉េ ប្រវែងរបស់ជ្រុង ដែលកើត
បានជា ក្រឡាផ្ទៃមួយ ។

ឧទាហរណ៍:
$9 \times 9 = 81$, ដូច្នេះ 9
ជាឬសការ៉េ របស់ 81
$9 = \sqrt{81}$

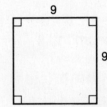

ក្រឡាផ្ទៃមាន 81 ឯកតាការ៉េ

ឯកតាការ៉េ (square unit) ការ៉េ ដែលមាន
ជ្រុងខាងមួយឯកតា ។ ឯកតាប្រើរង្វាស់
ក្រឡាផ្ទៃ ។

ឧទាហរណ៍:

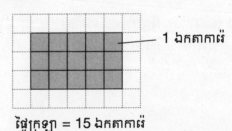

1 ឯកតាការ៉េ

ផ្ទៃក្រឡា = 15 ឯកតាការ៉េ

ទម្រង់ខ្នាត (standard form) របៀប
សរសេរលេខ ដែលបង្ហាញតែតួលេខ ។

ឧទាហរណ៍:   85   239   9,325

ទង (stem) ផ្នែករបស់ទង និងស្ទឹក នៃចំណុចដៅ ដែលប្រាប់បង្ហាញទាំងអស់ ប៉ុន្តែ លេខ ខ្ពង់រាយបុប្ផណ្ណ: ។

ឧទាហរណ៍:

ទង	ស្ទឹក				
6	7	8	8	0	
7	0	0	5	6	8
8	4	6	9		

ខ្ពង់ដប់ ———

ទងនិងស្ទឹក ចំណុចដៅ (stem-and-leaf plot)

ក្រាភិចដែលប្រើខ្ពង់លេខ ដើម្បី រៀបចំលេខ ក្នុងទិន្នផល ។

ឧទាហរណ៍:

ទង	ស្ទឹក				
3	3	4	4	5	
4	2	5	6		
5	1	1	2	3	5	8

4 | 2 មានន័យថា 42 ។

មុមរាប (straight angle)

មុមដែលផ្តុំឡើង ជាបន្ទាត់ត្រង់បាន ហើយរង្វាស់មុម 180° ។

ឧទាហរណ៍:

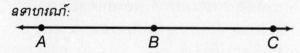

ល្បិច (strategy)

តំរោង ឬវិធីដោះស្រាយ ចំណោទ ។

ល្បិចដោះស្រាយចំណោទខ្លះៗ ដូចជា :

គូររូប	រកលក្ខណៈលំនាំ
ធ្វើតារាង	ប៉ាន់ស្មើមើល និងបញ្ជាក់

លេខដក (subtraction)

ប្រមាណវិធី ដែល ប្រាប់ការខុសគ្នារវាងចំនួនពីរ ឬ ចំនួនដែលនៅ សល់ បន្ទាប់ពីចំនួនខ្លះ បានដកចេញ ។

ឧទាហរណ៍:

$$\begin{array}{r} 275 \\ -32 \\ \hline 243 \end{array}$$

8 − 3 = 5
■■■■■■□□

ផលបូក (sum)

ចំនួនដែលជាផលនៃការបូក បញ្ចូលជើងបូកពីរ ឬច្រើនទៀត ។

ឧទាហរណ៍: 7 + 9 = 16 ‹— ផលបូក

មុមបន្ថែម (supplementary angles)

មុមពីរដែលបូករួមចូលគ្នា មាន 180° ។

ឧទាហរណ៍:

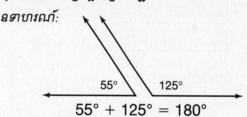

55° + 125° = 180°

ក្រឡាផ្ទៃមុខ (surface area)

ផលបូកក្រឡាផ្ទៃ នៃគ្រប់មុខទាំងអស់ របស់សូលីត ។

ឧទាហរណ៍:

ក្រឡាផ្ទៃមុខ = (2 x ក្រឡាផ្ទៃផ្ទែកខាងមុខ) + (2 x ក្រឡាផ្ទៃខាង) + (2 x ក្រឡាផ្ទៃលើ)

ក្រឡាផ្ទៃមុខ = (2 × 50) + (2 × 20) + (2 × 40)
= 100 + 40 + 80
= 220 cm²

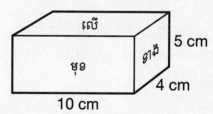

សម្រង់ (survey)

សំណួរដែលឆ្លើយ ដោយក្រុមមនុស្ស ។

ឧទាហរណ៍:

សម្រង់ អតិថិជន
តើអ្នកមកទិញថ្វាល់ នៅទីនេះ ញឹកញាប់ទេ? _____
តើរបស់ប៉ុន្មានដែលអ្នកបានទិញ? _____
តើអ្នកធ្វើការនៅហាងនេះ ចេះគួរសមប្ញបទេ? _____

និមិត្តសញ្ញា (symbol) រូបភាព ក្នុងក្រាភិចរូប ដែលសម្រាប់សម្គាល់ចំនួនរបស់ ដែលអោយ ។

ឧទាហរណ៍:

ចំនួនសំបុត្រលក់រសេរហើយ

បន្ទប 201	≪ ≪ ≪ ≪
បន្ទប 204	≪ ≪ ≪
បន្ទប 105	≪ ≪ ≪ ≪ ≪
បន្ទប 103	≪ ≪ ≪ ≪

≪ = 5 សំបុត្រ

និមិត្តសញ្ញា

ឆ្លុះ (symmetry) រូបភាពឆ្លុះ អាចបត់ជាពីរ តាមបណ្ដោយខ្សែរូបណ្ដោយ ដែលទាំងពីរ ផ្នាំងត្រូវ គ្នាបេះបិទ ។ មើលខ្សែរូបឆ្លុះថែមទៀត ។

ឧទាហរណ៍:

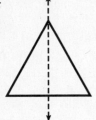 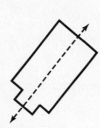

តារាងជ្រុងបញ្ឈរ (T-table) គឺជាតារាង បង្ហាញប្រាប់ x និង តម្លៃ-y ជា តថានុរូប របស់សមីការមួយ ។

ឧទាហរណ៍: $y = 2x + 1$

x	y
−2	−3
−1	−1
0	1
1	3
2	5

ខ្លាតស្លាបព្រាបាយ (tablespoon (tbsp)) ឯកតារង្វាស់ចំណុះ តាមបែបទម្លាប់ ។

ឧទាហរណ៍:

 1 ស្លាបព្រាបាយ

ក្រិតចម្រឹង (tally mark) ក្រិតប្រើ សម្រាប់កំណត់ទុក ទិន្នផល ។

ឧទាហរណ៍:

I = មួយ

Щ1 = ប្រាំ

ខ្លាតស្លាបព្រាការហ្វេ (teaspoon (tsp)) ឯកតារង្វាស់ចំណុះ តាមបែបទម្លាប់ ។

ឧទាហរណ៍:

 1 ស្លាបព្រាការហ្វេ

3 ស្លាបព្រាការហ្វេ = 1 ស្លាបព្រាបាយ

មួយភាគដប់ (tenth) មួយក្នុងដប់ភាគ ស្មើគ្នានៃដុំទាំងមូល ។

ឧទាហរណ៍:

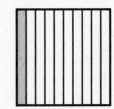

កំណត់ចុងលេខទសភាគ (terminating decimal) ទសភាគមួយ ដែលមានចំនួនតួ លេខ មិនចូររផ្លាស់ ។

ឧទាហរណ៍:   3.5   0.599992   4.05

ក្បាច់បណ្ដាក់គ្នា (tessellation) លក្ខណៈ លំនាំ ច្រំបន្ត របស់រូបដែល ពាសច្បូងមួយ គ្មានចន្លោះទទេ ឬត្រួតលើគ្នា ។

ឧទាហរណ៍:

  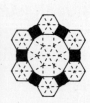

មួយភាគមួយពាន់ (thousandths)
មួយក្នុងមួយពាន់ភាគស្មើគ្នានៃដុំទាំងមូល ។

ឧទាហរណ៍:

រយ	មួយភាគដប់	មួយភាគមួយរយ	មួយភាគមួយពាន់
0 .	0	0	2

0.002 គឺ 2 ភាគមួយពាន់

គោន (ton) ឯកតារង្វាស់ទម្ងន់ តាមបែបទម្លាប់ ។

ឧទាហរណ៍:

ឡានផ្ទុកទម្ងន់
ប្រហែល 1 គោន

បំលែង (translation) រូបភាព របស់រូបមួយ ដែលបានបង្កើលទៅទីតាំងថ្មីមួយទៀត ដោយមិនផ្លាប់ចុះ ឬត្រឡប់ ។ គេប្រើពាក្យនេះ សម្រាប់បន្លាស់រូប ក្នុងការបង្កិលវា ។

ឧទាហរណ៍:

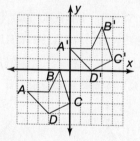

ចតុកោណព្ញយ (trapezoid) ចតុរង្គ ដែល មានជ្រុងខាងមួយគូស្របគ្នា ជាក់លាក់ ។

ឧទាហរណ៍:

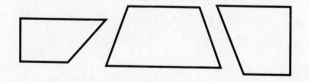

ឌីយ៉ាក្រាមស្ទេង (tree diagram) ឌីយ៉ា ក្រាមដែលបង្ហាញនូវលទ្ធផលទាំងអស់ ដែល អាចកើត ឡើងរបស់ស្ថានការណ៍ណាមួយ ។

ឧទាហរណ៍:

ភាក់ទី 1	ភាក់ទី 2	លទ្ធផលអាចកើតឡើង
មុខ	មុខ	មុខ, មុខ
	ខ្នង	មុខ, ខ្នង
ខ្នង	មុខ	ខ្នង, មុខ
	ខ្នង	ខ្នង, ខ្នង

ទំនោរ (trend) គឺជាទំនាក់ទំនងរវាងសំណុំពីរ នៃ ទិន្នផល ដែលបង្ហាញជាលក្ខណៈលំនាំ នៅក្នុង ឌីយ៉ាក្រាមចំណុចរាយ ។ មើល ទំនាក់ទំនងវិជ្ជមាន និងទំនាក់ ទំនងអវិជ្ជមាន ។

ត្រីកោណ (triangle) គឺជាពហុកោណ ដែលមានជ្រុងខាង៣ ។

ឧទាហរណ៍:

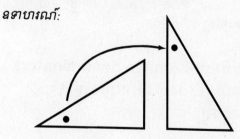

ត្រឡប់ (turn) បង្កិលរូបឬ៤ងមួយ ។

ឧទាហរណ៍:

ល្បែងមិនស្មើ (unfair game) គឺជា ល្បែងដែល អ្នកលេងទាំងអស់ មិនឈ្នះ ដោយបាន ភវនីយភាព ស្មើគ្នាទេ ។

ឧទាហរណ៍:

ល្បែងមិនស្មើ: គូបលេខ មួយគូ បានបោះត្រឡប់ឡើង ។ អ្នកលេង ម្នាក់ៗត្រូវបូកគូមលេខពី 2 ទៅ 12 ។ ពិន្ទុអ្នក លេងម្នាក់ៗ គឺផលបូក លេខ ដែលបានបោះនោះ ។ ដូច្នេះ ផលបូកពីលេខ 2 ទៅ 12 ពុំស្មើគ្នា ទេ ក្នុងការផ្សងបោះ ត្រឡប់ ហើយអ្នកលេងទាំងអស់ មិនអាច ស្មើគ្នា បាន ក្នុងការ ដណ្តើមយកឈ្នះ - នេះហើយជាល្បែងមិនស្មើគ្នា ។

ឯកតា (unit) បរិមាណមួយ ប្រើការសម្រាប់ជាខ្នាតរង្វាស់ ។

ឧទាហរណ៍:

អ៊ិញ, មីនុត (នាទី), លីត្រ, អោន្ស, ថ្ងៃ, ផោន

ឯកតាប្រភាគ (unit fraction) គឺប្រភាគដែលមានភាគយកស្មើ ១ ។

ឧទាហរណ៍: $\frac{1}{4}$ $\frac{1}{2}$ $\frac{1}{7}$

ឯកតាអត្រា (unit rate) គឺអត្រា ក្នុងការ ប្រៀបធៀប ដែលចំនួនទីពីរ គឺជាមួយឯកតា ។

ឧទាហរណ៍:

25 ហ្គាឡុន ក្នុងមួយមីនុត $\frac{55 \text{ម៉ៃល}}{1 \text{ម៉ោង}}$

ឯកតាពេល (units of time)

ឧទាហរណ៍:

វិនាទី, នាទី (មីនុត), ម៉ោង, ថ្ងៃ, អាទិត្យ, ខែ, ឆ្នាំ, ទសវត្ស (ដប់ឆ្នាំ), សតវត្ស

ភាគបែងមិនភ្លោះ (unlike denominator) គឺភាគ បែងក្នុងប្រភាគពីរ ឬច្រើនឡើត ដែលមិនដូចគ្នា ។

ឧទាហរណ៍: $\frac{1}{2}$ $\frac{2}{5}$ $\frac{2}{9}$
ភាគបែងមិនភ្លោះ

មិនគួរនឹង (unlikely) មិនគួរនឹងកើតឡើងបាន ។

ឧទាហរណ៍:

មិនគួរនឹងផ្គេ ដោយដួចមនុស្សកើត ។

អថេរ (variable) អក្សរ ដែលសម្រាប់ សម្គាល់ចំនួនមួយ ឬ កំណត់បាន នៃចំនួន ។

ឧទាហរណ៍: $n - 3$ $n + 5$
អថេរ

ឌីយ៉ាក្រាមតំបន់ (Venn diagram) គឺជា ឌីយ៉ាក្រាម ដែលប្រើផ្ទែកតំបន់ ដើម្បីបង្ហាញ ពីទំនាក់ទំនង រវាងសំណុំនែរបស់ ។

ឧទាហរណ៍:

កំពូល (ពហុករចន: កំពូលច្រើន) (vertex (plural, vertices)) ចំណុចដែលរេយ៍ទាំងពីរ របស់មុមមួយ មានរួមគ្នា ។ ម្យ៉ាងឡើត ជាចំណុចដែល ទ្រនុងខាងជាច្រើន មកជួបគ្នា ។

ឧទាហរណ៍:

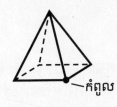

កំពូល ← → កំពូល

អ័ក្សបញ្ឈរ (vertical axis) គឺបន្ទាត់បញ្ឈរ ក្នុងបន្ទាត់ទាំងពីរ ដែលកើតឡើងដោយក្រាភិច ឬ ដោយតម្រុយបូង (កូអរដោណេ) ។

ឧទាហរណ៍:

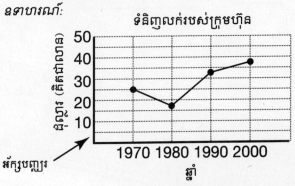

ទំនិញលក់របស់ក្រុមហ៊ុន

អ័ក្សបញ្ឈរ

ឆ្នាំ

រូបលួម (volume) ចំនួនឯកតាគូប ដែលត្រូវការបំពេញ រូបសូលីតមួយ ។

ឧទាហរណ៍:

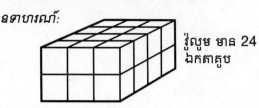

រូបលួម មាន 24 ឯកតាគូប

ទម្ងន់ (weight) គឺរង្វាស់នៃកម្លាំង ដែលទំនាញ ផែនដី សង្កត់ទៅលើគ្នាអង្គអ្វីមួយ ។

ឧទាហរណ៍:

1 អោន្ស   1 ផោន   1 តោន

លេខគត់គូ (whole number) លេខណាមួយ នៅក្នុងសំណុំ {0, 1, 2, 3, 4, . . .}

អក្សរតំណាង (word name) គឺរបៀបបង្ហាញ លេខដោយប្រើពាក្យ ។

ឧទាហរណ៍:

ប្រាំបួនពាន់, ប៊ីរយម៉្លៃប្រាំ

អក្សរ-x (x-axis) គឺអក្សរផ្ដេក ក្នុងតម្រុយប្លង់ ។

ឧទាហរណ៍:

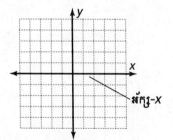

អក្សរ-x

កូអរដោណេ-x (x-coordinate) គឺចំណុចទីមួយ នៅក្នុងលំដាប់គូ។

ឧទាហរណ៍:

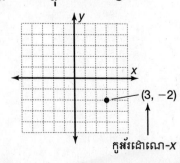

(3, −2)

កូអរដោណេ-x

អក្សរ-y (y-axis) គឺអក្សរបញ្ឈរ ក្នុងតម្រុយប្លង់ ។

ឧទាហរណ៍:

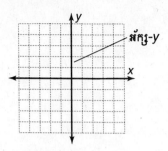

អក្សរ-y

កូអរដោណេ-y (y-coordinate) គឺចំណុចទីពីរ នៅក្នុងលំដាប់គូ ។

ឧទាហរណ៍:

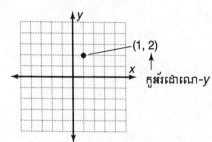

(1, 2)

កូអរដោណេ-y

យ៉ាត (yard (yd)) ឯកតារង្វាស់ប្រវែង តាមបែបទម្លាប់ ។

ឧទាហរណ៍:

កម្ពស់គុ ប្រហែល 1 យ៉ាត

គូគត់ (zero pair) គឺចំនួនណាមួយ និងចំនួនផ្ទុយរបស់វា ។

ឧទាហរណ៍:   7 និង −7   23 និង −23

លក្ខណៈគត់ (zero property) ក្នុងការធ្វើ លេខបូក, ផលបូករបស់ចំនួនណាមួយជា មួយសូន្យ គឺ ស្មើនឹងចំនួនដដែលនោះ ។ ក្នុងការធ្វើលេខគុណ, ផលគុណារបស់ចំនួន ណាមួយជាមួយសូន្យ គឺ ស្មើនឹងសូន្យ ។

ឧទាហរណ៍: $7 + 0 = 7$ $7 \times 0 = 0$

Cantonese Glossary

午前 (A.M.) 從午夜到中午的時間。

例如:

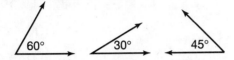

銳角 (acute angle) 小於90°的角。

例如:

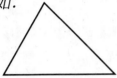

銳角三角形 (acute triangle) 所有各角均小於直角的三角形。

例如:

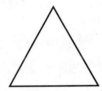

加數 (addend) 求和中相加的數。

例如:

加數

$2 + 7 = 9$

加法 (addition) 把兩個或兩個以上的數放在一起得出總數的一種運算方法。

例如:

$5 \quad + \quad 7 \quad = \quad 12$

$$\begin{array}{r} 1 \\ 4\,3\,8 \\ +\,7\,2\,5 \\ \hline 1{,}1\,6\,3 \end{array}$$

代數 (algebra) 數學的一個分支,用變量代表數字對數學算式進行研究。

代數表達式 (algebraic expression) 含有變量的表達式。

例如:

$n + 8 \qquad 4 \times n \qquad n - 2$

模擬鐘錶 (analog clock) 用錶針顯示時間的一個錶盤。

例如:

7:29

角 (angle) 有一個共同起點的兩條射線。

例如:

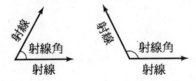

面積 (area) 覆蓋一個封閉圖形的平方單位數量。

例如:

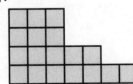

面積是18個平方單位。

數組 (array) 按排和列組合的物體。

例如:

```
* * * * *        * * *
* * * * *        * * *
* * * * *        * * *
                 * * *
                 * * *
```

表示5個一排的3組

表示3個一列的5組

結合律 (associative (grouping) property) 當加數或乘數換位重組時，其和或乘積不變。

例如：

$$(5 + 2) + 3 = 5 + (2 + 3)$$
$$(3 \times 2) \times 1 = 3 \times (2 \times 1)$$

平均數 (average) 兩個或多個數的和與加數的個數相除得到的值。也稱中數。

例如：

找出12、14、16和18的平均數（中數）。

```
                    15
   12           4)60
   14           -4
   16            20
 + 18           -20
   60             0
```

平均數是15。

坐標軸 (axes) 見 x-軸和 y-軸。

柱狀圖 (bar graph) 用條線說明數據的圖。

例如：

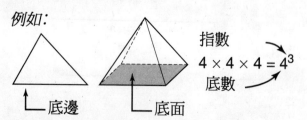

喜歡的顏色

學生人數

底邊，底面，底數 (base) 多邊形或多面體的底邊或底面。另外，在 4^3 中，4是底數。

例如：

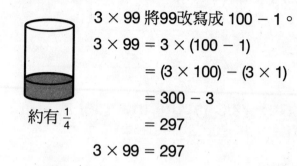

指數
$$4 \times 4 \times 4 = 4^3$$
底數

底邊　　　底面

標准 (benchmark) 用來估算其他測量的已知度量。另外，也指使用方便的一個數，例如用來進行心算的 10、50、100、500、1,000或 1,000,000。

例如：

約有 $\frac{1}{4}$

3×99 將99改寫成 $100 - 1$。
$$3 \times 99 = 3 \times (100 - 1)$$
$$= (3 \times 100) - (3 \times 1)$$
$$= 300 - 3$$
$$= 297$$
$$3 \times 99 = 297$$

二進制 (binary number system) 以二位值為基礎的系統。

例如：

在二進制中，1011等於十進制（以十位值為基礎）中的11。

	八位	四位	二位	一位
二進制	1	0	1	1
位值	8	4	2	1
積	1×8=8	0×4=0	1×2=2	1×1=1

$(1 \times 8) + (0 \times 4) + (1 \times 2) + (1 \times 1)$
$= 8 + 0 + 2 + 1 = 11$

平分 (bisect) 將一個角或線段分為兩個全等的角或相等的兩條線段。

例如：

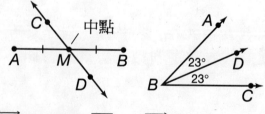

$\overleftrightarrow{CD}$ 平分線段 $\overline{AB}$.　　$\overrightarrow{BD}$ 平分 $\angle ABC$.

框線圖 (box-and-whisker plot) 一種形象化地表示統計數據分佈的方法。下面的例子是以十個考分爲基礎的：52, 64, 75, 79, 80, 80, 81, 88, 92, 99。

例如:

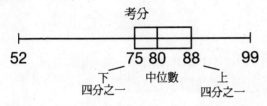

日歷 (calendar) 標有月、日和星期的表。

例如:

五月						
S	M	T	W	T	F	S
			1	2	3	4	5
6	7	8	9	10	11	12
13	14	15	16	17	18	19
20	21	22	23	24	25	26
27	28	29	30	31		

容積 (capacity) 容器盛裝液體的量。

例如:

1000 mL　1 mL　1 L　1 杯　1 夸脫　1加侖

美分 (cent (¢)) 貨幣單位，100美分等於1美元。

例如:

 一美分是 1¢。

圓心 (center) 與圓上的所有點等距離的一個點。

例如:

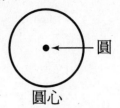

圓心

百分之一 (centi-) 英語詞前綴，意思是 $\frac{1}{100}$。

例如:　　　1 厘米 = $\frac{1}{100}$ 米

厘米 (centimeter (cm)) 公制中測量長度的單位。

例如:

1 厘米

1 厘米

一定，肯定 (certain) 注定要發生。

例如:

二月之後的月份一定是三月。

概率 (chances) 每一事件將發生的可能性。

例如:

拋硬幣時，得到正面和背面的概率是一樣的。

正面　　　背面

零錢 (change) 找回的超過所買東西價格的錢。

例如:

交給售貨員的錢		貨物價值		零錢
$1.00	–	0.75	=	$0.25

弦 (chord) 兩個端點均在圓上的線段。

例如:

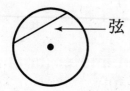

圓 (circle) 所有的點與一點(即圓心)的距離均相等的平面圖形。

例如:

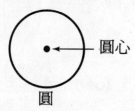

圓形圖 (circle graph) 表示整體與部份關係的圓形圖表。

例如:

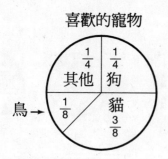

圓週 (circumference) 圓的一週的長度。$C = 2 \times \pi \times r$ 或 $C = \pi \times d$

例如:

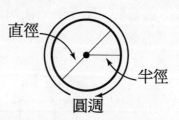

順時針 (clockwise) 一個圖形的頂部向右轉動時的旋轉方向。

例如:

群律 (cluster) 在線陣圖中所取的一組近似值。

例如:

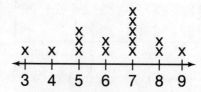

該線陣圖的估算值是7。

聚類 (clustering) 一種近似計算方法。如果各個數字大致相等,則認爲它們是相等的。

例如:

26 + 24 + 23 大約等於 25 + 25 + 25, 或 3 × 25。

公分母 (common denominator) 兩個或兩個以上的分數中共有的分母。

例如:
$$\frac{1}{8} \qquad \frac{3}{8} \qquad \frac{6}{8}$$

8是公分母。

公因數 (common factor) 兩個或多個不同數共有的因數。

例如:

3是6的因數。

3是9的因數。

3是6和9的公因數。

公倍數 (common multiple) 兩個或多個不同數的共同倍數。

24是6的倍數。

24是8的倍數。

24是6和8的公倍數。

交換律 (commutative (order) property) 改變加數或乘數的次序和與乘積不變。

例如:
$$8 + 5 = 5 + 8 \qquad 3 \times 6 = 6 \times 3$$

比較 (compare) 判斷兩個數中哪個大。

例如:

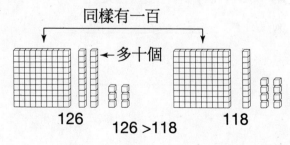

同樣有一百

←多十個

126   118

126 >118

圓規 (compass) 畫圓的工具。

例如:

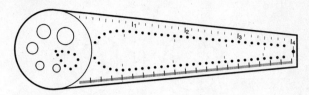

整合數 (compatible numbers) 便於心算的數。

例如:
$$25 + 175 \qquad 5 \times 20 \qquad 360 \div 9$$

補償 (compensation) 智力算術,就是選擇與問題中相近的數,然後調整答案以對所選擇的數進行補償。

例如:
$$99 \times 4 = (100 - 1) \times 4$$
$$= (100 \times 4) - (1 \times 4)$$
$$= 400 - 4$$
$$= 396$$

餘角 (complementary angles) 兩個角的值相加為 90° 的兩個角。

例如:

35°

55°

35° + 55° = 90°

合數 (composite number) 大於1而又含有兩個以上因數的整數。

例如:

6是整合數。它的因數是1、2、3和6。

複合事件 (compound event) 由兩個或兩個以上的單獨事件合成的事件。

例如:

 和

拋硬幣得到正面和擲數字立方體得到1是複合事件。

圓錐體 (cone) 有一個圓形底面和一個頂點的實心體。

例如:

全等圖形 (congruent figure) 面積和形狀完全相等的圖形。

例如:

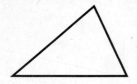 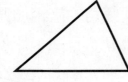

全等三角形

常數 (constant) 一個值不變的數。

例如:

在代數式 x + 7中，7是一個常數。

換算因子 (conversion factor) 用於將數量從一種單位轉換成另一種單位的等價度量。通常以分數表示。

例如:

12 吋 = 1 呎 ; $\frac{12\ 吋}{1\ 呎}$

4 夸脫 = 1 加侖 ; $\frac{4\ 夸脫}{1\ 加侖}$

坐標格 (coordinate grid) 用來確定點位置的圖形。

例如:

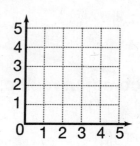

坐標 (coordinates) 在圖中用來確定點的位置的一個數對。見有序數對。

例如:

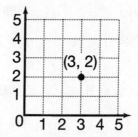

角 (corner) 兩格邊相交處。

例如:

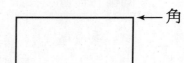

角

逆時針 (counterclockwise)
一個圖形的頂部向左轉動時的旋轉方向。

例如：

交叉乘積 (cross product) 一個
比值的分子與另一個比值的分母的乘積。

例如：

交叉乘積：
$1 \times 5 = 5$
$3 \times 2 = 6$

立方體 (cube) 六個面都是正方形的立體。

例如：

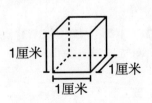

立方 (cubed) 增加到三次方。

例如：
$$2的立方 = 2^3 = 2 \times 2 \times 2 = 8$$

立方厘米 (cubic centimeter)
邊長爲1厘米的立方體。體積度量單位。簡寫作cm^3。

例如：

1厘米　1厘米　1厘米

立方吋 (cubic inch) 邊長爲1吋的立方體。體積度量單位。簡寫作in^3。

例如：

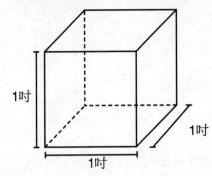

1吋　1吋　1吋

立方單位 (cubic unit) 邊長爲1個單位的立方體。體積度量單位。

例如：

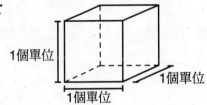

1個單位　1個單位　1個單位

量杯 (cup (c)) 在英制中用來度量容積的單位。

例如：

8 盎司
6
4
2

長度、重量、容積和溫度的英制單位 (customary units of length, weight, capacity, and temperature)

例如：

下一出口 1哩　米 1磅　牛奶　20°F 16°F 10°F

長度　重量　容積　溫度

圓柱體 (cylinder) 有兩個平行圓形底面的立體圖形。

例如：

數據 (data) 計算需要的資訊。

例如：

班里的學生記錄下了5天中的日最高氣溫：74℉、79℉、82℉、85℉和80℉。

十邊形 (decagon) 有十條邊的多邊形。

例如：

十分之一 (deci-) 前綴，意思爲十分之一。

例如：　1 分米 $= \frac{1}{10}$ 米

小數 (decimal) 用小數點表示十分位、百分位等的數字。

例如：

　　　3.142　　　0.5　　　15.19

小數的加法 (decimal addition) 兩個或兩個以上的小數相加。

例如：

$$\begin{array}{r} \overset{1\ \ 1}{3\,6.2\,9} \\ +\ 2\,5.1\,2 \\ \hline 6\,1.4\,1 \end{array}$$

小數的除法 (decimal division) 兩個小數相除。

例如：

$$\begin{array}{r} 2.564 \\ 7\overline{)17.948} \\ -14 \\ \hline 39 \\ -35 \\ \hline 44 \\ -42 \\ \hline 28 \\ -28 \\ \hline 0 \end{array}$$

小數的乘法 (decimal multiplication) 兩個或兩個以上的小數相乘。

例如：

$$\begin{array}{r} 2.75 \leftarrow 2 \ 兩位小數 \\ \times\ 0.3 \leftarrow 1 \ 一位小數 \\ \hline 0.825 \leftarrow 3 \ 三位小數 \end{array}$$

小數點 (decimal point) 在分數中用來將個位和十分位或將貨幣中的元與分區分開來的符號。

Example：　4.57　　　　$2.13

　　　　　　　小數點

小數的減法 (decimal subtraction) 兩個小數相減。

例如：

$$\begin{array}{r} \overset{5\ 12}{8\,6.2\,7} \\ -\ 2.8\,5 \\ \hline 8\,3.4\,2 \end{array}$$

十進制 (decimal system) 以十位數值爲基礎的系統。

例如：

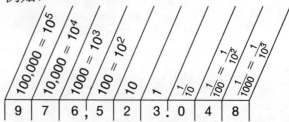

分米 (decimeter (dm)) 公制中的長度度量單位。

例如:

1分米 = 10厘米

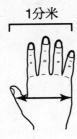
1分米

度 (degree (°)) 角和溫度的度量單位。

例如:

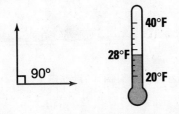
90°

40°F
28°F
20°F

攝氏度 (degree Celsius (°C)) 公制中溫度的度量單位。

例如:

寒冷天的氣溫是:−10°C

正常的體溫是:37°C

華氏度 (degree Fahrenheit (°F)) 英制中溫度的度量單位。

例如:

寒冷天的氣溫是:14°F

正常的體溫是:98.6°F

十 (deka-) 前綴,意思為十。

例如: 十米 = 10 米

分母 (denominator) 分數中分數線下面表示等分數量的數。

例如:

$\frac{5}{6}$ ← 分母

對角線 (diagonal) 連接多邊形兩個頂點的非邊線段。

例如:

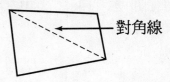
對角線

直徑 (diameter) 由圓上一點出發經過圓心並交到圓上另一側的線段。

例如:

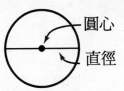
圓心
直徑

差 (difference) 兩個數相減得到的結果。

例如:

差
6 − 4 = 2

數字 (digits) 用來書寫數字0,1,2,3,4,5,6,7,8,9的符號。

數字時鐘 (digital clock) 以數字顯示時間的時鐘。

例如:

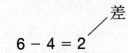
7:29

顯示屏,屏幕,字幕,讀數 (display) 計算器上顯示輸入數字和結果的屏幕。

例如:

輸入
顯示

225 + 133 = 358

分配律 (distributive property)
與幾個數的和相乘得到的結果等於與每個加數相乘然後再相加得到的結果。

例如:
$$3 \times (2 + 4) = 18$$
$$(3 \times 2) + (3 \times 4) = 18$$

被除數 (dividend) 在除式中被除的數。

例如:

被除數

$$63 \div 9 = 7$$

可除儘的 (divisible) 可被另一個數整除而沒有餘數。

例如: 18 可被 6 除儘。

除法 (division) 表示有多少相等的集合或每個集合中有多少部份的運算。

例如:

$$\begin{array}{r} 64 \\ 4\overline{)256} \\ -24 \\ \hline 16 \\ -16 \\ \hline 0 \end{array}$$

$18 \div 6 = 3$

$18 \div 3 = 6$

除數 (divisor) 與被除數相除的數。

例如:

被除數

$$63 \div 9 = 7$$

除數

十二邊形 (dodecagon) 有十二條邊的多邊形。

例如:

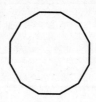

美元 (dollar $) 等於100美分的一張紙幣或硬幣。

例如:

邊 (edge) 立體圖形中兩個面相交形成的線段。

例如:

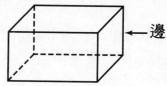

邊

記時 (elapsed time) 兩個事件之間的時間差。

例如:

於早8:15 開始

於早10:30 結束

記時為2小時15分。

端點 (endpoint) 射線的起點或線段的任意一端的點。

例如:

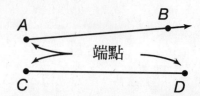

端點

相等 (equality) 一種精確相等的數學關系。

例如:

$$16 + 8 = 24 \qquad 25 \div 5 = 5$$

同概率 (equally likely) 發生和不發生的概率相同。

例如:

拋硬幣時,得到正面和背面的概率是一樣的。

等比 (equal ratios) 比值相同的比例。

例如:

$\frac{1}{2}$ 和 $\frac{2}{4}$ 是等比。

等式 (equation) 在兩個數學表達式中用等號 (=) 表示等值。見數字算式。

例如:

$$9 + 2 = 11 \qquad 32 \div 4 = 8$$

等邊三角形 (equilateral triangle) 三條邊都相等的三角形。

例如:

等值小數 (equivalent decimals) 表達相同量的小數。

例如:

 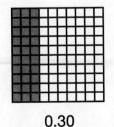

$$0.3 \qquad = \qquad 0.30$$

等值分數 (equivalent fractions) 表達劃分區域中同一區域、同一組或同一部份的分數。

例如:

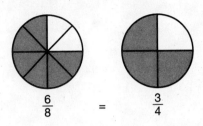

$$\frac{6}{8} \qquad = \qquad \frac{3}{4}$$

估算 (estimate) 得出接近精確答案的數值。

例如:

估算和

歐拉公式 (Euler's formula) 一個多面體的面 (*F*)、頂點 (*V*) 和邊 (*E*) 的數目具有關係式 $F + V - E = 2$。

例如:

對於所示的三棱錐,
$$5 \ + \ 5 \ - \ 8 = 2$$
面　　頂點　　邊

賦值 (evaluate) 用已知數值代換幾何算式中變量,然後求出算式的值。

例如:

用 $n = 3$ 給 $2 \times n + 5$ 賦值。
答案是 $2 \times 3 + 5 = 6 + 5 = 11$。

偶數 (even number) 個位上是0、2、4、6或8的整數。可以被2整除的整數。

例如:

$$8 \qquad 12 \qquad 20 \qquad 36 \qquad 54$$

事件 (event) 一次試驗或一種狀態的一個或一組結果。

例如:

事件:　　　　當擲一個數字立方體時,得到 3 或比 3 大的數。

該事件的
可能結果:　　3, 4, 5, 6

展開式 (expanded form) 將一個數寫成表達每一位上的數值的表達方式。

例如:

9,325的展開式為:

$$9,000 + 300 + 20 + 5$$

期望概率 (expected probability) 如果試驗無限地進行下去,將得到的必然結果的概率。

例如:

拋硬幣得到正面的期望概率是 $\frac{1}{2}$。

試驗 (experiment) 測試或實驗。

例如:　　拋硬幣
　　　　　　擲數字方塊
　　　　　　轉動轉盤

試驗概率 (experimental probability) 概率基於試驗的結果得出。

例如:

拋兩枚硬幣50次。結果是:

　2個都是正面: 13次
　2個都是背面: 15次
　1個正面1個背面: 22次

得到2個都是正面的試驗概率是 $\frac{13}{50}$。

指數,冪 (exponent) 用作因數次數的一個數字。

例如:

$$3 \times 3 \times 3 \times 3 = 3^4 \leftarrow \text{指數}$$

指數記號 (exponential notation) 用指數表示一個數連乘的一種書寫方法。

例如:　　2^8　　　5^2　　　9^3

表達式 (expression) 含有一種或多種運算方式的數字算式。另見代數表達式。

例如:

　$4 + 5$　　$6 \times 3 \times 2$　　$8 \div 2 + 3$

面 (face) 立體圖形的平面。

例如:

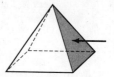
面

算式集 (fact family) 用同一組數字組合得到的相關算式。

例如:

$$4 + 3 = 7$$
$$3 + 4 = 7$$
$$7 - 3 = 4$$
$$7 - 4 = 3$$

因數 (factor) 相乘可得到積的數。

例如:　　　　因數
　　　　　　 / \
　　　　 $7 \times 3 = 21$

因數樹，因數圖 (factor tree)
求出一個數的素因數的圖表。

例如：

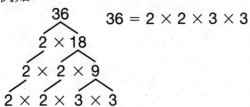

$$36 = 2 \times 2 \times 3 \times 3$$

公平 (fair) 獲得所有結果的概率相等。

例如：

拋硬幣
得到正面
或背面。

擲數字方塊
得到數字
1、2、3、4、5
或6。

轉動等分的轉盤。

公平遊戲 (fair game) 每一位參加者有平等獲勝機會的遊戲。

例如：

公平遊戲：
每人輪流轉動轉盤。
每個人轉到自己的
名字時得到一分。

反射 (flip) 將平面或圖形翻轉過來。

例如：

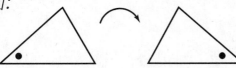

液衡盎司 (fluid ounce (fl oz))
英制中容積的度量單位。

例如：

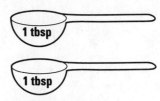

2 湯匙等於 1 液盎。

呎 (foot (ft)) 英制中長度的度量單位。

例如：

1呎

公式 (formula) 用符號表示的普通規則。

例如：

長方形週長公式是 $P = 2 \times (l + w)$。

分數 (fraction) 比較整體、部份或一組中相同部份的方式。

例如：

$\frac{3}{8}$ 是8個等份中的
3個等份。

分數的加法 (fraction addition) 兩個或兩個以上的分數相加。

例如：

$$
\begin{array}{r}
\frac{1}{3} = \frac{4}{12} \\
+ \frac{1}{4} = + \frac{3}{12} \\
\hline
\frac{7}{12}
\end{array}
$$

分數的除法 (fraction division)
兩個分數相除。

例如：

2 中有多少個 $\frac{1}{8}$？

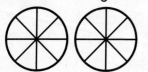 $2 \div \frac{1}{8} = 2 \times \frac{8}{1} = 16$

分數的乘法 (fraction multiplication) 兩個或兩個以上的分數相乘。

例如： $\frac{1}{3} \times \frac{2}{5} = \frac{1 \times 2}{3 \times 5} = \frac{2}{15}$

分數的減法 (fraction subtraction)
兩個分數相減。

例如：

$$\begin{array}{r} \frac{3}{4} = \frac{9}{12} \\ -\frac{2}{3} = -\frac{8}{12} \\ \hline \frac{1}{12} \end{array}$$

頻率表 (frequency chart or table)
表明事物分類及其出現概率的表。

例如：

襯衣的顏色	頻率
黑色	8
桔紅色	2
白色	5
藍色	4

高位估計 (front-end estimation)
將各加數的高位相加，然後再根據餘下位數調整結果的一種估算方式。

例如：
$$\begin{array}{r} 476 \\ + 388 \end{array}$$

$$\begin{array}{rcr} 476 & \to & 400 \\ + 388 & \to & + 300 \\ \hline & & 700 \end{array} \qquad \begin{array}{rcr} 476 & \to & 70 \\ + 388 & \to & + 80 \\ \hline & & 150 \end{array}$$

$$700 + 150 = 850$$

加侖 (gallon (gal)) 英制中容積的度量單位。

例如：

牛奶

牛奶通常採用1加侖包裝。

幾何學 (geometry) 數學的一個分支，研究點、線、圖形、立體的關係。

克 (gram (g)) 公制中質量的度量單位。

例如：

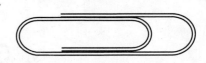

一個大曲別針的質量大約1克。

圖表 (graph) 表示組織有序的數據的圖。

例如：

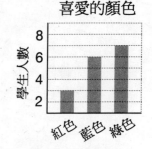

寫信的數量

喜愛的顏色

大於 (greater than (>)) 數與數的關係，在數軸上比另一個數更靠右。

例如：

7 > 3　"七大於三。"

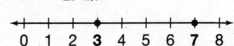

最大公約數 (greatest common factor, GCF) 兩個或多個數的公約數中最大的一個叫最大公約數。

例如：

12的公約數： **1** **2** **3** 4 **6** 12

18的公約數： **1** **2** **3** **6** 9 18

1、2、3和6是公約數。6是最大公約數。

結合律 (grouping (associative) property) 加數或因數分組改變時，和或乘積不變。

例如：

$$(5 + 2) + 3 = 5 + (2 + 3)$$
$$(3 \times 2) \times 1 = 3 \times (2 \times 1)$$

百- (hecto-) 前綴，意思為100。

例如： 1 百米 = 100 米

高 (height) 三角形頂點到底邊垂線的長度。

例如：

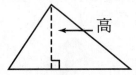

高

七邊形 (heptagon) 有七條邊的多邊形。

例如：

六邊形 (hexagon) 有六條邊的多邊形。

例如：

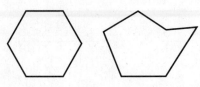

水平軸 (horizontal axis) 圖中左右走向的數軸。

例如：

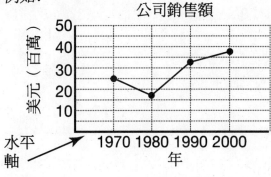

水平軸

百分之一 (hundredth) 整體100等份中的一份。

例如：

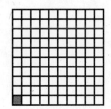

不成立 (impossible) 不可能發生。

例如：

擲一個標有1-6的數字方塊得到9是不成立的。

假分數 (improper fraction) 分數的分子大於或等於分母的分數。

例如：

$$\frac{15}{2} \qquad \frac{3}{3} \qquad \frac{4}{3} \qquad \frac{8}{1}$$

吋 (inch (in.)) 英制中長度的度量單位。

例如：

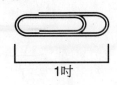

1吋曲別針約1吋長。

1吋

不等式 (inequality) 包含
<，>，≤，或 ≥符號的算式。

例如：

$6 < 9$ $x + 3 \geq 21$ $2x - 8 > 0$

整數 (integers) 所有正整數、負整數及零的集合。

例如： $..., -3, -2, -1, 0, 1, 2, 3, ...$

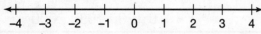

相交 (intersect) 穿過同一點。

例如：

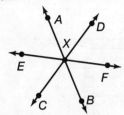

$\overleftrightarrow{AB}, \overleftrightarrow{CD},$ 和 $\overleftrightarrow{EF}$
在X點相交。

相交線 (intersecting lines) 共同經過同一點的線。

例如：

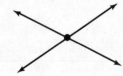

區間 (interval) 在一個柱狀圖或線條圖中，被分成相同大小的部份。

例如：

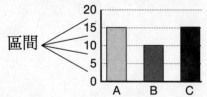

等腰三角形 (isosceles triangle) 至少有兩條邊相等的三角形。

例如：

 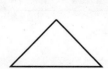

圖例 (key) 圖表中說明每一種符號各代表甚麼的部份。另見符號。

例如：

寫信的數量

201教室	✎ ✎ ✎ ✎
204教室	✎ ✎ ✎
105教室	✎ ✎ ✎ ✎ ✎
103教室	✎ ✎ ✎ ✎

✎ = 5封信 ←——圖例

千- (kilo-) 前綴，意思爲一千。

例如： 1 千米 = 1000 米

千克，公斤 (kilogram (kg)) 公制中質量的度量單位。

例如：

課本的質量約爲1千克。

千米，公里 (kilometer (km)) 公制中長度的度量單位。

例如：

你步行約15分鐘的距離。

葉 (leaf) 莖葉圖中表示個位數的部份。

例如：

莖	葉
0	1 1 2 3 4 8
1	0 3 5 9
2	1 1 7 8
3	2 6

最小公分母 (least common denominator, LCD) 兩個或多個分數的分母最小共有倍數。

例如: 求 $\frac{1}{4}$ 和 $\frac{1}{6}$ 的最小公分母（LCD）。

4的倍數: 　4　8　**12**　16　20　**24** ...

6的倍數: 　6　**12**　18　**24**　30　**36** ...

12和24是4和6的兩個公倍數。12是最小的共有倍數，即最小公分母（LCD）。

最小公倍數 (least common multiple, LCM) 兩個或多個不同數共有的倍數（零除外）。

例如: 求2和3的最小公倍數:

2的倍數: 　2　4　**6**　8　10　**12** ...

3的倍數: 　3　**6**　9　**12**　15 ...

6和12是3和4的兩個公倍數。6是最小公倍數（LCM）。

小於 (less than (<)) 數與數的關係，在數軸上比另一個數更靠左。

例如:

3 < 7 "三小於七。"

同分母 (like denominators) 兩個或兩個以上的分數中的分母相同。

例如:

$\frac{1}{8}$ 　 $\frac{3}{8}$ 　 $\frac{6}{8}$

同分母

可能 (likely) 有可能會發生。

例如:

今年冬天蒙大拿州可能會下雪。

直線 (line) 兩端均無限延長的一條直的線的軌跡。

例如:

<------------------------->

線圖 (line graph) 將點連接起來表示在一段時間內數據變化的圖表。

例如:

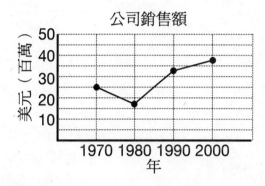

對稱軸 (line of symmetry) 圖上經此能夠把圖折成完全重合的兩部份的一條線。

例如:

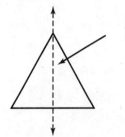
對稱軸
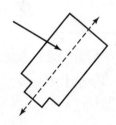

線陣圖 (line plot) 在數軸上用符號表示數據的一種圖表。

例如:

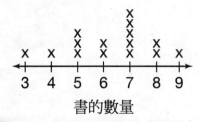

線段 (line segment) 直線的一部份，有兩個端點。

例如:

對稱軸 (line symmetry) 利用線對稱軸將一個圖形分成兩個完全相等的兩部份的線叫對稱軸。

例如:

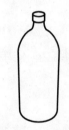

有對稱軸的圖　　沒有對稱軸的圖

升 (liter (L)) 公制中容積的度量單位。

例如:

這種瓶子能裝2升。

最簡分數 (lowest terms) 分數的分子和分母只有一個公因數1的分數。

例如: $\frac{1}{2}$　　$\frac{3}{5}$　　$\frac{21}{23}$

質量 (mass) 物體所含有的量。

例如:

一顆葡萄乾的　　一雙田徑鞋的
質量為1克。　　質量為1千克。

平均值 (mean) 兩個或多個加數之和除以加數的個數得到的數。亦稱平均數。

例如:

找出12, 14, 16, 和18的平均值（平均數）

$$
\begin{array}{r}
12 \\
14 \\
16 \\
+\ 18 \\
\hline
60
\end{array}
\qquad
\begin{array}{r}
15 \\
4\overline{)60} \\
-4 \\
\hline
20 \\
-20 \\
\hline
0
\end{array}
$$

平均值是15。

中位數 (median) 按順序排列的數據的中間數。

例如:

27 27 27 29 32 33 36 38 42 43 62
　　　　　　　　｜
　　　　　　　中位數

心算 (mental math) 不用鉛筆和紙或計算器，使用頭腦進行計算的數學。

例如:　　$200 \times 30 = 6,000$

米 (meter (m)) 公制中長度的度量單位。

例如:

1米

一米是你展開雙臂時從一隻手到另一隻手的距離。

18　Cantonese

長度、質量、容積和溫度的公制單位 (metric units of length, mass, capacity, and temperature)

例如:

下一出口
1公里

長度　　　容積　　　容積　　　溫度

大約1克

水
2升

°C
5
0
-5
-10
-15

哩 (mile (mi)) 英制中長度的度量單位。

例如:

你在約20分鐘內步行的距離。

千分之一 (milli-) 前綴，意思為 $\frac{1}{1000}$。

例如:　1 毫米 = $\frac{1}{1000}$ 米

毫升 (milliliter (mL)) 公制中容積的度量單位。

例如:

醫生用的滴液棒
每滴約1毫升。

毫米 (millimeter (mm)) 公制中長度的度量單位。

例如:

硬幣厚約1毫米。
10毫米 = 1厘米

帶分數 (mixed number) 含有整數和分數兩個部份的分數。

例如:　　$1\frac{1}{2}$　　　$3\frac{2}{5}$　　　$15\frac{7}{8}$

眾數 (mode) 在一組數據中出現次數最多的數。

例如:
27 27 27 29 32 33 36 38 42 43 62
27 是眾數。

倍數 (multiple) 一已知數和任何整數的乘積。

例如:
5的倍數:　　0　　5　　10　　15 . . .
5×0　5×1　5×2　5×3

乘法 (multiplication) 把相同的各組數放在一起能夠得出總數的一種運算方法。

例如:

$$\begin{array}{r} 45 \\ \times 12 \\ \hline 90 \\ 450 \\ \hline 540 \end{array}$$

2組數字8
2 x 8 = 16

負數 (negative number) 小於零的數。

例如:　-2°C

°C
5
0
-5
-10
-15

網格 (net) 可以剪切並折疊成立體圖形的圖案。

例如：

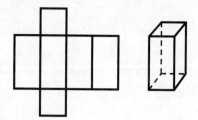

九邊形 (nonagon) 有九條邊的多邊形。

例如：

數軸 (number line) 用比例按順序顯示數的一條直線。

例如：

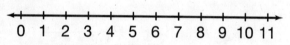

算式 (number sentence) 表示數字之間關係的方式。另見等式。

例如：　　2 + 5 = 7　　6 ÷ 2 = 3

數字-文字形式 (number-word form) 用數字和文字表示數的一種方法。

例如：　　45 兆　　9 千

數字 (numeral) 數的表示符號。

例如：　　7　　　58　　　234

分子 (numerator) 分數中分數線上的數字，表示等份中考慮的數量。

例如：

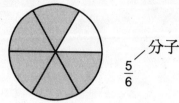

鈍角 (obtuse angle) 大於90°的角。

例如：

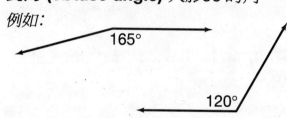

鈍角三角形 (obtuse triangle) 有一個角超過90°的三角形。

例如：

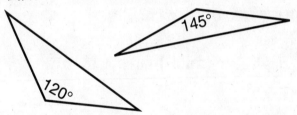

八邊形 (octagon) 有八條邊的多邊形。

例如：

奇數 (odd number) 個位上是1、3、5、7或9的整數。不能被2整除的整數。

例如：　　3　　91　　205　　445

可能性 (odds) 一個事件可能發生的途徑與其不可能發生的途徑的數量的比。

例如:

擲出一個3的可能性：1比5。
不可能擲出一個3的可能性：5比1。

一的法則 (one property) 在乘法中，一個數乘以1的積仍是這個數。在除法中，一個數除以1的商仍是這個數。

例如:　　5 × 1 = 5　　　3 ÷ 1 = 3

運算 (operation) 加法、減法、乘法和除法。

相反數 (opposite numbers) 在數軸上，與零的距離相等但在零點兩邊的數。

例如:

7 和 −7 是相反數。

```
<──┼──┼──┼──┼──┼──┼──┼──┼──┼──┼──┼──┼──┼──┼──>
  −7              0              7
```

排序 (order) 按由小到大或由大到小排列數字。

例如:

由小到大　　12 17 21 26 30

由大到小　　30 26 21 17 12

運算次序 (order of operations) 說明運算順序的規則：（1）運算括號內的項（2）指數運算（3）從左至右進行乘除運算（4）從左至右進行加減運算。

例如:

給 $2x^2 + 4(x − 2)$ 賦值 $x = 3$。

(1) 運算括號　　　　$2 \cdot 3^2 + 4(3 − 2)$
　　內的項　　　　　$2 \cdot 3^2 + 4(1)$

(2) 指數運算　　　　$2 \cdot 9 + 4$

(3) 從左至右　　　　$18 + 4$
　　進行乘除運算

(4) 從左至右　　　　22
　　進行加減運算

有序偶 (ordered pair) 用於確定坐標平面上點的位置的一對數。

例如:

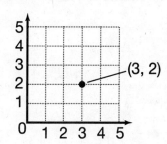

(交換律) 次序定律 (order (commutative) property) 改變加數或因數的次序不改變其和或乘積。

例如:

　　$8 + 5 = 5 + 8$　　　$3 × 6 = 6 × 3$

序數 (ordinal number) 用來表示順序的數。

例如:　　第一，第十三，第一個，第四個

原點 (origin) 數軸的零點，或者平面坐標系中兩個坐標軸的交點（0,0）。

例如:

盎司 (ounce, oz) 英制中重量的度量單位。

例如:

 一封信重約一盎司。

結果 (outcome) 試驗的一種可能結論。

例如: 拋兩枚硬幣

硬幣1	硬幣2
正面	背面
正面	正面
背面	正面
背面	背面

一個結果是一個正面和一個背面。

舍棄值 (outlier) 數據集合中的一個異常值，該值從其它數值中分離開。

例如:

27 27 27 29 32 33 36 38 42 43 62
                                          |
                                        舍棄值

午後 (P.M.) 從中午到午夜的時間。

例如:

中午   午夜
| |
11 12 1 2 3 4 5 6 7 8 9 10 11 12
AM PM PM PM PM PM PM PM PM PM PM PM PM AM

平行線 (parallel lines) 不相交的直線。

例如:

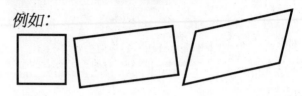

平行四邊形 (parallelogram) 兩組對邊相互平行的四邊形。

例如:

規律 (pattern) 重複出現的物體、事件或觀點。

例如:

▲ ▼ ▲ ▲ ▼ ▼ ▲ ▲ ▲

✖ ◆ ■ ✖ ◆ ■ ✖ ◆ ■

五邊形 (pentagon) 有五條邊的多邊形。

例如:

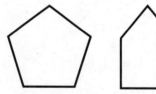

百分之 (percent (%)) 百分之一。一個數與100的比較方法。

例如:

 $\frac{40}{100} = 0.40 = 40\%$

週長 (perimeter) 繞封閉圖形一週的距離。

例如：

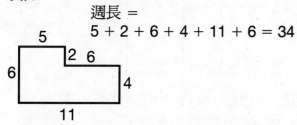

週長 =
5 + 2 + 6 + 4 + 11 + 6 = 34

分位 (period) 數字中三位數為一組。分位由分位號，即逗號分開。

例如：

千分位			個分位		
十萬	萬	千	百	十	個
3	0	5 ,	2	1	6

305,216

垂線 (perpendicular lines) 相交成直角的兩條直線。

例如：

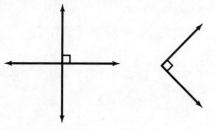

圓週率 (pi (π)) 圓週與直徑之比。圓週率的小數為3.141592. . . . 3.14或 3$\frac{1}{7}$ 常作為圓週率的近似值。

例如：

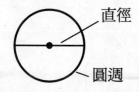

$$\pi = \frac{圓週}{直徑}$$

象形圖表 (pictograph) 以符號表示數據的圖表。

例如：

寫信的數量

201教室	✎ ✎ ✎ ✎
204教室	✎ ✎ ✎
105教室	✎ ✎ ✎ ✎ ✎
103教室	✎ ✎ ✎ ✎

✎ = 5封信

品脫 (pint (pt)) 英制中容積的度量單位。

例如：

2杯　＝　1品脫

位值 (place value) 數字中每一位上的數代表的值。

例如：

千分位			個分位		
十萬	萬	千	百	十	個
3	0	5 ,	2	1	6

305,216

在305,216中，2為百位。

平面圖 (plane figure) 存在於平面上的圖形。

例如：

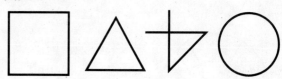

點 (point) 通常以一個小圓點來表示的精確位置。

例如:

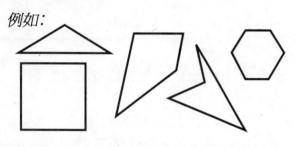

多邊形 (polygon) 由線段組成的封閉平面圖形。

例如:

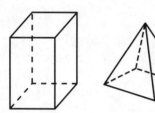

多面體 (polyhedron) 表面爲多邊形的立體。

例如:

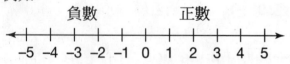

正數 (positive numbers) 大於零的數。

例如:

可能 (possible) 可能發生。

例如:

如果轉動轉盤，紅色是一種可能的結果。

磅 (pound (lb)) 英制中重量的度量單位。

例如:

乘方 (power) 即指數，或將底數乘以指數次的數。

例如:

$$16 = 2^4 \quad \text{2 自乘四次。}$$
$$\text{16 是 2 的四次冪。}$$

預測 (prediction) 根據所受教育對將要發生的事件做出猜測。

例如:

Jane預測她擲出2的概率爲 $\frac{1}{6}$ 。

因式分解 (prime factorization) 將一個數寫成素因數的乘積的形式。

例如: $\quad 70 = 2 \times 5 \times 7$

素數 (prime number) 大於1但僅有兩個因數（本身和1）的數。

例如:

素數從2，3，5，7，11…開始。

棱柱 (prism) 底面平行且每一面均爲平行四邊形的立體圖形。

例如:

概率 (probability) 事件發生的機率。事件可能發生的方式數量與可能結果之比例。

例如:

擲出2的概率是 $\frac{1}{6}$。

不會擲出2的概率是 $\frac{5}{6}$。

解題思路 (problem solving guide) 解題的過程：理解、計劃、解題和驗算。

例如:

積 (product) 將兩個或多個因數相乘得到的結果。

例如:

$$因數 \quad\quad 積$$
$$2 \times 3 \times 5 = 30$$

比例式 (proportion) 表示兩個比例相等的等式。

例如: $\frac{12}{34} = \frac{6}{17}$

量角器 (protractor) 測量角度的工具。

例如:

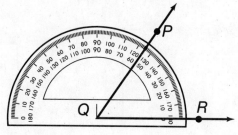

棱錐 (pyramid) 有一個多邊形底和有一個共用頂點的三角形面的立體圖形。

例如:

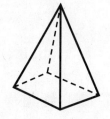

象限 (quadrants) 由平面坐標中的坐標軸決定的四個區域。

例如:

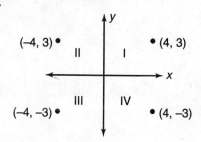

四邊形 (quadrilateral) 有四條邊的多邊形。

例如:

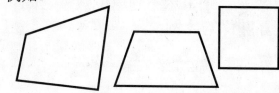

夸脫 (quart (qt)) 一種英制容積度量單位。

例如:

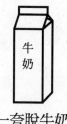

一夸脫牛奶

商 (quotient) 除法中餘數以外的數。

例如：

$28 \div 4 = 7$ 商

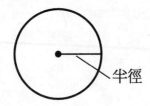

半徑 (radius) 從圓心到圓週上任何一點上的線段。

例如：

半徑

區域，域 (range) 數據集合中最大數和最小數之差。

例如：

27 27 27 29 32 33 36 38 42 43 62

區域是 $62 - 27 = 35$。

比率 (rate) 表示不同單位數量之間相互關係的比例。

例如： $\dfrac{72圓}{28小時}$ $\dfrac{55哩}{1小時}$

比例 (ratio) 用來比較數量的一對數字。

例如： $\dfrac{2}{1}$ 2 比 1   2:1

比例表 (ratio table) 列有一組等比例數的表。

例如：

	(12 × 2)	(12 × 3)	(12 × 4)
盒子	12	24	36	48
紙箱	1	2	3	4

(1 × 2) (1 × 3) (1 × 4)

射線 (ray) 直線的一部份，從一點開始，另一端無限延長。

例如：

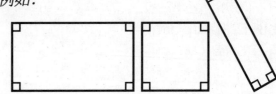

倒數 (reciprocals) 積為1的兩個數。

例如：

$\dfrac{3}{5}$ 和 $\dfrac{5}{3}$ 互為倒數，因為 $\dfrac{3}{5} \cdot \dfrac{5}{3} = 1$。

長方形，矩形 (rectangle) 有四個直角且對邊平行長度相等的四邊形。

例如：

矩形棱柱 (rectangular prism) 六個面均為長方形的立體圖形。

例如：

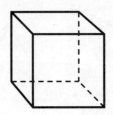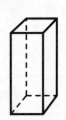

反射 (reflection) 一個圖形通過一條直線的翻轉鏡像。也指對通過一條直線翻轉該圖形的過程。

例如:

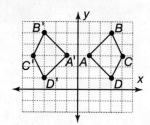

重新組合 (regroup) 用不同的方式稱呼一個整數或小數。

例如:　28等於2個十8個一。
　　　　0.3等於0.30或0.300。

規則多邊形 (regular polygon) 邊長與角全等的多邊形。

例如:

餘數 (remainder) 除法運算完成後,餘下的比除數小的數。

例如:

$$\begin{array}{r} 3\ \text{R1} \\ 8\overline{)25} \\ -24 \\ \hline 1 \end{array}$$　餘數

循環小數 (repeating decimal) 小數點後有一位或一組數字循環的小數。

例如:　　$0.\overline{6}$　　　$0.\overline{123}$　　　$2.\overline{18}$

菱形 (rhombus) 兩組對邊平行且所有邊等長的四邊形。

例如:

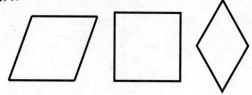

直角 (right angle) 形成方角且90°的角。

例如:

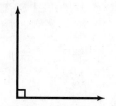

直角三角形 (right triangle) 有一個直角的三角形。

例如:

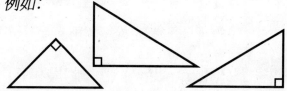

羅馬數字 (Roman numerals) 古羅馬人使用的數字。

例如:

I = 1　　　IV = 4　　　V = 5　　　VI = 6

旋轉 (rotation) 一個圖形像在輪子上一樣被轉動。也指轉動圖形時的變化過程。

例如:

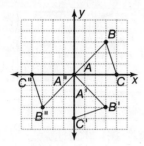

旋轉對稱 (rotational symmetry) 如果一個圖形旋轉小於一週就能和原始圖形完全精確的重合,則這個圖形是旋轉對稱。

例如:

每一個圖形都是旋轉對稱。

四捨五入 (rounding) 用一個最相近的數來替代一個數。

例如:

四捨五入2153,精確到:	
千位	2,000
百位	2,200
十位	2,150

樣本 (sample) 從一個大組中取出的一部份。

例如:

所有1000名俱樂部會員的名字寫在卡片上,將這些卡片混在一起。然後,從中抽出100張卡片,並給這些會員打電話進行調查。樣本為這些被打電話的100名會員。

標尺,秤,縮放, 比例尺 (scale) 圖中用來表示單位的數字。也指用來稱物體重量的秤。另外,還指表示繪畫與實際物體之間關係的縮放。

例如:

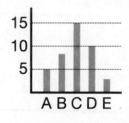 

起居室的縮放圖比例尺:

比例尺:
1吋=10呎

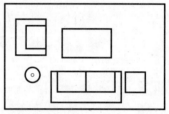

不規則三角形 (scalene triangle) 各邊都不等的三角形。

例如:

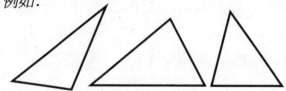

散佈圖 (scatterplot) 使用具有成對坐標值的點表示兩個數據集合相互關係的圖形。

例如:

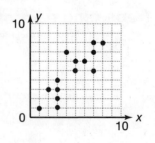

日程表 (schedule) 標有事件發生時間的表。

例如:

星期六下午日程表

12:00	午飯
12:45	帶狗散步
1:15	打掃教室
2:30	和朋友玩
5:00	回家吃晚飯

科學記數法 (scientific notation) 一個數被寫成一個大於等於1且小於10的數和以十為底的乘方的積。

例如: $350,000 = 3.5 \times 10^5$

段 (segment) 見*線段*。

邊 (side) 形成一個角的每一條射線。也指組成多邊形的線段。

例如:

相似圖形 (similar figures) 有相同形狀,面積可能相等或不等的圖形。

例如:

 和

 和

 和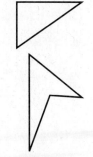

最簡分數 (simplest form) 分數的分子和分母中除1以外不再含有因數。

例如:

以下分數為最簡分數:

$$\frac{1}{2} \qquad \frac{3}{5} \qquad \frac{21}{23}$$

斜線 (skew) 不平行且不相交的直線。

例如:

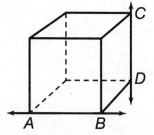

$\overleftrightarrow{AB}$ 和 $\overleftrightarrow{CD}$ 是斜線。

隔數 (skip counting) 每隔一個數的數數方法。

例如:

隔2數數時, 請想像: 2, 4, 6, 8, . . .

平移 (slide) 向一個方向移動一個平面圖形。

例如:

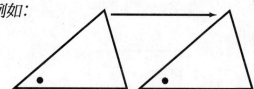

立體圖形 (solid figure) 有長、寬、高和體積的圖形。

例如:

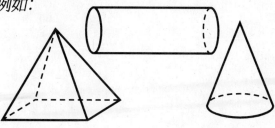

球體 (sphere) 球形的立體圖形。

例如:

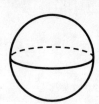

正方形 (square) 邊長相等且內角都是直角的四邊形。

例如:

平方厘米 (square centimeter) 邊長為1厘米的正方形。也是測量面積的單位。

例如:

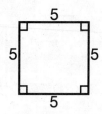

平方吋 (square inch) 邊長為1吋的正方形。也是測量面積的單位。

例如:

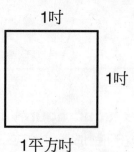

平方數 (square number) 一個數自身相乘的得數。

例如:

$$5 \times 5 = 25$$
$$\uparrow$$
平方數

平方根 (square root) N的平方根是其自身相乘等於N的一個數。也可以說,一個數的平方根是面積等於該數的正方形一條邊的長。

例如:
$9 \times 9 = 81$,
所以9是81的平方根。
$9 = \sqrt{81}$

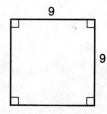

面積是81個平方單位。

平方單位 (square unit) 邊長為1個單位的正方形。也是測量面積的單位。

例如:

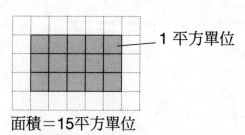

面積=15平方單位

標准型 (standard form) 祇表示數字的一種書寫形式。

例如:　　85　　　239　　　9,325

莖 (stem) 在莖葉圖中表示個位數以外的所有部份。

例如:

莖	葉
6	7 8 8 0
7	0 0 5 6 8
8	4 6 9

十位數 ⎯⎯⎯⎯⎯⎯⎯

莖葉圖 (stem-and-leaf plot) 用各位上的數組織數據的一種圖表。

例如:

莖	葉
3	3 4 4 5
4	2 5 6
5	1 1 2 3 5 8

4 | 2 代表42。

直角 (straight angle) 形成直線且等於180°的角。

例如:

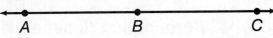

A   B   C

思路 (strategy) 解題中使用的方案或方法。

解題思路的例子有:

畫草圖　　　　　　找規律
列表　　　　　　　假設和驗算

減法 (subtraction) 一種運算方法,它能給出兩個數之間的不同,或從其中取出一部份後還剩餘多少。

例如:
```
    275
  −  32
    243
```
8 − 3 = 5
■■■■■■✕■✕■

和 (sum) 將兩個或多個數相加得到的數。

例如:　　　7 + 9 = 16　和

補角 (supplementary angles) 兩個角的值相加為180°的角。

例如:

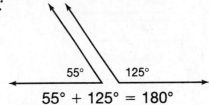

55° + 125° = 180°

表面積 (surface area) 一個立體所有面的面積總和。

例如:

表面積 = (2 × 正面面積) + (2 × 側面面積)
　　　　 + (2 × 頂面面積)

表面積 = (2 × 50) + (2 × 20) + (2 × 40)
　　　 = 100 + 40 + 80
　　　 = 220 平方厘米

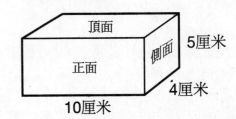

調查 (survey) 由一組人提出或回答的問題。

例如:

客戶調查
你多久來這里購物一次? ＿＿＿＿＿
你買了多少件? ＿＿＿＿＿＿＿＿
商店售貨員禮貌嗎? ＿＿＿＿＿＿

符號 (symbol) 象形圖表中代表物體已知數量的圖。

例如：

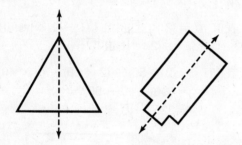

寫信的數量

201教室	✍ ✍ ✍ ✍
204教室	✍ ✍ ✍
105教室	✍ ✍ ✍ ✍ ✍
103教室	✍ ✍ ✍ ✍

✍ = 5封信

符號

對稱 (symmetry) 如果一個圖形沿一條線折疊後兩部份可以完全重合，它就是對稱圖形。*另見對稱軸。*

例如：

T形表 (T-table) 表示一個方程相應的x值和y值的表。

例如： $y = 2x + 1$

x	y
−2	−3
−1	−1
0	1
1	3
2	5

湯匙 (tablespoon (tbsp)) 英制中容積的度量單位。

例如：

1湯匙

計數符號 (tally mark) 用來記錄數據的符號。

例如：
| = 一
ⅢⅠ = 五

茶匙 (teaspoon (tsp)) 英制中容積的度量單位。

例如：

1茶匙

3 茶匙 = 1 湯匙

十分之一 (tenth) 將整體平均分成十份之一份。

例如：

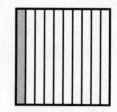

有限小數 (terminating decimal) 具有有限位數的小數。

例如：　3.5　　0.599992　　4.05

棋盤圖形 (tessellation) 重複圖案形成的圖形。該圖形覆蓋一個區域，沒有縫隙，也沒有重疊。

例如：

千分之一 (thousandths) 將整體平均分成一千份之一份。

例如:

個位	十分位	百分位	千分位
0 .	0	0	2

0.002 讀作千分之二。

噸 (ton) 英制中重量的度量單位。

例如:

這輛卡車
重約1噸。

平移 (translation) 一個已經被平移到新位置,並且沒有被反轉和轉動的圖形。也指平移一個圖形的過程。

例如:

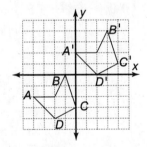

梯形 (trapezoid) 祇有一組對邊平等的四邊形。

例如:

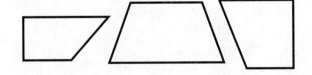

樹狀圖 (tree diagram) 列出事件所有可能結果的圖表。

例如:

硬幣1	硬幣2	可能結果
正面	正面	正面, 正面
	背面	正面, 背面
背面	正面	背面, 正面
	背面	背面, 背面

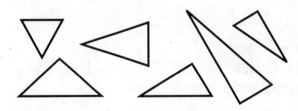

趨勢 (trend) 兩個數據集合之間的一種關係,可以以一個圖案的形式在一個散佈圖中表現出來。見*正相關、負相關*和*無關聯*。

三角形 (triangle) 有三條邊的多邊形。

例如:

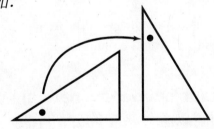

轉動 (turn) 旋轉一個平面圖形。

例如:

不公平游戲 (unfair game) 一種並非所有參加游戲者都有相同獲勝機會的游戲。

例如：

不公平游戲：擲一對數字立方體，每一個游戲者給予一個從2到12的和。當他/她的和被擲出時，將得到一點。因爲從2到12的和被擲出的機會不相等，所以沒有相同的獲勝機會。因此這個游戲是不公平游戲。

單位 (unit) 用作標准度量的量。

例如：

吋、分鐘、升、盎司、日和磅

單分數 (unit fraction) 分子是1的分數。

例如： $\frac{1}{4}$ $\frac{1}{2}$ $\frac{1}{7}$

單位比率 (unit rate) 在一個比率中，相比較的兩個數中的第二個數是一個單位。

例如：

每分鐘25加侖 $\frac{55\ 哩}{1\ 小時}$

時間單位 (unit of time)

例如：

秒，分，時，日，星期，月，年，十年，百年（世紀）

異分母 (unlike denominators) 兩個或兩個以上分數中的分母不同。

例如：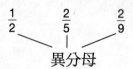

$\frac{1}{2}$ $\frac{2}{5}$ $\frac{2}{9}$

異分母

不可能 (unlikely) 不可能發生。

例如：

狗是不可能會講話的。

變量 (variable) 表示一個數或數列的字母。

例如： $n - 3$ $n + 5$

變量

馮氏圖表 (Venn diagram) 用區域來表示兩事物之間關係的圖表。

例如：

平行四邊形
長方形
正方形
菱形

頂點 (英文複數形式爲vertices) (vertex (plural, vertices)) 一個角的兩條射線共有的點。也指兩條或多條邊相交的交點。

例如：

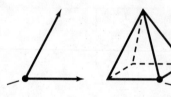

頂點　　　　　　　頂點

垂直數軸 (vertical axis) 圖表中上下走向的數軸。

例如：

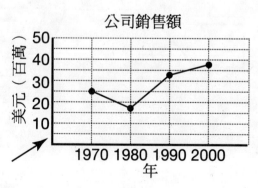

公司銷售額

垂直
數軸

體積 (volume) 填充一個立體圖形所需的立方單位數。

例如:

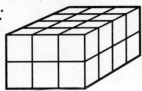

體積是24個立方單位。

重力 (weight) 地心對任何物體引力的度量。

例如:

  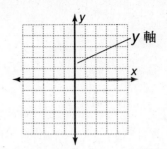

1盎司　　　1磅　　　　1噸

整數 (whole number) 數據集合 {0, 1, 2, 3, 4, …} 中的任何數。

文字表達 (word name) 用文字表示數字的方式。

例如:

九千，三百二十五

x 軸 (x-axis) 坐標平面中的水平軸。

例如:

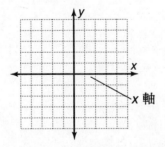

x 軸

x 坐標 (x-coordinate) 有序數組中的第一個數。

例如:

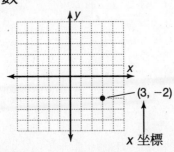

(3, −2)

x 坐標

y 軸 (y-axis) 坐標平面中的垂直軸。

例如:

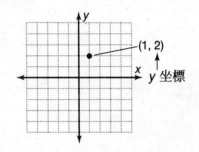

y 軸

y 坐標 (y-coordinate) 有序數組中的第二個數。

例如:

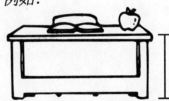

(1, 2)

y 坐標

碼 (yard) 一種英制單位，等於三呎。

例如:

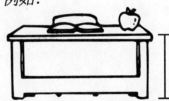

桌子大約有一碼高。

相反數對 (zero pair) 一個數與他的相反數。

例如:　　　7 和 −7　　　23 和 −23

和為零的加法定律 (zero property) 一個整數與它的相反數相加，和為零。

例如:　　　7 + 0 = 7　　　7 × 0 = 0

Haitian Creole Glossary

A.M. (A.M.) Tanmp yo minoui à midi.

Egzanmp:

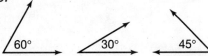

minoui   midi

| 11 | 12 | 1 | 2 | 3 | 4 | 5 | 6 | 7 | 8 | 9 | 10 | 11 | 12 |
| PM | AM | AM | AM | AM | AM | AM | AM | AM | AM | AM | AM | AM | PM |

ang aygou (acute angle) Youn ang ki méziré mouens de 90°.

Egzanmp yo:

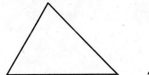

triang aygou (acute triangle) Youn triang avek tout ang mouens de youn ang douat.

Egzanmp yo:

nouméró ajouté (addend) Youn nouméró ki ou adisyonin pour jouin youn total.

Egzanmp: nouméró ajouté

$$2 + 7 = 9$$

adisyon (addition) Youn prósédour ki bay nouméró total la le ou mèté dou ou plous de nouméró ansanmb.

Egzanmp yo:

5   +   7   =   12

$$\begin{array}{r} 1 \\ 4\,3\,8 \\ +\,7\,2\,5 \\ \hline 1,1\,6\,3 \end{array}$$

Aljéb (algebra) Youn seksyon de matèmatik nan ki yo egsploré rélasyon aritmetik yo outilizè varyab yo pour rèprézanté noumèró yo.

egspresyon aljèbrik (algebraic expression) Youn egspresyon ki ginyin youn varyab.

Egzanmp yo:

$$n + 8 \qquad 4 \times n \qquad n - 2$$

rèvèy analóg (analog clock) Youn rèvèy ki montré tanmp avek main yo.

Egzanmp:

7:29

ang (angle) Dou douat de fazó avek mem pouint a fini.

Egzanmp yo:

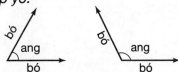

arya (area) Nouméro younit karé besouin pour kouvri youn figour ki fèrmé.

Egzanmp:

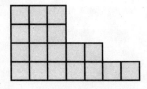

Arya 18 younit karé.

kóletsyon (array) Bagay yo organizé nan ran oubyin kólounm yo.

Egzanmp yo:

```
✳ ✳ ✳ ✳ ✳        ✳ ✳ ✳
✳ ✳ ✳ ✳ ✳        ✳ ✳ ✳
✳ ✳ ✳ ✳ ✳        ✳ ✳ ✳
                 ✳ ✳ ✳
                 ✳ ✳ ✳
```

youn kóletsyon   youn kóletsyon
ka'p montré   ka'p montré
3 group pour 5   5 group pour 3

próprityé asósiyatif (groupman) (associative (grouping) property) Si groupman nouméró ajouté oubyin fakteur yo shanjé, total la ou prodoui a rèté mem.

Egzanmp yo:

$$(5 + 2) + 3 = 5 + (2 + 3)$$
$$(3 \times 2) \times 1 = 3 \times (2 \times 1)$$

mouyen (average) Nouméró a ki rézoulté si total pour dou nouméró divisé par nouméró ajouté yo.

Egzanmp:

Sharshé mouyen na pour 12, 14, 16, é 18.

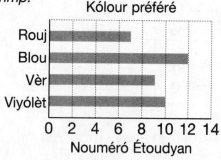

Mouyen na 15.

aks (axes) Régardé aks-x é aks-y.

grafik bar (bar graph) Youn grafik ki sèrvi bar yo pour montré doné.

Egzanmp:

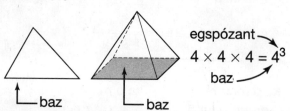

baz (base) Bounda la pour youn póligon oubyin sólid. Ósi, nan 4^3, 4 sé baz la.

Egzanmp yo:

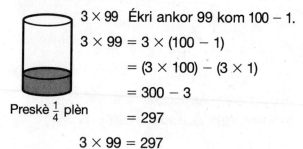

$$4 \times 4 \times 4 = 4^3$$

pouint à rèfèrans (benchmark) Youn mézirmant nou koné ki sérvi pour évalyoué lot mézirmant. Ósi, youn nouméró ki fé travay fasil, kom 10, 50, 100, 500, 1,000, ou 1,000,000, outilizé pour éde ou fé matèmatiks nan tèt ou.

Egzanmp yo:

3×99 Ékri ankor 99 kom $100 - 1$.

$$3 \times 99 = 3 \times (100 - 1)$$
$$= (3 \times 100) - (3 \times 1)$$
$$= 300 - 3$$
$$= 297$$
$$3 \times 99 = 297$$

Preskè $\frac{1}{4}$ plèn

sistem nouméró binér (binary number system) Youn plas baz-2 sistem valèr.

Egzanmp:

Nan sistem binér a, 1011 égal 11 nan baz desimal (baz 10) sistem nouméró.

	Plas ouit	Plas kat	Plas dou	Plas oun
Baz 2	1	0	1	1
Valèr plas	8	4	2	1
Prodoui	1×8=8	0×4=0	1×2=2	1×1=1

$(1 \times 8) + (0 \times 4) + (1 \times 2) + (1 \times 1) = 8 + 0 + 2 + 1 = 11$

bisekté (bisect) À divisé youn ang ou segman nan dou ang ou segman égal.

Examples:

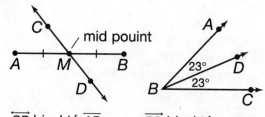

$\overrightarrow{CD}$ bisekté $\overline{AB}$. $\overrightarrow{BD}$ bisekté $\angle ABC$.

grafik bouat-é-lin (box-and-whisker plot) Youn mouyen pour montré koman ou kapab distriboué youn kólèksyon doné. Egazamp la an ba bazé sou dis mark ki vini apré sa-a: 52, 64, 75, 79, 80, 80, 81, 88, 92, 99.

Egzanmp:

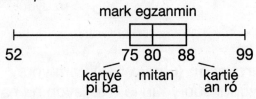

mark egzanmin

52   75 80 88   99

kartyé pi ba   mitan   kartié an ró

almanak (calendar) Youn tabló ki montré moua, jour, é dat yo.

Egzanmp:

MAI						
S	M	T	W	T	F	S
		1	2	3	4	5
6	7	8	9	10	11	12
13	14	15	16	17	18	19
20	21	22	23	24	25	26
27	28	29	30	31		

kapasité (capacity) Montan na likid youn bagay kapab kinmbé.

Egzanmp yo:

1000 mL   1 mL   1L   1 tas   1 kart   1 galon

santim (¢) (cent) Younit pour lajan. 100 santim égal 1 dólar.

Egzanmp:

Youn penny sé 1 santim.

sant (center) Pouint la à ki tout pouint sou youn serk ginyin youn distans égal.

Egzanmp:

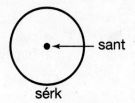

← sant

sérk

santi- (centi-) Youn préfiks ki gin dèfiniyson de $\frac{1}{100}$.

Egzanmp: 1 santimet = $\frac{1}{100}$ met

santimét (centimeter (cm)) Youn younit pour méziré longèr nan sistem métrik.

Egzanmp yo:

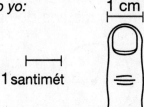

1 cm

1 santimét

sérten (certain) Li va pasé dèfinitman.

Egzanmp:

Li sérten moua a apré Fèvriyèr sé Mars.

shans (chances) Próbabilité a ki youn évanman va pasé.

Egzanmp:

Si ou voltijé youn kouin ou ginyin mem shans pour youn tèt kom ou gin pour youn laké.

tèt   laké

Haitian Creole 3

móné (change) Total lajan la ki yo rétounré ou si ou payé avek plous lajan ki youn bagay kouté.

Egzanmp:

Lajan ki ou bay youn konmérsan		Pri a pour youn bagay		Móné
$1.00	–	0.75	=	$0.25

kord (chord) Youn segman lin avek toulèdé pouint sou youn sérk.

Egzanmp:

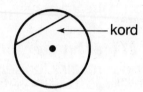

sérk (circle) Youn figour plèn nan ki pouint li yo mem distans de sant la.

Egzanmp:

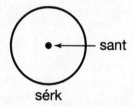

grafik sérk (circle graph) Youn grafik nan fórm youn sérk ki montré koman total la divisé nan parti yo.

Egzanmp:

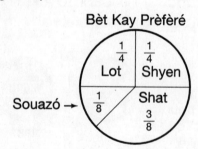

sérkonfèrans (circumference) Distans la ótou youn sérk.

$C = 2 \times \pi \times r$ or $C = \pi \times d$

Egzanmp:

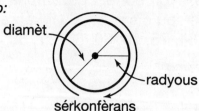

direksyon (clockwise) kom youn aygoui sou youn lè direksyon na nan rótasyon nan ki anró a de youn figour tourné a douat.

Egzanmp:

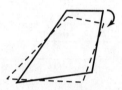

group (cluster) Doné ki groupé ótou youn valèr à youn plèn lin na.

Egzanmp:

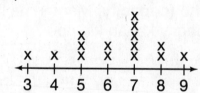

Plèn lin na ginyin youn group à 7.

groupman (clustering) Youn metod pour èstimasyon na ki nouméró yo ki piti preskè égal, ou regardé yo kom yo égal aktyoualman.

Egzanmp:

26 + 24 + 23 preskè 25 + 25 + 25, oubyin 3 × 25.

dénóminateur komun (common denominator) Youn nouméró ki youn dénóminateur pour dou ou plous fraksyon.

Egzanmp: $\dfrac{1}{8}$ $\dfrac{3}{8}$ $\dfrac{6}{8}$

8 sé dénóminateur komun na.

fakteur komun (common factor) Youn nouméró ki youn fakteur pour shak de dou ou plous nouméró diféran.

Egzanmp:

3 youn fakteur pour 6.

3 youn fakteur pour 9.

3 youn fakteur pour 6 é 9.

moultip komun (common multiple) Youn nouméró ki youn moultip pour dou ou plous nouméró.

24 youn moultip pour 6.

24 youn moultip pour 8.

24 youn moultip pour 6 é 8.

própriyèté konmyoutatif (sékans) (commutative (order) property) Si ou shanjé sékans pour nouméró ajouté oubyin fakteur yo ki pa shanjé total ou prodoui.

Egzanmp yo:

8 + 5 = 5 + 8   3 × 6 = 6 × 3

konmparé (compare) Pour désidé ki pour dou nouméró pi gro.

Egzanmp:

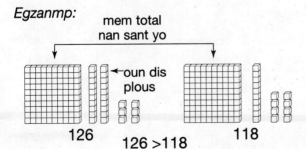

mem total nan sant yo

oun dis plous

126   126 >118   118

konmpa (compass) Youn zouti pour fé sérk.

Egzanmp:

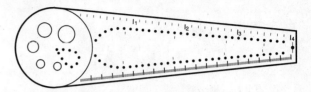

nouméró konmpatib (compatible numbers) Nouméró yo ki fe'l fasil pour kalkoulé nan tèt ou.

Egzanmp yo:

25 + 175   5 × 20   360 ÷ 9

konmpansasyon (compensation) Stratèjé nan tet la pour shouazi nouméró pré nouméró yo nan youn problem, alor ajousté sólousyon pour konmpansé pour nouméró yo ou té shouazi.

Egzanmp: 99 × 4 = (100 − 1) × 4

= (100 × 4) − (1 × 4)

= 400 − 4

= 396

ang konmplèmèntèr (complementary angles) Dou ang nan ki mézirman fé total 90°.

Egzanmp:

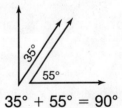

35° + 55° = 90°

nouméró konmpózit (composite number) Youn nouméró antyé pi gró de 1 avek plous de dou fakteur diféran.

Egzanmp:

6 youn nouméró konmpózit. Fakteur li yo sé 1, 2, 3, é 6.

évanman kounmbiné (compound event) Youn évanman ki youn kounmbinasyon dou ou plous évanman.

Egzanmp:

 é

Youn evanman kounmbiné sé si ou volitijé youn kouin épi li vini tét oubyion ou roulé youn koub nouméró épi li vini 1.

kón (cone) Youn figour sólid avek oun baz sérkoular é oun vèrteks.

Egzanmp:

figour égal (congruent figures) Figour yo ki ginyin mem lajé é fórm.

Egzanmp:

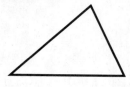

triang égal

kónstan (constant) Youn kantité ki pa shanjé.

Egzanmp:

Nan egspresyon aljèbrik $x + 7$, 7 youn kónstan.

fakteur kónvèrzyon (conversion factor) Youn ékivanlans mézirman sèrvi pour konvèrté kantité yo pour youn younit à youn lot. Yo souvan di li kom youn fraksyon.

Egzanmp yo:

12 pous = 1 pyé; $\dfrac{12 \text{ pous}}{1 \text{ pyé}}$

4 kart = 1 galon; $\dfrac{4 \text{ kart}}{1 \text{ galon}}$

griyaj kóordinat (coordinate grid) Youn grafik outilizé pour mèté pouint yo.

Egzanmp:

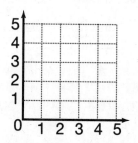

kóordinat (coordinates) Youn pér nouméró outilizé pour jouin youn pouint sou youn grafik.

Egzanmp:

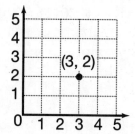

jènnen (corner) Koté dou bó randévou.

Egzanmp:

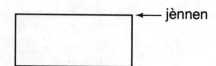

jènnen

dirèksyon ópózé kom youn aygoui sou youn eur (counterclockwise)
Dirèksyon na pour rótasyon si anró la youn figour tourné à gósh.

Egzanmp:

prodoui kouazé (cross product)
Prodoui la noumérateur nan youn próporsyon avek dènóminateur de youn lot.

Egzanmp:

prodoui kouazé yo:
$1 \times 5 = 5$
$3 \times 2 = 6$

koub (cube) Youn figour sólid nan ki sis figi karé net.

Egzanmp:

koubé (cubed) Èlèvé à pouvoua touazyem.

Egzanmp:
$2 \text{ koubé} = 2^3 = 2 \times 2 \times 2 = 8$

santimèt koubik (cubic centimeter)
Youn koub avek longèr rèbó 1 santimèt. Younit pour méziré vólounm. Ti nom sé cm^3.

Egzanmp:

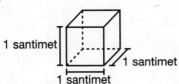

pous koubik (cubic inch) Youn koub avek longèr rèbó 1 pous. Younit pour méziré vólounm. Ti nom sé in^3.

Egzanmp:

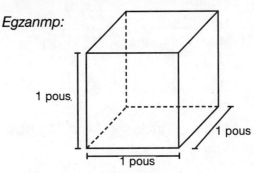

younit koubik (cubic unit) Youn koub avek longèr rèbó 1 younit. Younit pour méziré vólounm.

Egzanmp:

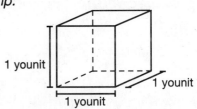

tas (c) (cup) Youn younit pour méziré kapasité nan sistem nórmal.

Egzanmp:

younit pour longèr, poua, kapasité, é tanmpratour nórmal (customary units of length, weight, capacity, and temperature)

Egzanmp yo:

longèr   poua   kapasité   tanmpratour

silind (cylinder) Youn figour sólid avek dou figi sérkoular égal.

Egzanmp yo:

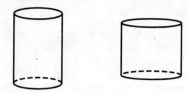

doné (data) Infórmasyon outilizé pour fé kalkoulasyon.

Egzanmp:

Étoudyan yo nan klas la té ékri tanmpratour pi ro par jour pour 5 jour: 74°F, 79°F, 82°F, 85°F, 80°F.

dekagon (decagon) Youn póligon avek 10 bó.

Egzanmp:

desi- (deci-) Youn préfiks pour $\frac{1}{10}$.

Egzanmp: 1 desimet = $\frac{1}{10}$ met

desimal (decimal) Youn mouméró ki sérvi youn pouint desimal pour montré disyem, santyem, é nouméró kom sa.

Egzanmp yo:

3.142   0.5   15.19

adisyon desimal (decimal addition) Lè ou adisyonin dou ou plous desimal.

Egzanmp:
$$\begin{array}{r} \overset{1}{3}6.\overset{1}{2}9 \\ +\ 25.12 \\ \hline 61.41 \end{array}$$

divizyon desimal (decimal division) Lè ou divizé dou desimal.

Egzanmp:
$$\begin{array}{r} 2.564 \\ 7{\overline{\smash{\big)}\,17.948}} \\ -14 \\ \hline 39 \\ -35 \\ \hline 44 \\ -42 \\ \hline 28 \\ -28 \\ \hline 0 \end{array}$$

moultiplikasyon desimal (decimal multiplication) Lè ou moulipliyé dou ou plous desimal.

Egzanmp:

$$\begin{array}{r} 2.75 \\ \times\ 0.3 \\ \hline 0.825 \end{array}$$

2.75 ← 2 plas desimal
× 0.3 ← 1 plas desimal
0.825 ← 3 plas desimal

pouint desimal (decimal point) Youn simból outilizé pour sèparé plas oun de plas disyem, oubyin dólar de santim nan lajan.

Egzanmp: 4.57 $2.13

pouint desimal

desimal soustraksyon (decimal subtraction) Soutraksyon dou desimal.

Egzanmp:
$$\begin{array}{r} \overset{5}{8}\overset{12}{6}.\overset{}{2}7 \\ -\ 2.85 \\ \hline 83.42 \end{array}$$

sistem desimal (decimal system) Youn 10-baz sistem de valèr plas.

Egzanmp:

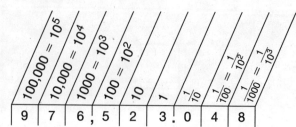

desimèt (dm) (decimeter) Youn younit pour méziré longèr nan sistem mètrik.

Egzanmp:

1 desimèt =
10 santimèt

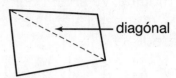

1 dm

dégré (°) (degree) Youn younit pour méziré ang é tanmpratour.

Egzanmp:

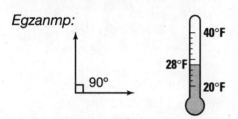

90°

40°F
28°F
20°F

dégré Sèlsyous (°C) (degree Celsius) Youn younit pour méziré tanmpratour nan sistem mètrik.

Egzanmp:

Tanmpratour à youn jour frouad: −10°C

Tanmpratour nórmal pour youn moun: 37°C

dégré Farenhit (°F) (degree Fahrenheit) Youn younit pour méziré tanmpratour nan sistem nórmal.

Egzanmp:

Tanmpratour à youn jour frouad: 14°F

Tanmpratour nórmal pour youn moun: 98.6°F

deka- (deka-) youn préfiks pour 10.

Egzanmp: 1 dekamèt = 10 mèt

dénóminateur (denominator) Nouméró pi ba a nan youn fraksyon ki di nan konmbyin pyés total la.

Egzanmp:

$\frac{5}{6}$ ← dénóminateur

diagónal (diagonal) Youn segman lin ki pa youn bó épi ki kónèkté dou vèrtisi nan youn póligon.

Egzanmp:

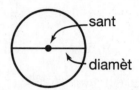

diagónal

diamèt (diameter) Youn segman lin ki pasé de youn pouint nan youn sérk à youn lot pouint nan sérk la.

Egzanmp:

sant

diamèt

difèrans (difference) Nouméró a ki rézoult la à soustriyé youn nouméró de youn lot.

Egzanmp:

difèrans

$6 - 4 = 2$

shif (digits) Simból yo outilizè pour ékri nouméró yo 0, 1, 2, 3, 4, 5, 6, 7, 8, é 9.

rèvéy dijital (digital clock) Youn rèvéy ki montré nouméro tanmp la k'ap outilizé nouméró.

Egzanmp:

panó (display) Fenèt la nan youn kalkoulateur ki montré nouméró ou fé antré yo alor li montré rézoult yo pour kalkoulasyon yo.

Antré   Panó
Egzanmp: 225 ⊞ 133 ⊟ *358*

própriyèté distribyoutif (distributive property) Si ou moultipliyé youn total avek youn nouméró li mem bagay si ou moultipliyé shak nouméró ajouté avek nouméró a épi adsiyonin pródoui yo.

Egzanmp:
$$3 \times (2 + 4) = 18$$
$$(3 \times 2) + (3 \times 4) = 18$$

dividand (dividend) Nouméró a ou va divisé nan youn fraz nouméró divisyon.

Egzanmp:

$$9\overline{)63} \qquad 63 \div 9 = 7$$

dividand

divisib (divisible) Ou kapab divisé nouméró sa par youn lot sans kité youn rest.

Egzanmp: Ou kapab divisé 18 par 6.

divisyon (division) Youn prósèdour ki di konmbyin group nou ginyin oubyin konbyin nou gin nan shak group.

Egzanmp yo:

$$4\overline{)256}$$

$$18 \div 6 = 3 \qquad 18 \div 3 = 6$$

diviseur (divisor) Youn nouméró nan ki youn dividand divisé.

Egzanmp:

$$9\overline{)63} \qquad 63 \div 9 = 7$$

diviseur

dódekagón (dodecagon) Youn póligon avek 12 bó.

Egzanmp:

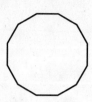

dólar ($) (dollar) Youn lajan papié ou kouin ki égal 100 santim.

Egzanmp:

rèbó (edge) Youn segman lin koté dou figi pour youn sólid randévou.

Egzanmp:

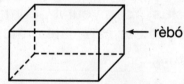

← rèbó

tanmp té pasé (elapsed time) Diférans la pour dou tanmp.

Egzanmp:

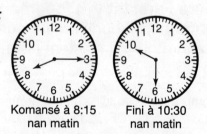

Komansé à 8:15 nan matin   Fini à 10:30 nan matin

Tanmp pasé sé 2 èur 15 minout.

pouint bout (endpoint) Youn pouint à komansman pour youn douat de fazó ou à idvèu fen pour youn segman lin.

Egzanmp yo:

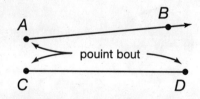

pouint bout

égalité (equality) Youn rélasyon matèmatikal nan ki dou bagay mém egazkteman.

Egzanmp yo:

$$16 + 8 = 24 \qquad 25 \div 5 = 5$$

pósib égalman (equally likely) Li kapab pasé ou pa pasé égalman.

Egzanmp:

Si ou voltijé youn kouin li kapab pasé égalman tèt ou laké.

próporsyon égal (equal ratios) Próporsyon yo ki bay mem konmparison.

Egzanmp:

$\frac{1}{2}$ é $\frac{2}{4}$ próporsyon egal

ékouézyon (equation) Youn fraz nouméró ki outilizé sin égal la (=) pour montré ki dou egsprèsyon ginyin mem valèr. *Régardé tou* fraz nouméró.

Egzanmp yo:

$$9 + 2 = 11 \qquad 32 \div 4 = 8$$

triang ekouilateral (equilateral triangle) Youn triang ak toua bó égal.

Egzanmp:

dèsimal ékivalan (equivalent decimals) Désimal ki di mem total.

Egzanmp:

0.3 = 0.30

fraksyon ékivalan (equivalent fractions) Fraksyon ki di mem arya, youn parti pour youn group, ou youn parti pour youn segman.

Egzanmp:

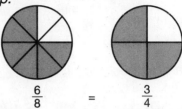

$$\frac{6}{8} = \frac{3}{4}$$

évalyasyon (estimate) Pour jouin youn nouméró ki prèskè youn nouméró egzakt.

Egzanmp:

$$\begin{array}{ccc} 382 & \to & 400 \\ + 115 & \to & + 100 \\ \hline & & 500 \end{array}$$

total évalyoué

formoul Euler (Euler's formula) Youn formoul apropó nouméró figi (F), somet (V), é rebó (E) nan youn pólièdron ki di $F + V - E = 2$.

Egzanmp:

Pour piramid triang montré,

$$\underset{\text{figi}}{5} + \underset{\text{somet}}{5} - \underset{\text{rébó}}{8} = 2$$

évalyoué (evaluate) Pour jouin nouméró a ki youn egsprèsyon aljèbrik di par ranmplasé youn varyab avek youn nouméró.

Egzanmp:

Outilizé $n = 3$ pour évalyoué $2 \times n + 5$. Répons sé $2 \times 3 + 5 = 6 + 5 = 11$.

nouméró pèr (even number) Youn nouméró antyé ki ginyin 0, 2, 4, 6, ou 8 nan plas oun. Ou kapab divisé youn nouméró antyé par 2.

Egzanmp yo:

8   12   20   36   54

évanman (event) Youn rézoult oubyin youn group rézoult nan youn egspèriman oubyin youn sitouasyon.

Egzanmp:

Evento: Si ou gin 3 ou pi ró a lè ou roulé youn koub nouméró.

Rézoult yo pósib pour evanman sa-a: 3, 4, 5, 6

fórm egspansé (expanded form) Youn fason pour ékri youn nouméró ki montré valèr plas pour shak shif.

Egzanmp:

Fórm Ègspansé pour 9,325:

$$9,000 + 300 + 20 + 5$$

próbabilité egspèkté (expected probability) Próbabilité a pour youn rézoult sèrten si nouméró foua egstandé tout tan.

Egzanmp:

Próbabilité pour tèt si ou voltijé youn kouin se $\frac{1}{2}$.

egspèriman (experiment) Youn egzanminansyon ou test.

Egzanmp yo: voltijé you kouin
roulé youn koub nouméró
lansé youn aygoui

próbabilité egspèrimantal (experimental probability) Próbabilité ki bazé nan rézoult pour youn egspèriman.

Egzanmp:

Yo voltijé dou kouin 50 foua. Rézoult yo:
2 tèt: 13 foua
2 laké: 15 foua
1 tèt è 1 laké: 22 foua

Próbabilité egspèrimantal pour 2 tèt sé $\frac{13}{50}$.

egspózant (exponent) Youn nouméró ki di konmbyin foua youn lot nouméró ki outilizé kom youn fakteur.

Egzanmp:

$$3 \times 3 \times 3 \times 3 = 3^4 \leftarrow \text{egspózant}$$

fonksyon egspózantsyal (exponential notation) Youn fonksyon non-linyar nan ki youn egspózant youn varyab.

Egzanmp yo: 2^8 5^2 9^3

egspresyon (expression) Nouméró kounmbiné ak oun ou plous prósèdour. *Régardé ósi* egsprèsyon aljèbrik.

Egzanmp yo:

$$4 + 5 \qquad 6 \times 3 \times 2 \qquad 8 \div 2 + 3$$

figi (face) Youn soufas plat nan youn figour sólid.

Egzanmp:

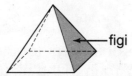

famil fè (fact family) Youn group fè ki rélaté k'ap outilizé mem group nouméró.

Egzanmp:

$$4 + 3 = 7$$
$$3 + 4 = 7$$
$$7 - 3 = 4$$
$$7 - 4 = 3$$

fakteur (factors) Nouméró yo moultipliyé ansanmb pour fé youn prodoui.

Egzanmp: fakteur

$$7 \times 3 = 21$$

pyé boua fakteur (factor tree) Youn diagram pour sharshé fakteur prèmyé yo pour youn nouméró.

Egzanmp:

$$36$$
$$2 \times 18$$
$$2 \times 2 \times 9$$
$$2 \times 2 \times 3 \times 3$$

$$36 = 2 \times 2 \times 3 \times 3$$

èkitab (fair) Tout rézoult ginyin próbabilité pour pasé égalman.

Egzanmp yo:

Voltijé youn kouin e'pi li vini tèt ou laké.

Lansé youn aygoui avek segman égal yo.

Roulé youn koub nouméró épi li vini 1, 2, 3, 4, 5, ou 6.

jouèt èkitab (fair game) Youn jouèt nan ki shak jouèr ginyin shans égal pour ginyin.

Egzanmp:

Jouèt ekitab: Shak jouèr lansé youn aygoui oun apré lot nan sékans. Youn player ginyin oun pouint si aygoui vini à nom li.

baskilé (flip) Si ou tourné youn figour net.

Egzanmp:

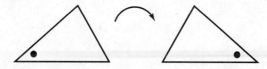

ons flouid (fl oz) (fluid ounce) Youn younit pour méziré kapasité nan sistem nórmal.

Egzanmp:

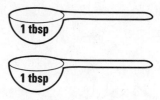

2 grand kouilèr égal 1 ons flouid.

pyé (foot (ft)) Youn younit pour méziré longèr nan sistem nórmal.

Egzanmp:

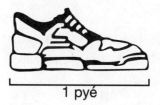

1 pyé

formoul (formula) Youn règ jenèral ki ékri avek simbol yo.

Egzanmp:

Formoul la pour périmèt pour youn triang sé $P = 2 \times (l + w)$.

fraksyon (fraction) Youn prósèdour pour konmparé parti égal à youn antyé, segman, oubyin group.

Egzanmp:

$\frac{3}{8}$ sé 3 parti égal nan 8 parti égal.

adisyon fraksyon (fraction addition) Adisyonin dou ou plous fraksyon.

Egzanmp:

$$\frac{1}{3} = \frac{4}{12}$$
$$+ \frac{1}{4} = + \frac{3}{12}$$
$$\frac{7}{12}$$

divisyon fraksyon (fraction division)
Divisé dou fraksyon.

Egzanmp:

Konmbyin $\frac{1}{8}$ nan 2?

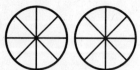 $2 \div \frac{1}{8} = 2 \times \frac{8}{1} = 16$

moultipikasyon fraksyon (fraction multiplication) Moultipliyé dou ou plous fraksyon.

Egzanmp: $\frac{1}{3} \times \frac{2}{5} = \frac{1 \times 2}{3 \times 5} = \frac{2}{15}$

soustraksyon fraksyon (fraction subtraction) Soustrakté dou fraksyon.

Egzanmp:

$$\begin{array}{r} \frac{3}{4} = \frac{9}{12} \\ -\frac{2}{3} = -\frac{8}{12} \\ \hline \frac{1}{12} \end{array}$$

grafik oubyin tab frèkans (frequency chart or table) Youn tab ka'p montré group bagay épi frèkans na ki yo pasé.

Egzanmp:

shemiz koulor	frekans
nouar	8
broun rouk	2
blank	5
blou	4

évalyouasyon avan (front-end estimation) Youn mètod pour evalyoué youn total si ou adisyonin prèmyé shif pour shak nouméró ajouté épi shanjé rézoult bazé sou shif ki restan.

Egzanmp:
$$\begin{array}{r} 476 \\ + 388 \end{array}$$

$$\begin{array}{rcr} 476 & \rightarrow & 400 \\ + 388 & \rightarrow & + 300 \\ \hline & & 700 \end{array} \qquad \begin{array}{rcr} 476 & \rightarrow & 70 \\ + 388 & \rightarrow & + 80 \\ \hline & & 150 \end{array}$$

$$700 + 150 = 850$$

galon (gal) (gallon) Youn younit pour méziré kapisité nan sistem nórmal.

Egzanmp:

Lét vini souvan nan bouté ki ginyin oun galon.

jéómetrik (geometry) Youn branch matematik nan ki yo egsplóré relasyon pour dou pouint, lin, figour, oubyin sólid.

gram (g) (gram) Youn younit pour méziré mas nan sistem mètrik la.

Egzanmp:

Mass la pour youn trnmbón preskè oun gram.

grafik (graph) Youn désin ki montré doné nan youn fason ki órganizé.

Egzanmp yo:

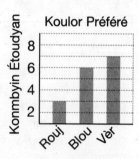

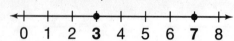

plous de (>) (greater than) Rélasyon pour youn nouméró ki pilouen à douat nan youn lin nouméró kom youn lot nouméró.

Egzanmp:

7 > 3   "Sèt sé plous de toua."

0 1 2 **3** 4 5 6 **7** 8

plou gró fakteur kómun (greatest common factor (GCF)) Plou gró nouméró a ki youn fakteur pour shak à dou ou plous nouméró.

Egzanmp:

fakteur pour 12: **1 2 3** 4 **6** 12

fakteur pour 18: **1 2 3 6** 9 18

1, 2, 3, é 6 fakteur kómun.
6 sé plou gró fakteur kómun.

própriyèté groupman (asósiatif) (grouping (associative) property) Si groupman na pour nouméró ajouté oubyin fakteur shanjé, total la oubyin prodoui rèté mem.

Egzanmp yo:

$$(5 + 2) + 3 = 5 + (2 + 3)$$

$$(3 \times 2) \times 1 = 3 \times (2 \times 1)$$

hektó- (hecto-) Youn préfiks pour 100.

Egzanmp: 1 hektómet = 100 met

tay (height) Longèr a pour segman lin pérpandikoular vèrteks à baz pour youn triang.

Egzanmp:

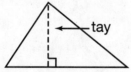

èptagon (heptagon) Youn poligon ak 7 bó.

Egzanmp:

eksagon (hexagon) Youn poligon ak 6 bó.

Egzanmp yo:

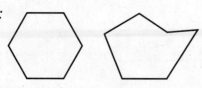

aks órizontal (horizontal axis) Lin gósh-à-douat nan youn grafik.

Egzanmp:

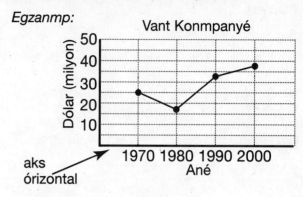

santyem (hundredth) Oun nan 100 parti égal nan youn antyé.

Egzanmp:

impósib (impossible) Pa kapab pasé.

Egzanmp:

Ginyin youn nouméró 9 sou youn nouméró koub sé impósib.

fraksyon déplasé (improper fraction) Youn fraksyon nan ki noumérateur plous de oubyin égal à dénóminateur li.

Egzanmp yo:

$$\frac{15}{2} \qquad \frac{3}{3} \qquad \frac{4}{3} \qquad \frac{8}{1}$$

pous (inch (in.)) Youn younit pour méziré longèr nan sistem nórmal.

Egzanmp:

Youn Tronmbón sé preskè 1 pous.

inékalité (inequality) Youn fraz matèmatikal ap outilizè $<$, $>$, $\leq$, oubyin $\geq$.

Egzanmp yo:

$6 < 9$ $x + 3 \geq 21$ $2x - 8 > 0$

antyé (integers) Group la nouméró póztitif antyé, kontrèr yo, é 0.

Egzanmp yo: ..., $-3, -2, -1, 0, 1, 2, 3, ...$

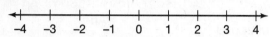

koupé (intersect) Kouazé par mem pouint.

Egzanmp:

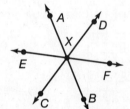

$\overrightarrow{AB}$, $\overrightarrow{CD}$, é $\overrightarrow{EF}$ kouazé à pouint X.

lin koupé (intersecting lines) Lin yo ki kouazé à youn pouint.

Egzanmp:

intèrval (interval) Oun de grandér-égal a nan youn grafik bar oubyin grafik lin.

Egzanmp:

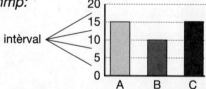

triang isosceles (isosceles triangle) Youn triang ki ginyin dou bó égal.

Egzanmp yo:

 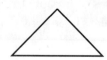

klè (key) Youn parti nan youn piktógram ki di ki shak simból rèprésanté. *Régardé ósi* simból.

Egzanmp:

Konmbyin Lèt té Ékri

Shanm 201	✐ ✐ ✐ ✐
Shanm 204	✐ ✐ ✐
Shanm 105	✐ ✐ ✐ ✐ ✐
Shanm 103	✐ ✐ ✐ ✐

✐ = 5 lètclave ⟵ klé

kiló- (kilo-) Youn préfiks pour 1000.

Egzanmp: 1 kilomet = 1000 met

kiló (kilogram (kg)) Youn younit pour méziré mas nan sistem mètrik.

Egzanmp:

Mas la pour youn liv ékól prèskè 1 kiló.

Kilomèt (kilometer (km)) Youn younit pour mèziré longèr nan sistem mètrik.

Egzanmp:

Distans la ou kapab marshé apré prèskè 15 minout.

fé (leaf) Parti a nan youn plan bòk-é-fé ki montré shif oun pour youn nouméró.

Egzanmp:

bòk	fé
0	1 1 2 3 4 8
1	0 3 5 9
2	1 1 7 8
3	2 6

Mouens Dénóminateur Kómun (least common denominator (LCD))
Mouens moultip kómun pour dénóminateur yo nan dou ou plous fraksyon.

Egzanmp: Sharshé MDK a pour $\frac{1}{4}$ é $\frac{1}{6}$.

Moultip pour 4: 4   8   **12**   16   20   **24** ...

Moultip pour 6: 6   **12**   18   **24**   30   **36** ...

12 é 24 dou moultip kómun pour 4 é 6. 12 mouens moultip kómun ki fé'l MDK a.

mouens moultip kómun (least common multiple (LCM))
Mouens nouméró ki pa zéró é ki youn moulitp pour dou ou plous nouméró difèran.

Egzanmp: Sharshé MMK la pour 2 é 3.

moultip pour 2: 2   4   **6**   8   10   **12** ...

moultip pour 3: 3   **6**   9   **12**   15 ...

6 é 12 moultip dou kómun pour 2 é 3. 6 mouens moultip kómun.

mouens de (<) (less than)
Rélasyon na pour youn nouméró ki pilouen à gósh sou youn lin nouméró kom youn lót nouméró.

Egzanmp:

3 < 7   "Toua se mouens de sèt."

dénóminateur mem (like denominators)
Dénóminateur ki mem nan dou ou plous fraksyon.

Example: $\frac{1}{8}$ $\frac{3}{8}$ $\frac{6}{8}$

dénóminateur mem

san lèur (likely)
Probabliman va pasé.

Egzanmp yo:

Li san lèur li va fé la néj nan Montana livé próshen.

lin (line)
Youn figour tou doaut ki allé tout tan à toluedé direksyon.

Egzanmp:

grafik lin (line graph)
Youn grafik ki kónèkté pouint yo pour montré koman doné shanjé apré tanmp pasé.

Egzanmp:

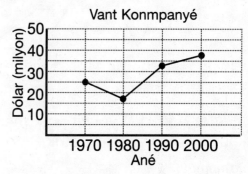

lin de simètri (line of symmetry)
Youn lin nan ki ou kapab pliyé youn figour donk touledé parti égal.

Egzanmp yo:

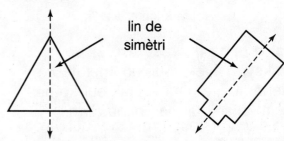

lin de simètri

plan lin (line plot)
Youn grafik ki outilizé simbol yo an ro youn lin nouméró pour rèprézanté doné.

Egzanmp:

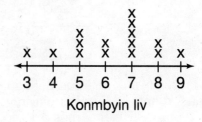

Konmbyin liv

segman lin (line segment) Youn parti youn lin ki gin dou pouint à fini.

Egzanmp:

simètri lin (line symmetry) Youn figour ginyin simètri lin si ou kapab divisé li nan dou mouatyé idantikal.

Egzanmp:

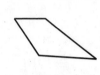

Figour avek   Figour sans
simètri lin   simètri lin

lit (liter (L)) Youn younit pour méziré kapasité nan sistem mètrik.

Egzanmp:

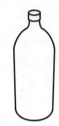

Bouté a kinmbé 2 lit.

tèrm pi ba (lowest terms) Youn fraksyon avek youn noumérateur é dénóminateur nan ki fakteur komen sèlman sé oun nan pi ba tèrm.

Egzanmp yo: $\frac{1}{2}$ $\frac{3}{5}$ $\frac{21}{23}$

mas (mass) Total la matyé youn bagay kinmbé.

Egzanmp yo:

Youn rézin ginyin   Youn pèr soulyé
mas à 1 gram.   atlètik ginyin youn
                        mas à 1 kiló.

mouyen (mean) Nouméró a ki ou jouin si total pour dou ou plous nouméró divisé par nouméró de nouméró *ajouté*.

Egzanmp:

Sharshé mouyen na pour 12, 14, 16, é 18.

```
   12          15
   14       4)60
   16        -4
 + 18        20
   60       - 20
              0
```

Mouyen na 15.

midyan (median) Nouméró a à mitan le doné yo aranjé nan sékans.

Egzanmp:

27 27 27 29 32 33 36 38 42 43 62
              |
            midyan

matèmatik mental (mental math) Lé ou'ap fé kalkoulasyon nan tet ou, sans youn kréyon é papyé oubyin youn kalkoulateur.

Egzanmp: $200 \times 30 = 6,000$

mèt (meter (m)) Youn younit pour méziré longèr nan sistem mètrik.

Egzanmp:

1 mèt

Oun mèt prèskè distans la youn main à lót si ou ralé janmb ou yo tou douat.

younit mètrik pour longèr, mas, kapasité, tanmpratour (metric units of length, mass, capacity, and temperature)

Egzanmp yo:

°C

Sorti Próshen 1 Kilómèt	prèskè 1 gram	DLÓ 2 lit	
longèr	mas	kapasité	tanmpratour

mil (mile (mi)) Youn younit pour méziré longèr nan sistem nórmal.

Egzanmp:

Distans la ou kapab marshé aprè prèskè 20 minout.

mili- (milli-) Youn préfiks pour $\frac{1}{1000}$.

Egzanmp: 1 milimèt = $\frac{1}{1000}$ mèt

mililit (milliliter (mL)) Youn younit pour méziré kapasité nan sistem mètrik.

Egzanmp:

Youn konmpt gout kinmbé prèskè 1 mililit.

milimèt (millimeter (mm)) Youn younit pour méziré longèr nan sistem nórmal.

Egzanmp:

Youn kouin sé prèskè 1 milimèt epé.
10 milimèt = 1 santimèt

nouméró mèlanjé (mixed number) Youn nouméró ki ginyin youn parti nouméró antyé é youn parti fraksyonal.

Egzanmp yo: $1\frac{1}{2}$ $3\frac{2}{5}$ $15\frac{7}{8}$

mód (mode) Nouméró a ou nouméró yo ki rivé pi souvan nan youn group doné.

Egzanmp:

27 27 27 29 32 33 36 38 42 43 62

27 mód la.

moultip (multiple) Pródoui a pour youn nouméró antyé é kek lót nouméró antyé.

Egzanmp yo:

moultip 5: 0 5 10 15 . . .

5 × 0 5 × 1 5 × 2 5 × 3

moultiplikasyon (multiplication) Youn prósédour ki bay nouméró total pour si ou mèté ansanmb group égal yo.

Egzanmp yo:

```
  45
× 12
  90
 450
 540
```

2 group 8
2 x 8 = 16

nouméró negatif (negative numbers) Nouméró mouens de zéró.

Egzanmp: –2°C °C

© Scott Foresman Addison Wesley 3-6

filyé (net) Youn patouan ki ou kapab pliyé épi fé youn sólid.

Egzanmp:

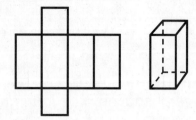

nónagon (nonagon) Youn póligon ak 9 bó.

Egzanmp yo:

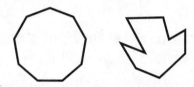

lin nouméró (number line) Youn lin ki montré nouméró yo nan sékans é k'ap outilizé youn eshèl.

Egzanmp:

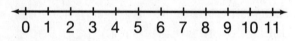

fraz nouméró (number sentence) Youn mouyen pour montré youn rélasyon pour nouméró yo. *Régardé ósi ékouézyon.*

Egzanmp yo: $2 + 5 = 7$ $6 \div 2 = 3$

fórm nouméró-mo (number-word form) Youn mouyen pour ékri youn nouméró nan sékans.

Egzanmp yo: 45 trilyon   9 mil

nouméral (numeral) Youn simbol pour youn nouméró.

Egzanmp yo: 7   58   234

noumèrateur (numerator) Nouméró à tét pour youn fraksyon ki di nouméró a parti égal kónsidèré.

Egzanmp:

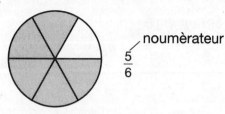

ang óbtous (obtuse angle) Youn ang ki méziré plous de 90°.

Egzanmp yo:

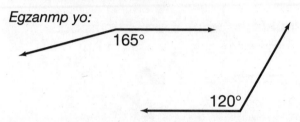

triang óbtous (obtuse triangle) Youn triang ak oun ang ki méziré plous de 90°.

Egzanmp yo:

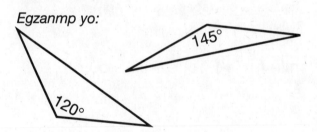

óktagon (octagon) Youn póligon avek 8 bó.

Egzanmp yo:

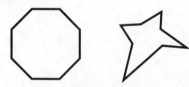

nouméró anmpér (odd number) Youn nouméró antyé ki ginyin 1, 3, 5, 7, ou 9 nan plas oun. Youn nouméró antyé ki ou pa kapab divisé avek 2.

Egzanmp yo: 3   91   205   445

kót (odds) Próporsyon na pour konmbyin mouyen youn evanman kapab pasé à konmbyin mouyen li pa kapab.

Egzanmp:

Kót pour roulé youn 3: 1 à 5
Kót pour pa roule youn 3: 5 à 1

oun própriyité (one property) Nan moultiplikasyon pródoui a pour youn nouméró é li sé nouméró sa a. Nan divisyon youn nouméró ki divisé par 1 sé nouméró sa a.

Egzanmp yo: $5 \times 1 = 5$ $3 \div 1 = 3$

prósédour (operation) Adisyonin, soustraksyon, moultiplikasyon, é divisyon.

nouméró an fas (opposite numbers) Nouméró ki mem ditans nan youn lin noumèró à zéró min an fas yo.

Egzanmp:

7 é −7 an fas yo mem.

-7 ———— 0 ———— 7

sékans (order) Le ou órganizé nouméró yo mouens à plous ou plous à mouens.

Egzanmp yo:

| mouens à plous | 12 17 21 26 30 |
| plous à mouens | 30 26 21 17 12 |

sékans à prósèdour (order of operations) Reg yo ki di ki sékans pour fé pósedour yo: (1) sanmplifiyé parantèsis intèryeur (2) sanmplifiyé egspózant (3) moulitpilyé épi divisé à gósh à douat (4) adisyonin épi soutriyé à gósh á douat.

Egzanmp:

Evaluate $2x^2 + 4(x - 2)$ pour $x = 3$.

(1) sanmplifiyé parantèsi intèryeur
$2 \cdot 3^2 + 4(3 - 2)$
$2 \cdot 3^2 + 4(1)$

(2) sanmplifiyé egspózant
$2 \cdot 9 + 4$

(3) moulitpilyé épi divisé à gósh à douat
$18 + 4$

(4) adisyonin épi soustriyé à gósh á douat
22

pèr sékansé (ordered pair) Youn pèr nouméró outilizé pour jouin youn pouint sou youn plèn kóordinat.

Egzanmp:

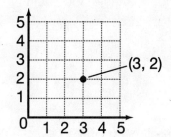

(3, 2)

própriyité sékansé (kòmoutatif) (order (commutative) property) Si ou shanjé sékans pour nouméró ajouté yo ou fakteur yo, li pa shanjé total la ou pródoui a.

Egzanmp yo:

$8 + 5 = 5 + 8$ $3 \times 6 = 6 \times 3$

nouméró ordinal (ordinal number) Youn nouméró ki sérvi à di sékans.

Egzanmp yo: prèmyé, trézyem, 1er, 4yem

orijin (origin) Pouint zéró a nan youin nouméró lin ou pouint (0, 0) kote aks la pour youn sistem kóordinat kouazé.

Egzanmp yo:

ons (ounce (oz)) Youn younit pour méziré poua nan sistem mètrik nan sistem nórmal la.

Egzanmp:

Youn lèt pézé preskè oun ons.

rèzoult (outcome) Youn rézoult posib pour pour youn egspèriman.

Egzanmp: Voltijé dou kouin

	kouin 1	kouin 2
	tèt	laké
	tèt	tèt
	laké	tèt
	laké	laké

Oun rézoult sé 1 tèt é 1 laké.

nouméró déró (outlier) Youn valèr egstrèm nan youn group doné ki sèparé plous de lot valèr.

Egzanmp:

27 27 27 29 32 33 36 38 42 43 62

nouméró déró

P.M. (P.M.) Tanmp yo midi à minoui.

Egzanmp:

midi   minoui
11 **12** 1 2 3 4 5 6 7 8 9 **10 11** 12
AM **PM PM** PM PM PM PM PM PM PM PM **PM PM** AM

lin paralel (parallel lines) Lin yo ki pa kouazé.

Egzanmp:

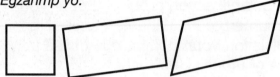

paralelógram (parallelogram) Youn kadrilateral avek dou pèr bó paralel ki an fas.

Egzanmp yo:

patouan (pattern) Youn sékans objet, évanman, lidé yo ki rèpété.

Egzanmp yo:

▲ ▼ ▲ ▲ ▼ ▼ ▲ ▲ ▲

✖ ◆ ■ ✖ ◆ ■ ✖ ◆ ■

pentagon (pentagon) Youn póligon ak 5 bó.

Egzanmp yo:

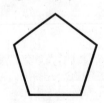

pèrsan (percent (%)) Par sant. Youn mouyen pour komparé youn nouméró à 100.

Egzanmp:

 $\frac{40}{100} = 0.40 = 40\%$

périmèt (perimeter) Distans la ótou youn figour ki fèrmé.

Egzanmp:

Périmèt =
5 + 2 + 6 + 4 + 11 + 6 = 34

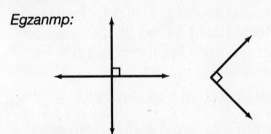

péryod (period) Youn group toua shif nan youn nouméró. Nou sèparé péryod yo avek youn virgoul.

Egzanmp:

PÉRYOD MILYÈM			PÉRYOD OUN		
sant mil	dis milyem	mil	sant	dis	oun
3	0	5 ,	2	1	6

305,216

lin pèrpandikoular (perpendicular lines) Dou lin ki fé ang douat kote yo kouazé.

Egzanmp:

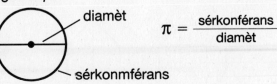

pi (π) (pi) Próporsyon na pour sérkonmférans nan youn sérk à dimèt li. Dèsimal la pour p seé 3.141592... 3.14 oubyin $3\frac{1}{7}$ souvan outilizé kom aproksimasyon pour π.

Egzanmp:

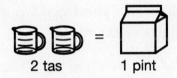

$$\pi = \frac{\text{sérkonférans}}{\text{diamèt}}$$

piktogram (pictograph) Youn grafik ki outilizé simbol pour montré doné.

Egzanmp:

Konmbyin Lèt té Ékri

Shanm 201	✍ ✍ ✍ ✍
Shanm 204	✍ ✍ ✍
Shanm 105	✍ ✍ ✍ ✍ ✍
Shanm 103	✍ ✍ ✍ ✍

✍ = 5 lètclave

pint (pt) (pint) Youn younit pour méziré kapasité nan sistem mètrik nan sistem nórmal la.

Egzanmp:

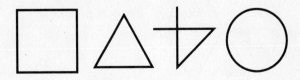

2 tas   1 pint

valèr plas (place value) Valèr a nou bay à plas la youn shif ginyin nan youn nouméró.

Egzanmp:

PÉRYOD MILYÈM			PÉRYOD OUN		
sant mil	dis milyem	mil	sant	dis	oun
3	0	5 ,	2	1	6

305,216

Nan 305,216 valèr plas la pour shif 2 sé sant yo.

figour plèn (plane figure) Youn figour sou youn soufas plat.

Egzanmp yo:

© Scott Foresman Addison Wesley 3-6

Haitian Creole 23

pouint (point) Youn pózisyon egzakt ki nou souvan marké avek youn tash.

Egzanmp yo:

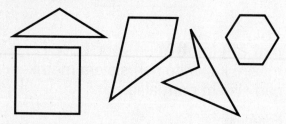

póligon (polygon) Youn figour férmé konmpózé avek sègman lin.

Egzanmp yo:

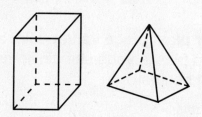

póliyèdron (polyhedron) Youn solid nan ki fig póligon yo.

Egzanmp yo:

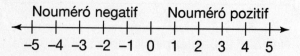

nouméró pózitif (positive numbers) Nouméró pi gro kom zéró.

Egzanmp:

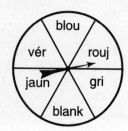

posib (possible) Li kapab pasé.

Egzanmp:

blou
vér   rouj
jaun   gri
blank

Si yo lansé aygoui a, rouj sé youn rézoult pósib.

pouad (pound (lb)) Youn younit pour méziré poua nan sistem mètrik nan sistem nórmal la.

Egzanmp:

Diri
1 pouad

pouvoua (power) Youn egspózant oubyin nouméró a ki rézoulté le youn baz ranjé à egspózant na.

Egzanmp:

$16 = 2^4$ 2 ranjé à pouvoua 4yèm na.

16 sé 4yèm pouvoua pour 2.

prédiksyon (prediction) Youn dimansyon intèlijan pour envanman ki va pasé.

Egzanmp:

Jane prédikté ki $\frac{1}{6}$ pour foua a li va roulé youn 2.

fakteurizasyon prèmyé (prime factorization) Le ou'ap ékri youn nouméró kom youn prodoui à nouméró prèmyé.

Egzanmp: $70 = 2 \times 5 \times 7$

nouméró prèmyé (prime number) Youn nouméró antyé pi plous de 1 ki ginyin dou fakteur sèlman.

Egzanmp:

Prèmyé yo komansé avek 2, 3, 5, 7, 11, ...

prizm (prism) Youn figour sólid nan ki baz yo nan plèn paralel épi na ki figi yo paralelógram.

Egzanmp yo:

24 Haitian Creole

próbabilité (probability) Shans la ki youn évanman va pasé. Próporsyon na pour nouméró mouyen youn évanman kapab pasé à nouméró total pour rézoult ki pósib.

Egzanmp:

Próbabilité a pour roulé youn 2 sé $\frac{1}{6}$.

Próbabilité a pour roulé youn 2 sé $\frac{5}{6}$.

gid pour rézoud próblem (problem solving guide) Youn prósédour pour rezoud youn próblem: Konmprand, Fé Youn Plan, Rézoud, Régardé Bak.

Egzanmp:

Rézoud Próblem

Konmprand
Fé Youn Plan
Rézoud
Régardé Bak

pródoui (product) Nouméró a ki rézoult pour moultiplyé dou ou plous fakteur.

Egzanmp:

fakteur   prodoui
$2 \times 3 \times 5 = 30$

próporsyon (proportion) Youn ékouézyon ki di dou próporsyon égal.

Egzanmp: $\frac{12}{34} = \frac{6}{17}$

raporteur (protractor) Youn zouti ki sèrvi pour méziré grósé pour youn ang.

Egzanmp:

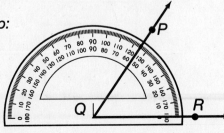

piramid (pyramid) Youn figour sólid nan ki baz sé youn póligon épi nan ki figi yo triang ak youn vérteks kómun.

Egzanmp yo:

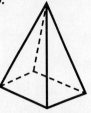 

kadrant (quadrants) Arya kat la ki détèrminé par aks yo nan youn plén kóordinat.

Egzanmp:

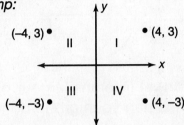

kadrilateral (quadrilateral) Youn póligon ak 4 bó.

Egzanmp yo:

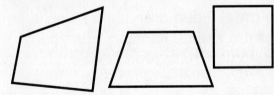

kart (quart (qt)) Youn younit pour méziré kapasité nan sistem nórmal la.

Egzanmp:

Oun kart lèt

kuósyent (quotient) Nouméró a lót de rèst ki rézoult à divisyon.

Egzanmp:

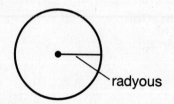

$$28 \div 4 = 7 \quad \overset{7}{4\overline{)28}}$$

radyous (radius) Youn sègman lin à sant nan youn sérk à kek pouint sou sék la.

Egzanmp:

radyous

póté (range) Difèrans la pour pi gró é pi mouens nan youn group doné.

Egzanmp:

27 27 27 29 32 33 36 38 42 43 62

Póté a sé 62 − 27 = 35.

tó (rate) Youn próporsyon k'ap montré koman kantité yo ak younit difèran gin rélasyon.

Egzanmp yo: $\dfrac{72 \text{ dola}}{28 \text{ eur}}$ $\qquad \dfrac{55 \text{ mil}}{1 \text{ eur}}$

próporsyon (ratio) Youn pér nouméró ki sèrvi pour konmparé kantité yo.

Egzanmp yo: $\dfrac{2}{1}$ $\qquad$ 2 à 1 $\qquad$ 2:1

tab próporsyon (ratio table) Youn tab ki montré youn group próporsyon égal yo.

Egzanmp:

	(12 × 2)	(12 × 3)	(12 × 4)
bouat	12	24	36	48
karton	1	2	3	4

(1 × 2) (1 × 3) (1 × 4)

douat de fazó (ray) Youn parti youn lin ki komansé à youn pouint épi li pa gin youn fini nan oun direksyon.

Egzanmp:

résiprók (reciprocals) Dou nouméró ki gin prodoui 1.

Egzanmp:

$\dfrac{3}{5}$ é $\dfrac{5}{3}$ résiprók depoui $\dfrac{3}{5} \cdot \dfrac{5}{3} = 1.$

rektang (rectangle) Youn kadrilateral ak kat ang douat é bó ki an fas paralel é mem longèr.

Egzanmp yo:

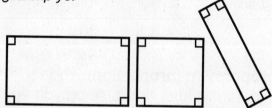

prizm rektangoular (rectangular prism) Youn figour sólid nan ki sis figi tout rektang.

Egzanmp yo:

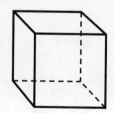 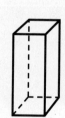

réfleksyon (reflection) Imaj spekoulér a pour youn figour ki té baskilé atravé youn lin. Ósi, li nom na pour tranfórmasyon na ki baskilé figour a atravé lin na.

Egzanmp:

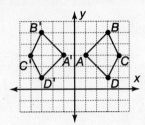

régroupé (regroup) À bay youn nouméró antyé oubyin nouméró dèsimal nan youn mouyen difèran.

Egzanmp yo: 28 sé 2 dis yo é 8 oun yo. 0,3 sé 0,30 ó 0,300.

póligon règoulyé (regular polygon) Youn póligon nan ki tout bó égal épi nan ki tout ang égal.

Egzanmp yo:

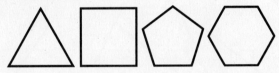

rest (remainder) Nouméró a ki pi mouens de divisór a ki rèté apré divizyon fini.

Egzanmp:

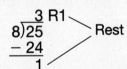

desimal rèpété (repeating decimal) Youn desimal avek youn shif ou group shif a douat pouint desimal la.

Egzanmp yo: 0.$\overline{6}$ 0.$\overline{123}$ 2.$\overline{18}$

ronmbus (rhombus) Youn kadrilateral avek dou pèr bó paralel épi tout bó mem longèr a.

Egzanmp yo:

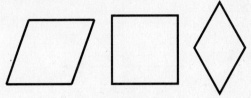

ang douat (right angle) Youn ang ki fórme youn kouen karé épi li méziré 90°.

Egzanmp:

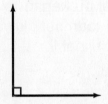

triang douat (right triangle) Youn ang ki formé Youn triang ki gin youn ang douat.

Egzanmp yo:

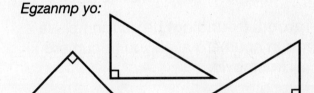

nouméró romain (Roman numerals) Nouméró nan youn sistem nouméró ki té outilizé par Romain yo.

Egzanmp yo:

I = 1   IV = 4   V = 5   VI = 6

rótasyon (rotation) Imaj la pour youn figour ki yo té tourné, kom sou youn rou. Ósi, nom na pour transfórmasyon na ki tourné figour a.

Egzanmp:

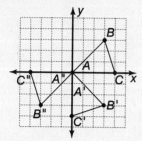

simètri rótasyonal (rotational symmetry) Youn figour ginyin simètri rótasyonal si ou kapab tourné li mouens de youn sérk konmplet épi kadré imaj orijinal li.

Egzanmp yo:

 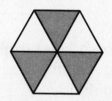

Shak figour ginyin simètri rótasyonal.

arondi (rounding) Le ou ranmplasé youn nouméró avek youn nouméró ki di konmbyin.

Egzanmp:

Arondi 2,153 à toupré:	
mil	2,000
sant	2,200
dis	2,150

enshantiyon (sample) Youn parti ki ou shouazi à youn group.

Egzanmp:

Tout 1,000 nom manmb pour youn kloub yo té mèté sou kart, épi yo bat kart. Alor yo té shouazi 100 kart, épi yo fé youn étoud avek manmb sa yo par tèléfoné. Enshantiyon sé 100 manmb ki partispé nan étoud la.

eshel (scale) Nouméró yo ki montré younit yo ki outilizé nan youn grafik. Ósi, youn zouti outilizé pour méziré poua pour kek bagay. Ósi, youn próporsyon ki montré rélasyon pour youn désin eshel é objet aktouel.

Egzanmp yo:

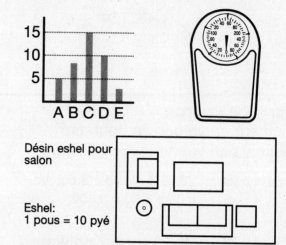

Désin eshel pour salon

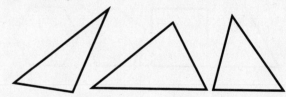

Eshel:
1 pous = 10 pyé

triang skalèn (scalene triangle) Youn triang ki pa gin bó égal.

Egzanmp yo:

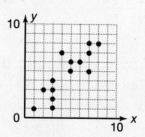

plan gayé (scatterplot) Youn grafik k'ap sèrvi doné valèr doné yo nan pér kom pouint pour montré rèlasyon pour group doné yo.

Egzanmp:

oré (schedule) Youn list ki montré tanmp yo evanman yo pasé.

Egzanmp:

Oré pour Samdi an Aprèmidi

12:00	diné
12:45	marshé ak shyen na
1:15	propté shanm ou
2:30	joué ak zami
5:00	à lakay pour soupé

nótasyon siantifik (scientific notation) Youn nouméró ékri kom youn dèsimal pi gro ou égal à 1 épi mouens de 10, moultipliyé par pouvoua 10.

Egzanmp: $350{,}000 = 3.5 \times 10^5$

segman (segment) Régarde *segman lin.*

bó (side) Youn segman lin ka'p fé youn parti pour youn figour plèn.

Egzanmp:

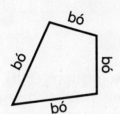

figour similar (similar figures) Figour yo ki ginyin mem anfórm épi yo pètèt ou pa pètèt ginyin mem grandèr.

Egzanmp yo:

é

é

é

fórm pi sanmp (simplest form) Youn frakson nan ki nourérateur é dénóminateur gin 1 pour youn fakteur kómun min pa gin lot fakteur kómun yo.

Egzanmp yo:

Fraksyon yo nan fórm pi sanmp:

$$\frac{1}{2} \qquad \frac{3}{5} \qquad \frac{21}{23}$$

fósé (skew) Lin yo ki pa paralel épi yo pa kouazé.

Egzanmp:

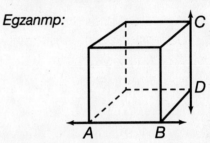

$\overleftrightarrow{AB}$ é $\overleftrightarrow{CD}$ lin fósé yo.

kounté par pasé (skip counting) Le ou kounté par youn nouméró ki pa 1.

Egzanmp:

Pour kounté par pasé par 2 yo, pansé: 2, 4, 6, 8, ...

glisé (slide) Pour déplasé youn plèn à youn direksyon.

Egzanmp:

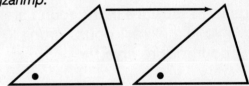

figour sólid (solid figure) Youn figour ki ginyin longèr, lajèr, tay, é vóloumn.

Egzanmp yo:

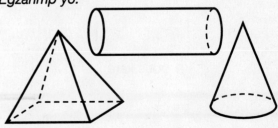

sfér (sphere) Youn figour sólid ki ginyin anfórm à youn ból.

Egzanmp:

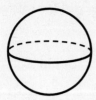

karé (square) Youn póligon ki ginyin kat bó égal é kat ang douat.

Egzanmp:

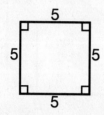

santimèt karé (square centimeter) Youn karé ak bó yo ki méziré 1 santimèt. Younit ki sèrvi pour méziré arya.

Egzanmp:

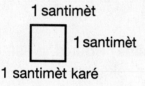

1 santimèt karé

pous karé (square inch) Youn karé ak bó yo ki méziré 1 pous. Younit ki sèrvi pour méziré arya.

Egzanmp:

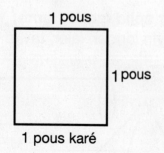

1 pous karé

nouméró karé (square number) Prodoui pour youn nouméró ki moultipliyé par li mem.

Egzanmp:

☆ ☆ ☆ ☆ ☆ $5 \times 5 = 25$
☆ ☆ ☆ ☆ ☆   ↑
☆ ☆ ☆ ☆ ☆   nouméró karé
☆ ☆ ☆ ☆ ☆
☆ ☆ ☆ ☆ ☆

rasin karé (square root) Rasin karé por *N* sé nouméró a ki si ou moulipiyé li par li mem bay *N*. Ósi, rasin karé a pour kek nouméró sé longèr a pour oun bó à youn karé avek youn arya égal pour kek nouméró.

Egzanmp:

$9 \times 9 = 81$, donk
9 rasin karé pour 81.
$9 = \sqrt{81}$

Arya 81 younit karé.

younit karé (square unit) Youn karé avek bó yo ki méziré 1 younit. Younit ki sèrvi pour méziré arya.

Egzanmp:

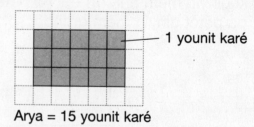

1 younit karé

Arya = 15 younit karé

fórm étandard (standard form) Youn fason pour ékri youn nouméró ki montré shif li selman.

Egzanmp yo: 85   239   9,325

bok (stem) Parti a pour youn grafik bok-é-fé ki montré ki montré tout min shif oun pour youn nouméró.

Egzanmp:

bok	fé
6	7 8 8 0
7	0 0 5 6 8
8	4 6 9

shif dis

grafik bok-é-fé (stem-and-leaf plot) Youn grafik ki outilizé valèr plas pour organizé nouméró yo nan doné.

Egzanmp:

bok	fé
3	3 4 4 5
4	2 5 6
5	1 1 2 3 5 8

4 | 2 rèprézanté 42.

ang tou douat (straight angle) Youn ang ki formé youn lin douat épi li méziré 180°.

Egzanmp:

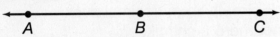

A   B   C

stratèjyé (strategy) Youn plan ou mètod ki sèrvi rézoud youn problem.

Kek stratèjyé pour rézoud problem yo:

Fé youn désin   Sharshé youn patouan
Fé youn tab   Déviné é cheké

soustraksyon (subtraction) Youn prósédeur ki montré difèrans pour dou nouméró, oubyin konmbyin nouméró rèté apré kek soustrèr.

Egzanmp yo:

        275
      − 32
        243

8 − 3 = 5

■■■■■■□■□□

total (sum) Nouméró a ki rézoult la si ou adisyonin dou ou plous nouméró ajouté.

Egzanmp: 7 + 9 = 16
                            sum

ang souplimantèr (supplementary angles) Dou ang ki mézirman fé tótal 180°.

Egzanmp:

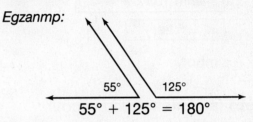

55°   125°
55° + 125° = 180°

arya sourfas (surface area) Total la pour arya yo pour tout figi nan youn sólid.

Egzanmp:

arya sourfas = (2 x arya avan) + (2 x arya avan) + (2 x arya avan)

arya sourfas = (2 × 50) + (2 × 20) + (2 × 40)
             = 100 + 40 + 80
             = 220 cm²

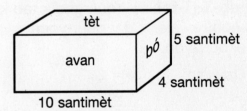

tèt
avan
bó
5 santimèt
4 santimèt
10 santimèt

étoud (survey) Youn kestyon ou kestyon yo ki répondé à par youn group moun.

Egzanmp:

Étoud Kliyan
Konmbyin foua ou ashté isit? _____
Konmbyin bagay ou té ashté? _____
Eska anmployé nou póli? _____

© Scott Foresman Addison Wesley 3-6

simból (symbol) Youn désin nan youn piktógram ki réprézanté pour youn no8méró de bagay yo.

Egzanmp:

Konmbyin Lèt té Ékri

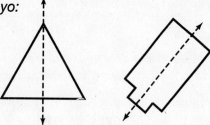

simból

simètri (symmetry) Youn figour ginyin simètri si ou kapab pliyé li sou youn lin donk toulèdé parti matché egazaktèman. *Régardé ósi lin simètri.*

Egzanmp yo:

tab-T (T-table) Youn grafik tab k'ap montré valèr x é y pour youn ékouézyon.

Egzanmp:

$$y = 2x + 1$$

x	y
−2	−3
−1	−1
0	1
1	3
2	5

grand kouilèr (tablespoon (tbsp)) Youn younit pour méziré kapasité nan sistem nórmal la.

Egzanmp:

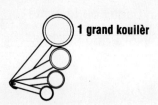

1 grand kouilèr

mark konmpt (tally mark) Youn mark outilzé pour ékri doné.

Egzanmp yo:

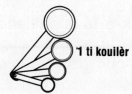

I = Oun

ШΛ1 = Sink

ti kouilèr (teaspoon (tsp)) Youn younit pour méziré kapasité nan sistem nórmal la.

Egzanmp:

1 ti kouilèr

3 ti kouilèr = 1 grand kouilèr

disyem (tenth) Oun pour 10 parti égal pour youn antyé.

Egzanmp:

desimal tèrminé (terminating decimal) Youn desimal avek noméró à shif fiksé.

Egzanmp yo: 3.5   0.599992   4.05

an mózéyik (tessellation) Youn patouan figour ki kouvri youn plèn sans èspas oubyin shevouaské.

Egzanmp yo:

milyem (thousandths) Oun pour 1,000 parti pour youn antyé.

Egzanmp:

oun	disyem	santyem	milyem
0 .	0	0	2

Ou lir 0.002 kom 2 milyem.

ton (ton) Youn younit pour méziré poua nan sistem nórmal la.

Egzanmp:

Kamion na loué prèskè 1 ton.

tradouksyon (translation) Imaj la pour youn figour ki té mèté nan youn pózisyon nouvó sans baskilé li oubyin tourné li.

Egzanmp:

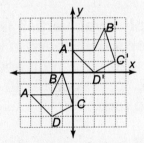

trapèzoidal (trapezoid) Youn kadrilateral avek dou bó paralel egzaktèman.

Egzanmp yo:

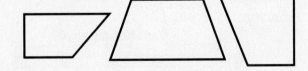

diagram pyé boua (tree diagram) Youn diagram ki montré tout rèzoult pósib pour youn évanman.

Egzanmp:

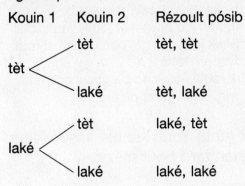

Kouin 1	Kouin 2	Rézoult pósib
tèt	tèt	tèt, tèt
tèt	laké	tèt, laké
laké	tèt	laké, tèt
laké	laké	laké, laké

tandans (trend) Youn rélasyon pour dou group doné ki vini kom youn patouan nan youn grafik. Régardé *rélasyon pózitif, rélasyon negatif, pa de rélasyon*.

triang (triangle) Youn póligon avek toua bó.

Egzanmp yo:

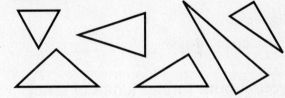

tourné (turn) Fé youn figour plèn fé youn rótasyon.

Egzanmp:

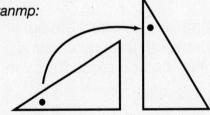

jouet pa ékitab (unfair game) Youn jouet nan ki tout jouèr pa ginyin mem próbabilité pour ginyin.

Egzanmp:

Jouet pa èkitab: Yo roulé dou koub nouméró, épi you bay shak jouèr youn tótal 2 à 12. Shak jouèr va gin oun pouint si tótal li roulé. Depoui tótal 2 à 12 pa gin shans égal pour roulé, jouèr yo pa gin shans égal pour ginyin, donk jouet pa èkitab.

younit (unit) Youn kantité ki sèrvi kom youn étandard pour mézir.

Egzanmp yo:

pous, minouit, lit, ons, jour, pouad

fraksyon younit (unit fraction) Youn fraksyon avek youn noumérateur 1.

Egzanmp yo: $\frac{1}{4}$ $\frac{1}{2}$ $\frac{1}{7}$

tó younit (unit rate) Youn tó nan ki nouméró sekond nan konmparison na sé 1.

Egzanmp yo:

25 galon par minout $\frac{55 \text{ mil}}{\text{eur}}$

younit pour tanmp (units of time)

Egzanmp yo:

sèkond, minouit, leur, jour, sèmèn, ané, dèsenyé, siyèk

dénóminateur pa mem (unlike denominators) Dénóminateur ki difèran nan dou ou plous fraksyon.

Egzanmp: $\frac{1}{2}$ $\frac{2}{5}$ $\frac{2}{9}$

démóminateur pa mem

pa san lèur (unlike) Li próbabliman va pa pasé.

Egzanmp:

Li pa san leur ki shyen sa va parlé.

varyab (variable) Youn lèt ki réprézanté youn nouméró ou póté nouméró yo.

Egzanmp: $n - 3$ $n + 5$

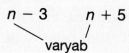

varyab

Diagram Venn (Venn diagram) Youn diagram ki sèrvi réjon pour montré rélasyon yo pour group bagay yo.

Egzanmp:

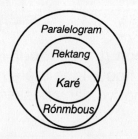

Paralelogram
Rektang
Karé
Rónmbous

vèrteks (plouryal, vèrtisi) (vertex (plural, vertices)) Pouint la ki dou doaut de fazó pour youn ang pour li mem. Ósi, youn pouint kóté dou ou plous rébó randévou.

Egzanmp yo:

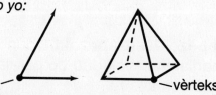

vèrteks   vèrteks

aks vèrtikal (vertical axis) Lin ki allé an ro a é an ba nan youn grafik.

Egzanmp:

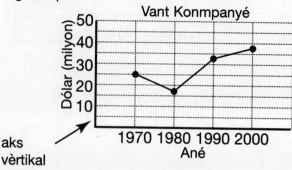

Vant Konmpanyé

Dólar (milyon)

1970 1980 1990 2000
Ané

aks vèrtikal

vólounm (volume) Nouméró a pour younit koubik bèsouin pour fé youn figour sólid plèn.

Egzanmp:

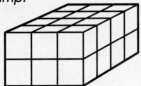

Vólounm na sé 24 younit koubik.

poua (weight) Youn mesirman pour fos fé osu youn bagay par gravité.

Egzanmp yo:

1 ons   1 pouad   1 ton

nouméró antyé (whole number) Kek nouméró nan group la {0, 1, 2, 3, 4, ...}.

nom mot (word name) Youn mouyen pour montré youn nouméró outilizé mot yo.

Egzanmp:

nèf mil, toua sant vint-sink

aks-*x* (*x*-axis) Aks órizontal la sou youn plèn kóordinat.

Egzanmp:

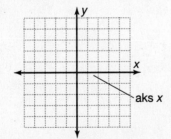

aks *x*

kóordinat-*x* (*x*-coordinate) Premyé nouméró a nan youn pèr sékans.

Egzanmp:

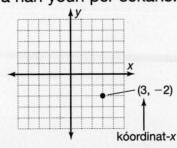

(3, −2)

kóordinat-*x*

aks-*y* (*y*-axis) Aks vèrtikal la sou youn plèn kóordinat.

Egzanmp:

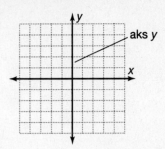

aks *y*

kóordinat-*y* (*y*-coordinate) Noumèró sekond nan youn pèr sékans.

Egzanmp:

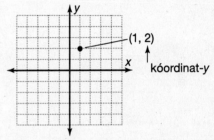

(1, 2)

kóordinat-*y*

yad (yard (yd)) Youn younit pour méziré longèr na sistem nórmal la.

Egzanmp:

Tay pour youn biró prèskè oun yad.

pér zéró (zero pair) Youn nouméró é ópósit li.

Egzanmp yo: 7 é −7   23 é −23

própriyité zéró (zero property) Nan adisyonin, total la pour youn nouméró é 0 sé nouméró sa a. Nan moultiplikasyon, pródoiui pour youn nouméró é 0 sé 0.

Egzanmp yo: 7 + 0 = 7   7 × 0 = 0

Korean Glossary

Korean

A.M. (A.M.) 자정에서 정오까지 시간.

보기:

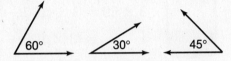

자정   정오

11 **12** 1 2 3 4 5 6 7 8 9 **10** **11** 12
PM **AM** **AM** **AM** **AM** **AM** **AM** **AM** **AM** **AM** **AM** **AM** PM

예각 (acute angle) 각도가 90도 보다 적은 각.

보기:

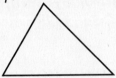

60°   30°   45°

예각삼각형 (acute triangle) 세개의 예각으로 이루어진 삼각형.

보기:

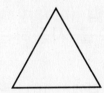

가수 (addend) 합계를 얻기 위해서 더해지는.

보기:

가수
2 + 7 = 9

더하기 (addition) 두개 혹은 그 이상의 수를 합하여 총합이 나오도록 하는 연산.

보기:

5   +   7   =   12

$$\begin{array}{r} 1 \\ 438 \\ +725 \\ \hline 1{,}163 \end{array}$$

대수 (algebra) 숫자를 대신한 변수로 산수를 공부하는 수학의 한 분야.

대수 표기법 (algebraic expression) 변수를 포함하는 표기법.

보기:

$n + 8$ $4 \times n$ $n - 2$

아날로그 시계 (analog clock) 바늘로 시간을 표시하는 시계.

보기:

7:29

각 (angle) 같은 끝점을 가진 두개의 반직선.

보기:

변 각 변

변 각 변

면적 (area) 폐쇄된 도형이 차지하는 표면의 평방 단위 숫자.

보기:

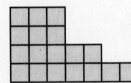

면적은 18 평방 단위.

열 (array) 가로와 세로로 정렬된 물체.

보기:

```
* * * * *        * * *
* * * * *        * * *
* * * * *        * * *
                 * * *
                 * * *
```

5개로 이루어진   3개로 이루어진
3개 그룹의 열   5개 그룹의 열

결합 (군집) 법칙 (associative (grouping) property) 가수 또는 인수의 군집이 변하면 합계나 곱은 똑같다.

보기:

$$(5 + 2) + 3 = 5 + (2 + 3)$$
$$(3 \times 2) \times 1 = 3 \times (2 \times 1)$$

평균 (average) 두개 또는 두개 이상의 숫자의 합계가 가수의 갯수로 나누어질 때 얻어지는 수. 평균치라고도 불림.

보기:

12, 14, 16 및 18의 평균을 구하라.

```
  12          15
  14        4)60
  16         -4
+ 18         20
  60        -20
              0
```

평균은 15.

축 (axes) x축과 y축을 참조한다.

막대 그래프 (bar graph) 자료를 표시하기위해 막대를 사용하는 그래프.

보기:

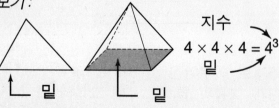

좋아하는 색

밑 (base) 도형이나 입방체의 밑변. 4^3에서 4도 밑이다.

보기:

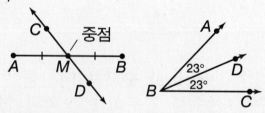

$$4 \times 4 \times 4 = 4^3$$

수준점 (benchmark) 다른 측정을 예측하기 위해 사용되는 알려진 측정치. 또한 10, 50, 500, 1000 또는 1,000,000과 같이 암산을 돕기 위해 사용되는 편리한 숫자.

보기:

$\frac{1}{4}$ 정도 찼음

3×99 99 을 $100 - 1$으로 다시 쓴다.

$$3 \times 99 = 3 \times (100 - 1)$$
$$= (3 \times 100) - (3 \times 1)$$
$$= 300 - 3$$
$$= 297$$
$$3 \times 99 = 297$$

2진법 (binary number system) 2진수를 사용하는 수의 체계.

보기:

이진법에서 1011은 10진법의 (10진수) 11과 같다.

	8의 자리	4의 자리	2의 자리	1의 자리
2진수	1	0	1	1
자리수	8	4	2	1
곱	1×8=8	0×4=0	1×2=2	1×1=1

$(1 \times 8) + (0 \times 4) + (1 \times 2) + (1 \times 1) = 8 + 0 + 2 + 1 = 11$

이등분 (bisect) 각이나 선분을 합동인 두개의 각이나 선분으로 나누는 것.

보기:

$\overleftrightarrow{CD}$ 이등분 $\overline{AB}$.

$\overrightarrow{BD}$ 이등분 $\angle ABC$.

상자-수염 그림 (box-and-whisker plot) 자료들이 어떻게 분포되어있는지를 시각적으로 보여주는 방법. 아래의 보기는 10개의 시험 성적을 보여주고 있다: 52, 64, 75, 79, 80, 80, 81, 88, 92, 99.

보기:

시험성적

| 52 | | 75 80 | 88 | | 99 |

하위 4분위   중앙값   상위 4분위

달력 (calendar) 월, 일, 날짜를 보여주는 표.

보기:

5월						
S	M	T	W	T	F	S
		1	2	3	4	5
6	7	8	9	10	11	12
13	14	15	16	17	18	19
20	21	22	23	24	25	26
27	28	29	30	31		

용량 (capacity) 용기가 담을 수 있는 액체의 양.

보기:

100 mL   1 mL   1 L   1컵   1 쿼트   1 갤론

센트 (cent (¢)) 화폐의 단위. 100 센트는 1 달러.

보기:

 1 페니는1센트.

중심 (center) 원에 있는 모든 점에서 같은 거리에 있는 점.

보기:

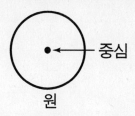

원

센티 (centi-) 100분의 1을 의미하는 접두어.

보기: 1 센티미터 = $\frac{1}{100}$ 미터

센티미터 (centimeter(cm)) 미터 시스템의 길이 측정 단위.

보기:

1 센티미터

1 센티미터

확실 (certain) 분명히 일어남.

보기:

2월 다음에 3월은 분명히 온다.

가능성 (chances) 일정한 사건이 일어날 확률.

보기:

동전을 던지면 윗면과 아랫면이 나올 가능성은 같다.

윗면   아랫면

잔돈 (change) 가격보다 많은 화폐로 지불했을 때 받는 돈의 양.

보기:

점원에게 준 돈		가격		잔돈
$1.00	−	0.75	=	$0.25

현 (chord) 두 끝이 원에 연결된 선.

보기:

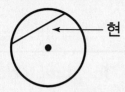

원 (circle) 모든 점들이 중심에서 모두 같은 거리에 있는 평면 도형.

보기:

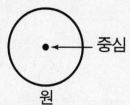

원 그래프 (circle graph) 전체가 나누어진 것을 나타내기 위해 원을 사용한 그래프.

보기:

좋아하는 애완동물

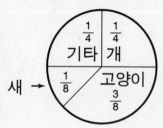

원둘레 (circumference) 원 주위의 거리. $C = 2 \times \pi \times r$ 또는 $C = \pi \times d$

보기:

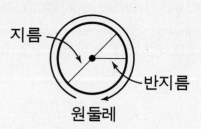

시계방향 (clockwise) 도형의 윗부분이 오른쪽으로 회전하는 방향.

보기:

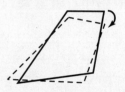

무리 (cluster) 선상의 한 값 주위에 군집한 자료.

보기:

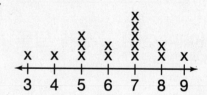

선 도표는 7에 무리가 있는 것을 보여준다.

집락 (clustering) 어림수를 내는 데 사용하는 방법으로, 값이 비슷한 수들을 모두 동일한 수로 가정하는 것.

보기:

26 + 24 + 23 은 약 25 + 25 + 25 또는 3 × 25이다.

공통분모 (common denominator) 두개 혹은 그 이상의 분수의 동일한 분모.

보기: $\frac{1}{8}$ $\frac{3}{8}$ $\frac{6}{8}$

8 이 공통분모.

공약수 (common factor) 두개 혹은 그 이상의 수에 인수인 수.

보기:

3은 6의 약수.

3은 9의 약수.

3은 6과 9의 공통약수.

공배수 (common multiple) 주어진 두개 혹은 그 이상의 수 각각에 배수인 수.

24는 6의 배수.

24는 8의 배수.

24는 6과 8의 공배수.

교환 (순서) 법칙 (commutative (order) property) 가수나 인수의 순서를 변화해도 합계나 곱은 변하지 않는다.

보기:

8 + 5 = 5 + 8   3 × 6 = 6 × 3

비교 (compare) 두 값 중 큰 것을 결정한다.

보기:

100 단위 숫자는 같다.

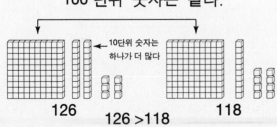

126   126 >118   118

컴파스 (compass) 원을 만들 때 사용되는 기구.

보기:

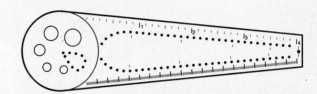

손쉬운 수 (compatible numbers) 쉽게 암산으로 계산을 할 수 있는 수.

보기:

25 + 175   5 × 20   360 ÷ 9

보정 (compensation) 문제에 있는 수와 가까운 수를 사용하고 나서 사용한 수를 보정하기 위해 답을 조정하는 암산 방법.

보기: 99 × 4 = (100 − 1) × 4
                      = (100 × 4) − (1 × 4)
                      = 400 − 4
                      = 396

여각 (complementary angles) 합이 90도인 두개의 각.

보기:

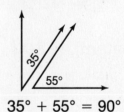

35° + 55° = 90°

합성수 (composite number) 1보다 크고 둘 이상의 약수를 가지고 있는 수.

보기:

6은 합성수. 그 약수는 1, 2, 3과 6.

곱사건 (compound event) 둘 혹은 그 이상의 단일 결과가 합쳐진 결과.

보기:

 와

동전을 던져서 앞면을 보고 주사위에서 1을 얻는 것은 복합 결과라 한다.

원뿔 (cone) 원형의 한 밑면과 한 정점을 가진 입방체.

보기:

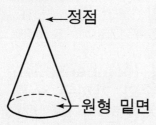

합동 모양 (congruent figures) 크기와 생김새가 같은 모양.

보기:

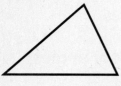 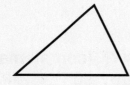

합동 삼각형

상수 (constant) 변하지 않는 수량.

보기:

대수 표기법인 $x + 7$ 에서 7은 자연수이다.

환산인수 (conversion factor) 한 단위에서 다른 단위로 환산하는데 사용하는 첫수. 보통 분수로 표시한다.

보기:

12 인치 = 1 푸트 $\dfrac{12인치}{1푸트}$

4 쿼트 = 1 갈론 $\dfrac{4쿼트}{1갈론}$

좌표 눈금 (coordinate grid) 점을 찾기 위해 사용되는 그래프.

보기:

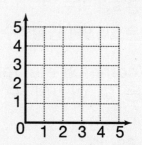

좌표 (coordinates) 그래프에서 한 점을 나타내는데 사용되는 수의 집합. 순서 집합을 참조.

보기:

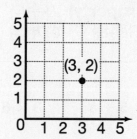

구석 (corner) 두 변이 만나는 곳.

보기:

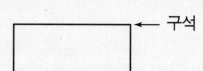

구석

시계 반대방향 (counterclockwise) 도형의 윗부분이 왼쪽으로 회전하는 방향.

보기:

교차 곱 (cross product) 한 분수의 분자와 다른 분수의 분모를 곱하는 것.

보기:

교차 곱:
1 × 5 = 5
3 × 2 = 6

입방체 (cube) 모든 면이 정사각형인 6면의 프리즘.

보기:

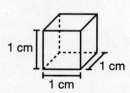

3승 (cubed) 3제곱.

보기:

2 의 3승 = 2^3 = 2 × 2 × 2 = 8

입방 센티미터 (cubic centimeter) 한 면의 길이가 1 센티미터인 입방체. 용량 측정 단위. 약자로 cm^3.

보기:

1 cm
1 cm
1 cm

입방 인치 (cubic inch) 한 면의 길이가 1 인치인 입방체. 용량 측정 단위. 약자로 in^3.

보기:

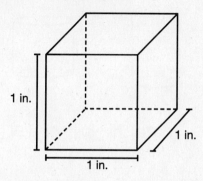

1 in.
1 in.
1 in.

입방 단위 (cubic unit) 한 면의 길이가 1 단위인 입방체. 용량 측정 단위.

보기:

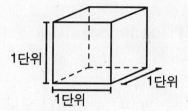

1단위
1단위
1단위

컵 (cup (c)) 관습적 용량 측정 단위.

보기:

8 oz
6
4
2

길이, 무게, 용량 및 온도 측정의 관습적 단위 (customary units of length, weight, capacity, and temperature)

보기:

다음출구1 마일

쌀 1 파운드

우유

20°F
16°F
10°F

길이   무게   용량   온도

원통 (cylinder) 밑 면 두개가 평행이고 원형인 입방체.

보기:

데이터 (data) 계산에 사용되는 정보.

보기:

교실의 학생들이 5일 동안의 매일 최고 온도를 기록했다. 화씨 74도, 화씨 79도, 화씨 82도, 화씨 85도, 화씨 80도.

10각형 (decagon) 10개의 변이 있는 다각형.

보기:

데시- (deci-) $\frac{1}{10}$ 을 의미하는 접두사.

보기: 1 데시미터 = $\frac{1}{10}$ 미터

소수 (decimal) $\frac{1}{10}$, $\frac{1}{100}$ 등을 나타내기 위해 소수점을 사용하는 수.

보기:

3.142   0.5   15.19

소수 덧셈 (decimal addition) 둘 혹은 그 이상의 소수를 더하는 것.

보기:

$$\begin{array}{r} \overset{1}{3}\,\overset{1}{6}.2\,9 \\ +\ 2\,5.1\,2 \\ \hline 6\,1.4\,1 \end{array}$$

소수 나눗셈 (decimal division) 두개의 소수를 나누는 것.

보기:

$$\begin{array}{r} 2.564 \\ 7)\overline{17.948} \\ -14 \\ \hline 39 \\ -35 \\ \hline 44 \\ -42 \\ \hline 28 \\ -28 \\ \hline 0 \end{array}$$

소수 곱셈 (decimal multiplication) 둘 혹은 그 이상의 소수를 곱하는 것.

보기:

$$\begin{array}{r} 2.75 \\ \times\ 0.3 \\ \hline 0.825 \end{array}$$ ← 소수점 2자리
← 소수점 1자리
← 소수점 3자리

소수점 (decimal point) 화폐에서 달러를 센트에서 구분하거나 소수에서 1자리와 $\frac{1}{10}$ 의 자리를 구분하기 위해 사용되는 기호.

보기: 4.57 $2.13

소수점

소수 뺄셈 (decimal subtraction) 두개의 소수를 빼는 것.

보기:

$$\begin{array}{r} 8\overset{5}{6}.\overset{12}{2}7 \\ -\ 2.85 \\ \hline 83.42 \end{array}$$

10진법 (decimal system) 10진수를 사용하는 수의 체계.

보기:

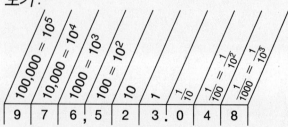

데시미터 (decimeter (dm)) 미터법에서 길이를 측정을 위한 단위.

보기:

1 데시미터 =
10 센티미터

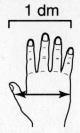

1 dm

도 (degree (°)) 각도와 온도의 측정 단위.

보기:

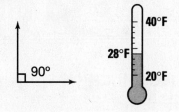

90°

40°F
28°F
20°F

섭씨 도 (degree Celsius (°C)) 미터법에서 온도를 측정하는 단위.

보기:

추운 날의 온도는   정상 체온은
  섭씨: -10도   섭씨: 37도

화씨 도 (degree Fahrenheit (°F)) 관습적 측량법에서 온도를 측정하는 단위.

보기:

추운 날의 온도는   정상 체온은
  화씨: 14도   화씨: 98.6도

데카 (deka-) 10을 의미하는 접두사.

보기: 1 데카미터 = 10 미터

분모 (denominator) 분수의 밑부분으로 전체가 모두 몇개의 부분으로 나뉘어졌는지를 보여준다.

보기:

$\frac{5}{6}$ ← 분모

대각선 (diagonal) 다각형에서 같은 변을 서로 가지고 있지 않은 두개의 꼭지점들을 연결하는 선분.

보기:

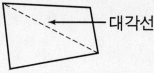

대각선

지름 (diameter) 원의 중심을 지나고 양 끝점이 원에 있는 선분.

보기:

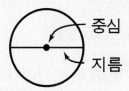

중심

지름

차 (difference) 한 수에서 다른 수를 뺐을 때의 결과.

보기:

차

$6 - 4 = 2$

수자 (digits) 0, 1, 2, 3, 4, 5, 6, 7, 8, 9와 같은 번호를 쓰는데 사용하는 기호.

디지털 시계 (digital clock) 숫자를 사용해서 시간을 표시하는 시계.

보기:

표시창 (display) 계산기에서 입력된 숫자와 계산의 결과를 표시하는 창.

입력   표시
보기: 225 ⊞ 133 ⊟ *358*

분배 법칙 (distributive property) 합계를 한 숫자로 곱하는 것은 각 가수를 숫자로 곱하고 곱해진 수를 더하는 것과 같다.

보기:　　　$3 \times (2 + 4) = 18$
　　　　　$(3 \times 2) + (3 \times 4) = 18$

피젯수 (dividend) 나눗셈에서 나눔을 당하는 수.

보기:

$9\overline{)63}$ 의 몫 7　　　$63 \div 9 = 7$

피젯수

나누어 떨어지는 (divisible) 다른 수로 나누었을 때 수가 남지 않는 것.

보기:　　18은 6으로 나누어 떨어진다.

나눗셈 (division) 동일한 수의 집합이 몇개나 생기는지 또는 각 동일한 수의 집합에 몇이 들어가 있는지를 보여주는 것.

보기:

$$4\overline{)256} = 64$$
$$-24$$
$$16$$
$$-16$$
$$0$$

$18 \div 6 = 3$　　　$18 \div 3 = 6$

젯수 (divisor) 한 수를 나누는 수.

보기:

$9\overline{)63}$ 의 몫 7　　　$63 \div 9 = 7$

젯수

12각형 (dodecagon) 변이 12개인 다각형.

보기:

달러 (dollar ($)) 100 센트의 지폐 또는 동전.

보기:

모서리 (edge) 다면체의 두 면이 만나는 부분.

보기:

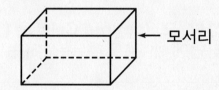

← 모서리

경과 시간 (elapsed time) 두 시각의 차이.

보기:

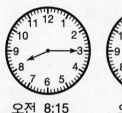

오전 8:15　　　　오전 10:30에
에 시작　　　　　끝남

경과 시간은 2시간 15분.

끝점 (endpoint) 선의 시작이나 선분의 양쪽 끝에 있는 점.

보기:

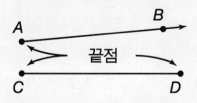

끝점

10 Korean

상등 (equality) 완전히 같음을 의미하는 수학적 표현.

보기 :

$$16 + 8 = 24 \qquad 25 \div 5 = 5$$

동등한 가능성 (equally likely) 발생할 가능성과 발생하지 않을 가능성이 같다.

보기 :

동전을 던지면 앞면과 뒷면이 나올 가능성은 동등하다.

등비 (equal ratios) 같은 수량을 나타내는 비율들.

보기 :

$\frac{1}{2}$ 와 $\frac{2}{4}$ 는 등비다.

등식 (equation) 동등 기호 (=) 를 사용하여 두개의 식이 같음을 보여주는 수학적 문장. 숫자 문장 참조.

보기 :

$$9 + 2 = 11 \qquad 32 \div 4 = 8$$

등변 삼각형 (equilateral triangle) 모든 변의 길이가 같은 삼각형.

보기 :

동등 소수 (equivalent decimals) 같은 양을 나타내는 소수.

보기 :

 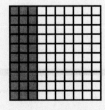

0.3　　=　　0.30

동등 분수 (equivalent fractions) 같은 지역, 집합의 부분 또는 선분의 부분을 나타내는 분수.

보기 :

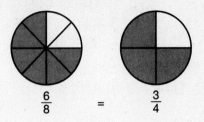

$\frac{6}{8}$ 　=　 $\frac{3}{4}$

어림내기 (estimate) 계산의 결과를 어림잡아 보는것.

보기 :

$$\begin{array}{ccc} 382 & \to & 400 \\ + 115 & \to & + 100 \\ \hline & & 500 \end{array}$$

어림내기 합계

율러의 공식 (Euler's formula) 다면체의 면의 수 (F), 꼭지점의 수 (V) 그리고 모서리의 수 (E) 에 대한 공식으로 $F + V - E = 2$ 임을 의미한다.

보기 :

삼각형 피라미드에서
$$5 + 5 - 8 = 2$$
면　꼭지점　모서리

수치 구하기 (evaluate) 식에서 변수에 값을 대입하고 계산을 통해 값을 구하는 것.

보기 :

$n = 3$ 일 때, $2 \times n + 5$ 의 수치 구하기 답은 $2 \times 3 + 5 = 6 + 5 = 11$.

짝수 (even number) 1자리수에 0, 2, 4, 6, 또는 8이 있는 정수. 이 정수는 2로 나누어 진다.

보기 :

8　　12　　20　　36　　54

경우 (event) 실험이나 상황의 결과.

보기:

경우: 주사위를 던졌을 때 3 혹은 그 이상의 수가 나오는 것.

이 경우의
가능한 결과: 3, 4, 5, 6

확장식 (expanded form) 수를 쓸 때 모든 인수를 각각 보여주는 식.

보기:

9,325 의 확장식

$$9,000 + 300 + 20 + 5$$

예상 확률 (expected probability) 시도를 무한정 할 경우 일정한 결과가 나올 확률.

보기:

동전을 던질 경우 앞면이 나올 예상 확률은 $\frac{1}{2}$.

실험 (experiment) 실험 또는 시도.

보기: 동전 던지기
주사위 던지기
돌림판 돌리기

실험 확률 (experimental probability) 실험 결과에 기초한 확률.

보기:

2개의 동전을 50번 던졌다. 결과는
2개 모두 앞면: 13번
2개 모두 뒷면: 15번
1개 앞면 1개 뒷면: 22번
2개 모두 앞면이 나올 실험 확률은 $\frac{13}{50}$.

지수 (exponent) 연속적인 곱셈의 횟수.

보기:

$$3 \times 3 \times 3 \times 3 = 3^4 \leftarrow \text{지수}$$

지수 기수법 (exponential notation) 지수를 사용하여 연속적인 곱셈을 표시하는 방법.

보기: 2^8 5^2 9^3

식 (expression) 하나 또는 그 이상의 연산으로 이루어진 숫자. 대수 표기법 참조.

보기:

$4 + 5$ $6 \times 3 \times 2$ $8 \div 2 + 3$

면 (face) 입방체의 평평한 표면.

보기:

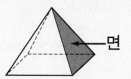

사실 집합 (fact family) 같은 번호 집합을 사용하는 관련 사실 군집.

보기:
$$4 + 3 = 7$$
$$3 + 4 = 7$$
$$7 - 3 = 4$$
$$7 - 4 = 3$$

인수 (factor) 곱을 구하기 위해 곱해지는 수.

보기: 인수
$$7 \times 3 = 21$$

인수 체계 (factor tree) 숫자의 소인수를 구하기 위해 사용되는 도표.

보기:

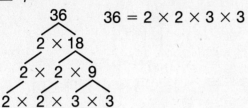

$$36 = 2 \times 2 \times 3 \times 3$$

공정 (fair) 모든 결과가 동등하게 발생함.

보기:

동전을 던지면 앞면이나 뒷면이 나타난다.

주사위를 던지면 1, 2, 3, 4, 5, 또는 6 이 나온다.

동등하게 나누어진 번호판을 돌린다.

공정한 게임 (fair game) 모든 참가자가 동등한 승리의 확률을 가진 게임.

보기:

공정한 게임: 모든 참가자가 번갈아서 번호판을 돌린다. 바늘이 본인의 이름에서 멈출 때 점수를 얻는다.

뒤집기 (flip) 평면을 뒤집기.

보기:

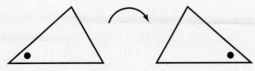

액량 온스 (fluid ounce (fl oz)) 관습적 측량법에서 용량을 측정하는 단위.

보기:

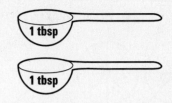

2 숟가락은 1 액량 온스와 같다.

푸트 (foot (ft)) 관습적 측정법의 길이 측정 단위

보기:

1 푸트

공식 (formula) 기호를 나타내는 일반 법칙.

보기:

직사각형 둘레의 공식은
$P = 2 \times (l + w)$.

분수 (fraction) 부분을 전체, 부분, 집합에 비교하는 방법.

보기:

$\frac{3}{8}$은 8개의 동등한 부분 중 3개의 동등한 부분을 나타낸다.

분수의 덧셈 (fraction addition) 둘 혹은 그 이상의 분수를 더하는 것.

보기:

$$\frac{1}{3} = \frac{4}{12}$$
$$+ \frac{1}{4} = + \frac{3}{12}$$
$$\frac{7}{12}$$

분수의 나눗셈 (fraction division)
두 분수를 나누는 것.

보기:

2안에 $\frac{1}{8}$가 몇개나 있을까요?

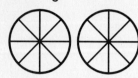

$2 \div \frac{1}{8} = 2 \times \frac{8}{1} = 16$

분수의 곱셈 (fraction multiplication)
둘 혹은 그 이상의 분수를 곱하는 것.

보기: $\quad \frac{1}{3} \times \frac{2}{5} = \frac{1 \times 2}{3 \times 5} = \frac{2}{15}$

분수의 뺄셈 (fraction subtraction)
두 분수를 빼는 것.

보기:

$$\begin{array}{r} \frac{3}{4} = \frac{9}{12} \\ -\frac{2}{3} = -\frac{8}{12} \\ \hline \frac{1}{12} \end{array}$$

빈도표 (frequency chart or table)
항목과 발생 횟수를 보여주는 표.

보기:

셔츠의 색	빈도
검정색	8
밤색	2
하얀색	5
파란색	4

선취 어림내기 (front-end estimation)
어림내기 방법의 하나로, 각 수의 첫째 자리 또는 둘째 자리만을 사용해서 계산을 하고 결과는 나머지 자릿수들로 조정하는 것.

보기:

$$\begin{array}{r} 476 \\ + 388 \end{array}$$

$$\begin{array}{rcr} 476 & \to & 400 \\ + 388 & \to & + 300 \\ \hline & & 700 \end{array} \qquad \begin{array}{rcr} 476 & \to & 70 \\ + 388 & \to & + 80 \\ \hline & & 150 \end{array}$$

$$700 + 150 = 850$$

갤론 (gallon (gal))
관습적 측량법에서 용량을 측정하는 단위.

보기:

우유는 1갤론 용기에 판매된다.

기하학 (geometry)
점, 선, 도형 및 입방체간의 관계를 연구하는 수학의 한 분야.

그램 (gram (g))
미터법에서 무게을 측정하는 단위.

보기:

큰 종이 클립의 질량은 약 1그램이다.

그래프 (graph)
데이터를 조직적인 방법으로 나타내는 그림.

보기:

보다 큰 (greater than (>))
한 번호가 숫자선에서 다른 번호 보다 오른쪽이 있는 것.

보기:

7 > 3 "7은 3 보다 크다."

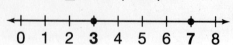

최대공약수 (greatest common factor, GCF) 둘 혹은 그 이상의 최대 약수.

보기:

12의 약수: **1 2 3** 4 **6** 12

18의 약수: **1 2 3 6** 9 18

1, 2, 3 및 6은 공약수이고 6은 최대공약수이다.

결합(군집) 법칙 (grouping (associative) property) 가수 또는 인수의 군집이 변하면 합계나 곱은 똑같다.

보기:

$$(5 + 2) + 3 = 5 + (2 + 3)$$

$$(3 \times 2) \times 1 = 3 \times (2 \times 1)$$

헥토 (hecto-) 100을 의미하는 접두어.

보기: 1 헥토미터 = 100 미터

높이(height) 삼각형에서 밑변 부터 마주보는 꼭지점이나 까지의 수직 거리.

보기:

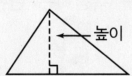
높이

7각형 (heptagon) 7개의 변을 가진 다각형.

보기:

6각형 (hexagon) 6개의 변을 가진 다각형.

보기:

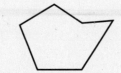

수평 축 (horizontal axis) 그래프의 좌우로 뻗은 선.

보기:

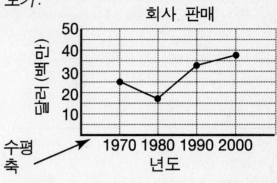

회사 판매

수평 축

백분의 일 (hundredth) 전체의 100분의 1.

보기:

불가능 (impossible) 발생할 수 없음.

보기:

1–6이 쓰여진 주사위에서 9가 나올 수 없다.

가분수 (improper fraction) 분자가 분모보다 크거나 같은 분수.

보기:

$$\frac{15}{2} \qquad \frac{3}{3} \qquad \frac{4}{3} \qquad \frac{8}{1}$$

인치 (inch (in.)) 관습적 측량법에서 길이를 측정하는 단위.

보기:

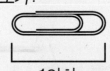
종이 클립은 1인치 정도이다.

1인치

부등식 (inequality) <, >, ≤, 또는 ≥ 가 들어있는 수학적 문장.

보기:

6 < 9 $x + 3 \geq 21$ $2x - 8 > 0$

정수 (integers) 0과 자연수의 양수, 그 반대 수 그리고 0의 집합.

보기: ..., −3, −2, −1, 0, 1, 2, 3, ...

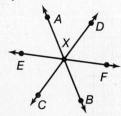

교차 (intersect) 같은 점을 통해서 서로 가로지르는 것.

보기:

$\overrightarrow{AB}$, $\overrightarrow{CD}$ 와 $\overrightarrow{EF}$ 는 점 X에서 교차한다.

교차선 (intersecting lines) 한 점에서 교차하는 선.

보기:

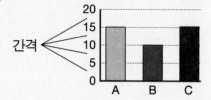

간격 (interval) 막대그래프나 선그래프에서 동일하게 나누어진 척도.

보기:

간격

이등변 삼각형 (isosceles triangle) 최소한 두 변이 합동인 삼각형.

보기:

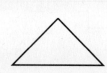

관례 (key) 그래프의 부분으로 각 기호의 의미를 설명한다. 기호 참조.

보기:

쓰여진 편지 수

201 호실	✎ ✎ ✎ ✎
204 호실	✎ ✎ ✎
105 호실	✎ ✎ ✎ ✎ ✎
103 호실	✎ ✎ ✎ ✎

✎ = 편지 5장 ←— 관례

킬로 (kilo-) 1000을 의미하는 접두사.

보기: 1 킬로미터 = 1000 미터

킬로그램 (kilogram(kg)) 미터법에서 무게를 측정하는 단위.

보기:

교과서의 무게는 1킬로그램 정도이다.

킬로미터 (kilometer (km)) 미터법에서 거리를 측정하는 단위.

보기:

15분에 걸을 수 있는 거리.

잎 (leaf) 번호의 자리수를 보여주는 잎-줄기 도표의 일부.

보기:

잎	줄기
0	1 1 2 3 4 8
1	0 3 5 9
2	1 1 7 8
3	2 6

최소 공분모 (least common denominator, LCD) 둘 혹은 그 이상의 분모들의 최소 공배수 (LCM).

보기: $\frac{1}{4}$ 와 $\frac{1}{6}$의 LCD.

4의 배수:　　4　8　**12**　16　20　**24** ...

6의 배수:　　6　**12**　18　**24**　30　**36** ...

4와 6은 12와 24인 2개의 공배수를 갖는다. 12이 최대 공배수로써 최대공분모가 된다.

최소 공배수 (least common multiple, LCM) 둘 혹은 그 이상의 수에서 0이 아닌 가장 적은 수의 공배수.

보기: 2와 3의 LCM.

2의 배수:　　2　4　**6**　8　10　**12** ...

3의 배수:　　3　**6**　9　**12**　15 ...

2와 3은 6과 12인 2개의 공배수를 갖는다. 6이 최소 공배수이다.

보다 적은 (less than(>)) 한 번호가 숫자선에서 다른 번호 보다 왼쪽이 있는 것.

보기:

3 < 7　"3은 7 보다 적다."

0　1　2　**3**　4　5　6　**7**　8

공분모 (like denominators) 둘 혹은 그 이상의 분수에서 같은 분모.

보기:

$\frac{1}{8}$　　$\frac{3}{8}$　　$\frac{6}{8}$

공분모

가능성 있다 (likely) 발생할 확률이 있다.

보기:

다음 겨울 몬타나에 눈이 올 가능성이 있다.

선 (line) 양 방향으로 끝없이 뻗어나가는 곧은 통로.

보기:

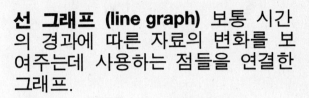

선 그래프 (line graph) 보통 시간의 경과에 따른 자료의 변화를 보여주는데 사용하는 점들을 연결한 그래프.

보기:

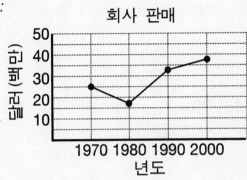

회사 판매

대칭선 (line of symmetry) 도형을 두개의 대칭되는 절반으로 나누는 선.

보기:

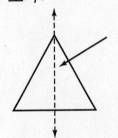
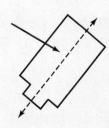

대칭선

선 도면 (line plot) 자료를 나타내기 위해 번호 위에 기호를 사용한 그래프.

보기:

책의 수

선분 (line segment) 두개의 끝점을 지닌 선의 부분.

보기:

선 대칭 (line symmetry) 도형이 두개의 동일한 절반으로 나누어질 수 있으면 이 도형은 선 대칭이 된다.

보기:

선 대칭이   선 대칭이
되는 도형   되지 않는 도형

리터 (liter (L)) 미터법에서 부피를 측정하는 단위.

보기:

병에 2리터가 들어간다.

최소항 (lowest terms) 분자와 분모의 유일한 공통 인수가 1인 분수.

보기: $\frac{1}{2}$ $\frac{3}{5}$ $\frac{21}{23}$

질량 (mass) 물체가 내포하고 있는 물질의 양.

보기:

건포도는 1 그램의   운동화 한컬레는 1
질량을 지닌다.   킬로그램의 질량을
                    지닌다.

평균 (mean) 자료 집단의 값을 모두 더하여 값의 수로 나눈 것. 평균 이라고도 한다.

보기:
12, 14, 16 및 18의 평균을 구하라.

```
  12           15
  14        4)60
  16          -4
+ 18          20
  60         -20
              0
```

평균은 15.

중앙값 (median) 자료 집합에서 값을 순서별로 정리했을 때 중앙에 위치하는 값.

보기:
27 27 27 29 32 33 36 38 42 43 62
　　　　　　|
　　　　중앙값

암산 (mental math) 종이나 연필, 또는 계산기를 사용하지 않고 머리로 계산.

보기: **200 × 30 = 6,000**

미터 (meter) 미터법에서 길이를 나타내는 기본 단위.

보기:

1미터

1미터는 팔을 뻗었을 때 한 손에서 다른 손까지의 길이 정도이다.

© Scott Foresman Addison Wesley 3-6

길이, 무게, 용량 및 온도의 미터 단위 (metric units of length, mass, capacity, and temperature)

보기:

거리　　　무게　　　용량　　　온도

마일 (mile (mi)) 관습적 측정법의 거리 측정 단위.

보기:

약 20분간 걷는 거리.

밀리 (milli-) $\frac{1}{1000}$ 을 의미하는 접두사.

보기:　1 밀리미터 = $\frac{1}{1000}$ 미터

밀리리터 (milliliter (mL)) 미터법에서 용량을 측정하는 단위.

보기:

약 복용기는
1밀리리터를 담는다.

밀리미터 (millimeter (mm)) 미터법에서 길이를 측정하는 단위.

보기:

동전의 두께는 1밀리미터 정도이다.
10 mm = 1 cm

대분수 (mixed number) 자연수와 분수로 이루어진 수.

보기:　$1\frac{1}{2}$　　$3\frac{2}{5}$　　$15\frac{7}{8}$

최빈값 (mode) 자료의 집합에서 가장 많이 나오는 값.

보기:

27 27 27 29 32 33 36 38 42 43 62

주어진 이 자료의 집합에서 최빈값은 27이다.

배수 (multiple) 주어진 수와 또 다른 정수의 곱.

보기:
5의 배수:　0　　5　　10　　15 . . .
　　　　　5×0　5×1　5×2　5×3

곱셈 (multiplication) 동등한 집합을 모두 합할 때 총계를 내는 연산.

보기:

$$\begin{array}{r} 45 \\ \times\ 12 \\ \hline 90 \\ 450 \\ \hline 540 \end{array}$$

2 집합의 8
2 × 8 = 16

음수 (negative numbers) 0 보다 적은 수.

보기: –2°C

전개도 (net) 패턴으로 이것을 접으면 입체 도형을 만들 수 있다.

보기:

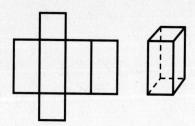

9각형 (nonagon) 9개의 변을 가진 다각형.

보기:

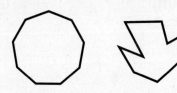

수직선 (number line) 차례대로 수를 나타내는 직선.

보기:

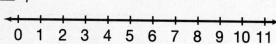

숫자 문장 (number sentence) 숫자 사이의 관계를 나타내는 방법. 숫자 문장 참조.

보기: 2 + 5 = 7   6 ÷ 2 = 3

수-문자 형식 (number-word form) 수자와 글자를 사용해서 수를 나타내는 방법.

보기: 45조   9천

수자 (numeral) 수를 나타내는 기호.

보기: 7   58   234

분자 (numerator) 분수에서 윗부분에 있는 수로, 전체에서 얼마나 많은 부분이 담겨 있는지를 보여주는 것.

보기:

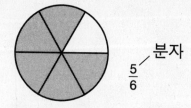

둔각 (obtuse angle) 90도 이상의 각.

보기:

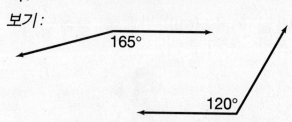

둔각 삼각형 (obtuse triangle) 90도 이상의 각을 지닌 삼각형.

보기:

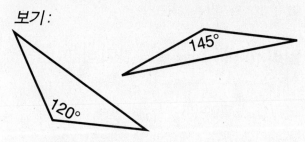

8각형 (octagon) 8개의 변을 가진 다각형.

보기:

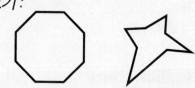

홀수 (odd number) 1자리수에 1, 3, 5, 7, 또는 9가 있는 정수. 이 정수는 2로 나누어지지 않음.

보기: 3   91   205   445

가망성 (odds) 한 경우가 발생할 수 있는 길과 그 경우가 발생하지 못하는 길 사이의 비율.

보기:

3이 나올 가망성: 1 대 5

3이 나오지 않을 가망성: 5 대 1

1 법칙 (one property) 곱셈에서 숫자와 1의 곱은 1이다. 나눗셈에서 번호를 1로 나누면 결과는 1이다.

보기: $5 \times 1 = 5$ $3 \div 1 = 3$

연산 (operation) 덧셈, 뺄셈, 곱셈, 나눗셈.

반대자리 수 (opposite numbers) 수직선에서 0에서 같은 거리에 있는 수이지만 자리가 반대인 수.

보기:

7과 −7은 서로 반대의 자리에 있다.

```
←─┼─┼─┼─┼─┼─┼─┼─┼─┼─┼─┼─┼─┼─┼─→
   −7           0            7
```

순서 (order) 번호를 작은 수에서 큰 수로 또는 큰 수에서 작은 수로 정렬.

보기:

작은 수에서 큰 수: 12 17 21 26 30

큰 수에서 작은 수: 30 26 21 17 12

연산의 순서 (order of operations) 어떤 순서로 연산을 해야 하는지를 정해놓은 규칙: (1) 괄호안을 간단히 정리한다, (2) 지수를 간단히 한다, (3) 왼쪽에서 오른쪽으로 곱셈과 나눗셈을 한다, 그리고 (4) 왼쪽에서 오른쪽으로 덧셈과 뺄셈을 한다.

보기:

$x = 3$인 경우 $2x^2 + 4(x - 2)$ 를 풀어라.

(1) 괄호안을 간단히 정리한다	$2 \cdot 3^2 + 4(3 - 2)$ $2 \cdot 3^2 + 4(1)$
(2) 지수를 간단히 한다	$2 \cdot 9 + 4$
(3) 왼쪽에서 오른쪽으로 곱셈과 나눗셈을 한다	$18 + 4$
(4) 왼쪽에서 오른쪽으로 덧셈과 뺄셈을 한다	22

좌표쌍 (ordered pair) 좌표면에서 점의 위치를 나타내는데 사용하는 한쌍의 번호.

보기:

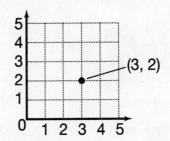

(3, 2)

순서(교환) 법칙 (order (commutative) property) 가수나 인수의 순서를 변화해도 합계나 곱은 변하지 않는다.

보기:

$8 + 5 = 5 + 8$ $3 \times 6 = 6 \times 3$

기수 (ordinal number) 순서를 정하는 번호.

보기: 첫째, 13번째, 1째, 4번째

원점 (origin) 수직선에서 0이 위치한 지점, 또는 좌표면에서 축들이 교차하는 (0, 0) 지점.

보기:

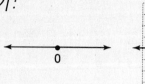 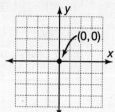

온스 (ounce (oz)) 관습적 측정법의 무게 단위.

보기:

 편지의 무게는 약 1 온스이다.

결과 (outcome) 실험이나 상황에서 일어날 수 있는 것 중의 하나.

보기: 2개의 동전을 던진다

동전 1	동전 2
앞	뒤
앞	앞
뒤	앞
뒤	뒤

한 결과는 앞면 1개와 뒷면 1개이다.

이상점 (outlier) 자료 집합에서 대부분의 다른 값과는 달리 극단적으로 나타나는 값.

보기:

27 27 27 29 32 33 36 38 42 43 62
                                            |
                                         이상점

P.M. (P.M.) 정오에서 자정까지의 시간.

보기:

정오   자정

11 **12** 1   2   3   4   5   6   7   8   9   10 11 12
AM PM PM PM PM PM PM PM PM PM PM PM PM AM

평행선 (parallel lines) 교차하지 않는 선.

보기:

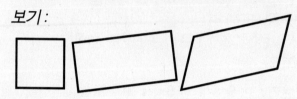

평행사변형 (parallelogram) 4개의 변을 가진 도형으로 서로 마주보는 변이 평행이며 합동인 도형.

보기:

패턴 (pattern) 반복되는 물체, 경과 또는 생각의 연속.

보기:

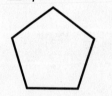 

5각형 (pentagon) 5개의 변을 가진 다각형.

보기:

퍼센트 (percent (%)) 수를 100에 비교한 비율.

보기:

$\frac{40}{100} = 0.40 = 40\%$

주변길이 (perimeter) 도형 둘레의 거리.

보기:

주변길이 =
5 + 2 + 6 + 4 + 11 + 6 = 34

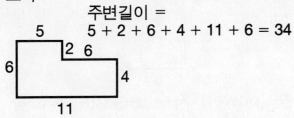

주기 (period) 번호에서 세자리 집합. 주기는 쉼표로 분리된다.

보기:

천주기			일주기		
십만	만	천	백	십	일
3	0	5 ,	2	1	6

305,216

수직선 (perpendicular lines) 서로 직각으로 교차하는 선들.

보기:

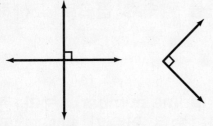

파이 (pi (π)) 원의 둘레와 지름간의 비율: 3.141592... .
3.14 또는 $3\frac{1}{7}$ 이 흔히 파이의 근사치로 사용된다.

보기:

지름

$\pi = \dfrac{\text{원의 둘레}}{\text{지름}}$

원의 둘레

그림그래프 (pictograph) 기호로 자료를 대신 나타내는 그래프.

보기:

쓰여진 편지 수

201 호실	✎ ✎ ✎ ✎
204 호실	✎ ✎ ✎
105 호실	✎ ✎ ✎ ✎ ✎
103 호실	✎ ✎ ✎ ✎

✎ = 편지 5장

파인트 (pint (pt)) 관습적 측정법에서 용량을 측정하는 단위.

보기:

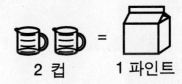

2 컵 = 1 파인트

자리값 (place value) 각 자리수에 주어진 값.

보기:

천주기			일주기		
십만	만	천	백	십	일
3	0	5 ,	2	1	6

305,216

305,216에서 2자리의 자리값은 백이다.

평면 도형 (plane figure) 평평한 표면에 놓인 도형.

보기:

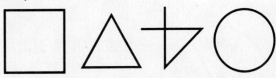

점 (point) 흔히 점으로 표시되는 정확한 위치.

보기 :

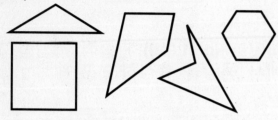

점   점   점

다각형 (polygon) 선분으로 이루어 진 닫혀진 도형.

보기 :

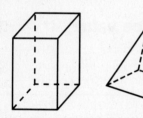

다면체 (polyhedron) 면들이 다각형인 입방체.

보기 :

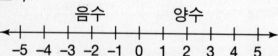

양수 (positive numbers) 0 보다 큰 수.

보기 :

음수   양수

-5 -4 -3 -2 -1 0 1 2 3 4 5

가능한 (possible) 발생할 수 있는.

보기 :

파란색
녹색
빨간색
노란색
회색
흰색

번호판이 회전하면 빨간색은 발생 가능한 결과이다.

파운드 (pound (lb)) 관습적 측정법에서의 무게 측정 단위.

보기 :

쌀
1 파운드

승 (power) 지수 또는 지수의 밑을 지수만큼 올렸을 때 나오는 수.

보기 :

$16 = 2^4$ 2를 4승하다.

16은 2의 4승이다.

예측 (prediction) 발생할 것에 대해 지식에 근거한 추측.

보기 :

제인은 주사위에서 2가 나올 확률이 $\frac{1}{6}$ 이라고 예측했다.

소인수분해 (prime factorization) 한 수를 약수의 곱으로 표시하는 것.

보기 : $70 = 2 \times 5 \times 7$

소수 (prime number) 1보다 큰 0과 자연수로 인수가 1과 그 자신밖에 없는 수.

보기 :

소수는 2, 3, 5, 7, 11... 등으로 시작한다.

프리즘 (prism) 면들이 합동이고 평행인 다면체.

보기 :

확률 (probability) 경과가 발생할 확률. 가능한 결과의 모든 수에 대해 한 경우가 발생할 수 있는 수의 비율.

보기:

2가 나올 확률은 $\frac{1}{6}$이다.

2가 나오지 않을 확률은 $\frac{5}{6}$이다.

문제 해결 지침 (problem solving guide) 문제 해결 과정. 이해, 계획, 해결, 회고.

보기:

문제 해결
이해
계획
해결
회고

곱 (product) 둘 혹은 그 이상의 수를 곱한 결과.

보기:

인수   곱
$2 \times 3 \times 5 = 30$

비례 (proportion) 두 비율은 같음을 보여주는 등식.

보기: $\frac{12}{34} = \frac{6}{17}$

각도기 (protractor) 각도를 측정하는 기구.

보기:

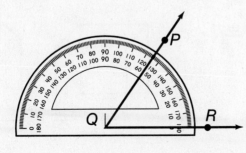

피라미드 (pyramid) 밑변이 하나이고 나머지 변들은 모두 삼각형으로 한 점에서 만나는 입방체.

보기:

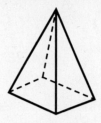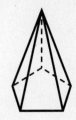

4분면 (quadrants) 좌표평면에서 축으로 결정되는 네개의 구역.

보기:

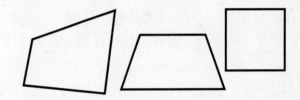

사변형 (quadrilateral) 4개의 변을 가진 다각형.

보기:

쿼트 (quart) 관습적 측정법에서 부피를 측정하는 단위.

보기:

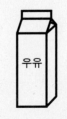

우유 한 쿼트

몫 (quotient) 한 수를 다른 수로 나누었을 때 나오는 결과.

보기:

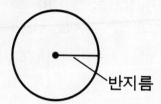

$$28 \div 4 = 7 \qquad 4\overline{)28}$$

반지름 (radius) 원의 중심에서 원의 한 점 까지의 선.

보기:

반지름

범위 (range) 한 자료 집합에서 최고값과 최저값의 차이.

보기:

27 27 27 29 32 33 36 38 42 43 62

범위는 62 − 27 = 35.

율 (rate) 다른 단위를 가진 수량들이 어떻게 관계되는지를 보여주는 비율.

보기: $\dfrac{72 \text{ 달러}}{28 \text{ 시간}} \qquad \dfrac{55 \text{ 마일}}{1 \text{ 시간}}$

비율 (ratio) 두 수량간의 비교. 보통 분수로 쓰여진다.

보기: $\dfrac{2}{1}$ 2 대 1   2:1

비율표 (ratio table) 동등한 비율의 집합을 나타내는 표.

보기:

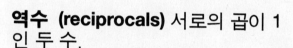

	(12 × 2)	(12 × 3)	(12 × 4)
상자	12	24	36	48
카톤	1	2	3	4

(1 × 2)   (1 × 3)   (1 × 4)

반직선 (ray) 한쪽에는 끝점이 있고 나머지 방향으로는 무한대로 뻗어나가는 선의 일부.

보기:

역수 (reciprocals) 서로의 곱이 1인 두 수.

보기:

$\dfrac{3}{5} \cdot \dfrac{5}{3} = 1$ 이므로 $\dfrac{3}{5}$ 와 $\dfrac{5}{3}$ 은 역수이다.

직사각형 (rectangle) 마주보는 변이 같은 길이이고 모든 각이 90도인 평행 4변형.

보기:

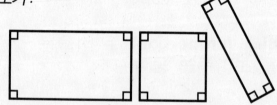

직사각형 프리즘 (rectangular prism) 6면이 모든 직사각형인 입체 도형.

보기:

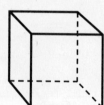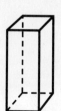

반향 (reflection) 거울에 비친 모습과 같이, 선을 중심으로 "뒤집어진" 도형의 모습. 도형이 선을 중심으로 뒤집어진 형상의 이름.

보기:

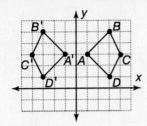

재구성 (regroup) 정수나 소수를 다른 방법으로 나타낸다.

보기: 28은 2개의 10과 8개의 1이다.
0.3는 0.30 또는 0.3000이다.

정다각형 (regular polygon) 모든 변과 각들이 합동인 다각형.

보기:

나머지 (remainder) 나눗셈이 끝난 후 제수보다 적게 남은 수.

보기:

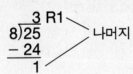

순환소수 (repeating decimal) 소수점 다음의 수나 수들이 계속 반복되는 소수.

보기: $0.\overline{6}$ $0.\overline{123}$ $2.1\overline{8}$

마름모꼴 (rhombus) 4변의 길이가 모두 같은 평행사변형.

보기:

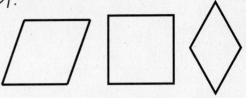

직각 (right angle) 각도가 90도인 각.

보기:

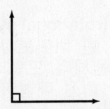

직각삼각형 (right triangle) 한 각이 직각인 삼각형.

보기:

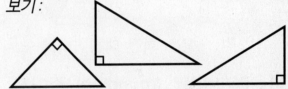

로마 숫자 (Roman numerals) 로마가 사용한 번호 체제의 번호 표기.

보기:
I = 1   IV = 4   V = 5   VI = 6

회전 (rotation) 도형의 모습이 마치 바퀴가 돌듯이 도는 것. 도형을 돌리는 변형 그 자체를 뜻하기도 한다.

보기:

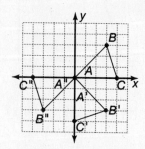

회전대칭 (rotational symmetry) 한 도형이 한 바퀴보다 적게 회전했을때도 원체의 모습과 같으면 이 도형은 회전 대칭이다.

보기:

각 도형은 회전 대칭이다.

반올림/반내림 (rounding) 주어진 자리값으로 수를 어림내는 것.

보기:

2153을 반올림/반내림 하면	
1000의 자리로 한 경우:	2,000
100의 자리로 한 경우:	2,200
10의 자리로 한 경우:	2,150

표본 (sample) 큰 집합에서 선택된 부분.

보기:

클럽 회원 1,000명의 이름을 각각 카드에 적어놓고 이 카드들을 섞었다. 이중에서 100 장의 카드를 뽑아서 이 회원들에게 전화 설문조사를 실시했다. 표본은 전화 설문조사를 받은 100명의 회원들이다.

비례 (scale) 그래프에서 단위를 나타내는 숫자. 또한 무게를 측정하는 기구. 비례도와 실제 물체의 관계를 나타내는 비율.

보기:

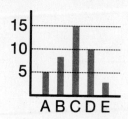 

방의 비례도

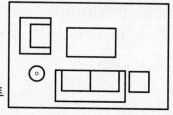

비례:
1 인치 = 10 피트

부등변 삼각형 (scalene triangle) 변의 길이가 모두 다른 삼각형.

보기:

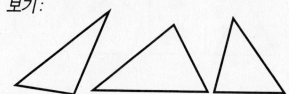

점그래프 (scatterplot) 한쌍의 자료값으로 점의 위치를 잡아 두 자료집합의 관계를 보이는 그래프.

보기:

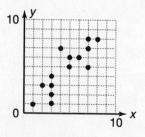

스케줄 (schedule) 시간 경과를 보여주는 목록.

보기:

일요일 오후 스케줄

12:00	점심 식사
12:45	개 산책
1:15	방 청소
2:30	친구집 방문
5:00	집에 돌아간다

과학적 표기방법 (scientific notation) 1 또는 10 이하의 소수와 10의 승수로 수를 표기하는 방법.

보기: $350{,}000 = 3.5 \times 10^5$

선분 (segment) 선분 참조.

변 (side) 다각형을 이루는 선분.

보기:

닮은꼴 (similar figures) 모양은 같으나 크기는 같거나 같지 않은 도형.

보기:

및

및

및

최단분수 (simplest form) 분모와 분자에서 1 이외에 공통 인자가 없는 분수.

보기:

최단분수:

$$\frac{1}{2} \qquad \frac{3}{5} \qquad \frac{21}{23}$$

빗곡선 (skew) 비평행이면서 교차하지 않는 선.

보기:

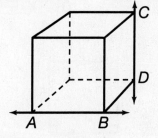

$\overleftrightarrow{AB}$ 와 $\overleftrightarrow{CD}$ 는 빗곡선이다.

걸러서 세기 (skip counting) 1 이상 만큼씩 걸러서 세기.

보기:

2 만큼씩 건너서 세기; 2, 4, 6, 8, . . .

미끄러짐 (slide) 평면 도형을 한 방향으로 이동.

보기:

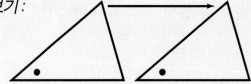

입방체 도형 (solid figure) 길이, 폭, 높이 및 부피가 있는 도형.

보기:

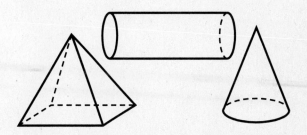

구 (sphere) 둥근 공의 모양의 입방체 도형.

보기:

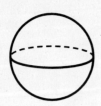

정사각형 (square) 모든 변의 길이가 같고 모든 각이 90도인 사각형.

보기:

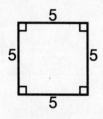

평방센티미터 (square centimeter) 변의 길이가 1cm인 정사각형. 면적을 측정하는 단위.

보기:

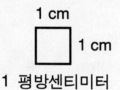

1 평방센티미터

평방센티인치 (square inch) 변의 길이가 1인치인 정사각형. 면적을 측정하는 단위.

보기:

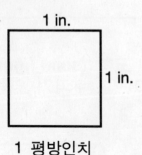

1 평방인치

제곱 숫자 (square number) 자체의 숫자로 곱한 결과.

보기:

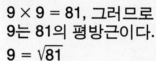

평방근 (square root) N의 평방근은 어떤 수와 그 수를 곱했을 때 N이 나오는 수이다. 또한 주어진 수의 평방근은 이 주어진 수와 같은 면적을 가진 정사각형의 한 변의 길이이다.

보기:

9 × 9 = 81, 그러므로 9는 81의 평방근이다.

9 = $\sqrt{81}$

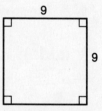

면적은 81 평방단위이다.

평방 단위 (square unit) 변의 길이가 1 단위인 정사각형. 면적을 측정하는 단위.

보기:

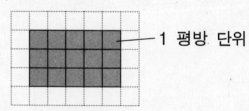

면적 = 15 평방 단위

표준 양식 (standard form) 자리수를 사용하여 수를 표시하는 법.

보기: 85   239   9,325

줄기 (stem) 1자리 이외의 자리수를 보여주는 줄기-잎 도표의 일부.

보기:

줄기	잎
6	7 8 8 0
7	0 0 5 6 8
8	4 6 9

10
자리

줄기-잎 도표 (stem-and-leaf plot) 자료에 있는 숫자를 구성하기 위해 자리값을 사용하는 도표.

보기:

줄기	잎
3	3 4 4 5
4	2 5 6
5	1 1 2 3 5 8

4 | 2 는 42를 나타낸다.

평각 (straight angle) 직선을 형성하면서 각도가 180도인 각.

보기:

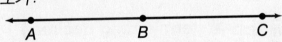

작전 (strategy) 문제를 풀기 위한 계획 또는 방법.

문제를 풀기 위한 작전은:

그림을 그리고   패턴을 찾고
표를 만들고   추측하고 점검한다

뺄셈 (subtraction) 두 수 사이의 차이를 보여주는 연산. 또는 일부를 뺐을 때 얼마가 남는지를 보여주는 연산.

보기: 275   8 − 3 = 5
        − 32
        ─────
         243

합계 (sum) 둘 또는 그 이상의 가수를 더한 결과.

보기: 7 + 9 = 16
                      └ 합계

보각 (supplementary angles) 서로의 합이 180도인 두 각.

보기:

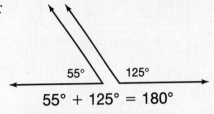

55° + 125° = 180°

표면 면적 (surface area) 다면체의 각 면의 면적의 합.

보기:

표면 면적 = (2 × 앞 면적) + (2 × 옆 면적) +
           (2 × 윗 면적)

표면 면적 = (2 × 50) + (2 × 20) + (2 × 40)
         = 100 + 40 + 80
         = 220 cm^2

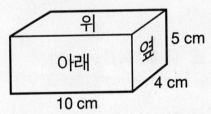

설문조사 (survey) 집단이 대답한 질문.

보기:

고객 설문조사
얼마나 자주 여기서 쇼핑하십니까? _____
몇 가지 물건을 사셨습니까? _____
점원이 친절했습니까? _____

기호 (symbol) 주어진 물체를 상징하는 도표의 그림.

보기:

쓰여진 편지 수

201 호실	✍ ✍ ✍ ✍
204 호실	✍ ✍ ✍
105 호실	✍ ✍ ✍ ✍ ✍
103 호실	✍ ✍ ✍ ✍

✍ = 편지 5장

기호

대칭 (symmetry) 도형이 한 선을 중심으로 접혔을 때 양 쪽이 똑같이 만나면 대칭이 된다. 선대칭 (line symmetry) 참조.

보기:

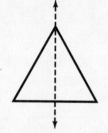 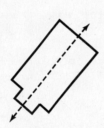

T-도표 (T-table) 등식에서 서로 대응하는 *x*값과 *y*값을 보여주는 표.

보기: $y = 2x + 1$

x	y
−2	−3
−1	−1
0	1
1	3
2	5

큰 숟갈 (tablespoon(tbsp)) 관습적 측정법에서 용량을 측정하는 단위.

보기:

큰 숟갈 1개

빗줄 눈금 (tally mark) 자료를 기록하는 표시.

보기: | = 하나
            |||| = 다섯

찻 숟갈 (teaspoon(tsp)) 관습적 측정법에서 용량을 측정하는 단위.

보기:

찻 숟갈 1개

3 찻 숟갈 = 1 큰 숟갈

1/10 (tenth) 전체에서 똑같이 10로 나눈 중 하나.

보기:

유한소수 (terminating decimal) 정해진 자리수를 지니는 소수.

보기: 3.5   0.599992   4.05

모자이크식 (tessellation) 서로 겹치거나 중간의 틈을 남기지 않고 면을 모두 덮는 반복되는 도형의 패턴.

보기:

1/1000 (thousandths) 전체에서 똑같이 1,000로 나눈 중 하나.

보기:

1	1/10	1/100	1/1000
0	. 0	0	2

0.002는 2/1000이다.

톤 (ton) 관습적 측정법에서 무게를 측정하는 단위.

보기:

트럭의 무게는 1톤 정도이다.

이동 (translation) 뒤집어지거나 회전하지 않고 그대로 새로운 위치로 미끄러지듯이 움직인 도형의 모습. 또한 도형을 미끄러지듯이 움직이는 것 자체.

보기:

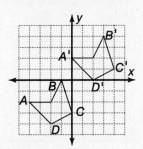

사다리꼴 (trapezoid) 정확히 두 변이 평행인 4변형.

보기:

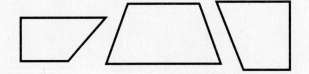

수형도 (tree diagram) 한 상황의 모든 가능한 결과를 보여주는 도표.

보기:

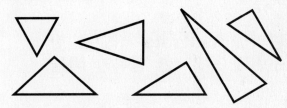

동전 1　동전 2　　모든 가능한 결과

앞 ─ 앞　　앞, 앞
앞 ─ 뒤　　앞, 뒤
뒤 ─ 앞　　뒤, 앞
뒤 ─ 뒤　　뒤, 뒤

경향 (trend) 점그래프에서 패턴으로 나타난 두 자료 집합의 관계 *정비례관계 반비례관계 관계없음* 참조.

삼각형 (triangle) 3개의 변을 가진 다각형.

보기:

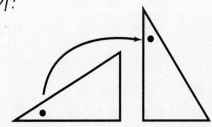

뒤집기 (turn) 평면 도형을 회전시킨다.

보기:

불공평한 게임 (unfair game) 게임의 참가자 각각이 모두 같은 이길 수 있는 확률을 가지고 있지 않은 게임.

보기:

불공평한 게임: 주사위 두개를 던진다. 각 참가자는 2에서 12까지의 합을 지정받는다. 각 참가자는 자신의 수가 나오면 점수를 받는다. 2에서 12까지의 합이 나올 수 있는 확률은 동일하지 않으므로 참가자들이 이길 수 있는 기회가 동일하지 않고, 따라서 이 게임은 불공평한 것이다.

단위 (unit) 측정의 표준으로 사용되는 양.

보기:

인치, 분, 리터, 온스, 일, 파운드

단위분수 (unit fraction) 분자가 1인 분수.

보기: $\dfrac{1}{4}$ $\quad$ $\dfrac{1}{2}$ $\quad$ $\dfrac{1}{7}$

단위율 (unit rate) 비교를 할 때 두번째 수가 한 단위인 비율.

보기:

분당 25 갈론 $\qquad \dfrac{55 \text{ 마일}}{1\text{시간}}$

시간 단위 (units of time)

보기:

초, 분, 시, 일, 주, 월, 년, 10년, 100년

서로다른 분모 (unlike denominators) 둘 혹은 그 이상의 분수에서 분모가 다른 것.

보기:

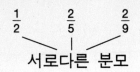

$\dfrac{1}{2} \qquad \dfrac{2}{5} \qquad \dfrac{2}{9}$

서로다른 분모

발생 가능치 않은 (unlikely) 발생하지 않을.

보기:

이 개는 걸을 가능이 없다.

변수 (variable) 숫자 또는 숫자의 영역을 표시하는 문자.

보기: $\quad n - 3 \qquad n + 5$

변수

벤다이아그램 (Venn diagram) 집합들간의 관계를 보여주기 위해 구역을 사용하는 다이아그램.

보기:

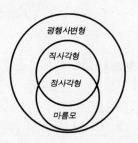

평행사변형
직사각형
정사각형
마름모

꼭지점 (vertex (plural, vertices) 각이 교차하는 점. 둘 또는 그 이상의 변이 만나는 점.

보기:

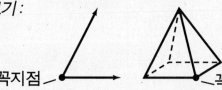

꼭지점 — 꼭지점

수직 축 (vertical axis) 도표에서 위아래로 있는 숫자 선.

보기:

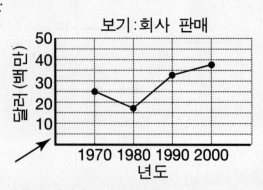

보기:회사 판매

수직 축

부피 (volume) 입방 도형을 채우기 위해 필요한 평방 단위의 숫자.

보기:

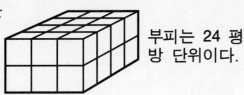

부피는 24 평방 단위이다.

중량 (weight) 몸체에 중력이 힘을 가하는 양.

보기:

1 oz   1 lb   1 ton

0과 자연수 (whole number) 집합 {0, 1, 2, 3, 4, . . .} 에 포함되어 있는 수.

문자형식 (word name) 수를 문자로만 쓰는 방법.

보기:

구천, 삼백이십오

x 축 (x-axis) 좌표면의 수평축.

보기:

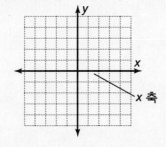

x 축

x 좌표 (x-coordinate) 좌표쌍의 첫 수.

보기:

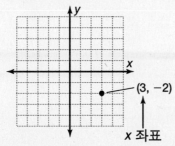

(3, −2)

x 좌표

y 축 (y-axis) 좌표면의 수직축.

보기:

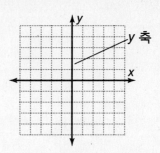

y 축

y 좌표 (y-coordinate) 좌표쌍의 두번째 수.

보기:

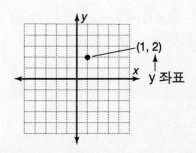

(1, 2)

y 좌표

야드 (yard) 관습적 측정법에서 길이를 측정하는 단위.

보기:

책상의 높이는 1 야드 정도이다.

0을 이루는 쌍 (zero pair) 한 수와 그 반대 수.

보기: 7 과 −7   23 과 −23

영 법칙 (zero property) 덧셈에서 숫자에 0을 더하면 그 숫자가 된다. 곱셈에서 숫자를 0으로 곱하면 0이 된다.

보기: 7 + 0 = 7   7 × 0 = 0

Spanish Glossary

Spanish

A.M. (A.M.) Las horas desde la medianoche hasta el mediodía.

Ejemplo:

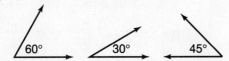

medianoche   mediodía

11	12	1	2	3	4	5	6	7	8	9	10	11	12
PM	AM	AM	AM	AM	AM	AM	AM	AM	AM	AM	AM	AM	PM

ángulo agudo (acute angle) Un ángulo que mide menos de 90°.

Ejemplos:

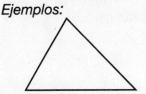

60°   30°   45°

triángulo acutángulo (acute triangle) Es un triángulo con todos sus ángulos menores que los ángulos rectos.

Ejemplos:

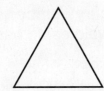

sumando (addend) Uno de los números que se añaden para encontrar una suma.

Ejemplo: sumandos

$$2 + 7 = 9$$

suma (addition) Es una operación que da el número total cuando se ponen juntos dos o más números.

Ejemplos:

$$5 \quad + \quad 7 \quad = \quad 12$$

$$\begin{array}{r} 1 \\ 438 \\ +725 \\ \hline 1{,}163 \end{array}$$

álgebra (algebra) Es una rama de las matemáticas en la cual se tratan las relaciones aritméticas utilizando variables para representar los números.

expresión algebraica (algebraic expression) Es una expresión que contiene una variable.

Ejemplos:

$$n + 8 \qquad 4 \times n \qquad n - 2$$

reloj analógico (analog clock) Un reloj que muestra la hora utilizando manecillas.

Ejemplo:

7:29

ángulo (angle) Dos líneas con un punto extremo común.

Ejemplos:

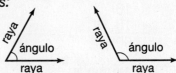

raya   ángulo   raya   ángulo
    raya   raya

área (area) Es el número de unidades cuadradas que se necesitan para cubrir una figura cerrada.

Ejemplo:

El área es de 18 unidades cuadradas.

matriz (array) Objetos arreglados en filas y columnas.

Ejemplos:

```
* * * * *        * * *
* * * * *        * * *
* * * * *        * * *
                 * * *
                 * * *
```

un matriz mostrando   un matriz mostrando
3 grupos de 5   5 grupos de 3

propiedad asociativa (de agrupación) (associative (grouping) property) Cuando se cambia el agrupamiento de los sumandos o factores, la suma o el producto se mantiene igual.

Ejemplos:

$$(5 + 2) + 3 = 5 + (2 + 3)$$

$$(3 \times 2) \times 1 = 3 \times (2 \times 1)$$

promedio (average) Es el número que se encuentra cuando la suma de dos o más números se divide entre el número de adendos. *También se le llama media.*

Ejemplo:

Encuentre el promedio (media) de 12, 14, 16 y 18.

```
   12        15
   14      4)60
   16       −4
 + 18       20
 ─────     −20
   60        0
```

El promedio es 15.

ejes (axes) Vea *eje "x"* y *eje "y"*.

gráfica de barras (bar graph) Es un gráfica que utiliza barras para mostrar los datos.

Ejemplo:

base (base) Es la parte inferior de un polígono o de un sólido. También, en el número 4^3, 4 es la base.

Ejemplos:

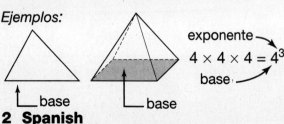

exponente
$$4 \times 4 \times 4 = 4^3$$
base

2 Spanish

marca fija (benchmark) Es una medición conocida que se utiliza para estimar otras mediciones. También es un número que es fácil de trabajar con él, tal como 10, 50, 100, 500, 1000 ó 1.000.000, y que se utiliza para ayudar a calcular mentalmente.

Ejemplos:

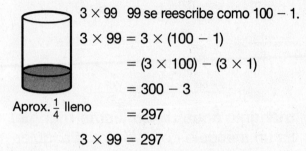

Aprox. $\frac{1}{4}$ lleno

3×99 99 se reescribe como $100 - 1$.

$$3 \times 99 = 3 \times (100 - 1)$$
$$= (3 \times 100) - (3 \times 1)$$
$$= 300 - 3$$
$$= 297$$

$$3 \times 99 = 297$$

istema binario de numeración (binary number system) Un sistema de valores de base 2.

Ejemplo:

En el sistema binario de numeración, 1011 es igual a 11 en el sistema numérico decimal (de base 10).

	Lugar de los ochos	Lugar de los cuatros	Lugar de los dos	Lugar de los unos
Base 2	1	0	1	1
Valor del lugar	8	4	2	1
Producto	1×8=8	0×4=0	1×2=2	1×1=1

$(1 \times 8) + (0 \times 4) + (1 \times 2) + (1 \times 1) = 8 + 0 + 2 + 1 = 11$

bisecar (bisect) Dividir un ángulo o segmento en dos ángulos o segmentos congruentes.

Examples:

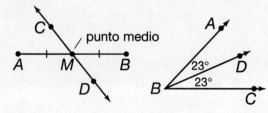

$\overleftrightarrow{CD}$ bisecta a $\overline{AB}$. $\overrightarrow{BD}$ bisecta a $\angle ABC$.

gráfica de mediana y rango (box-and-whisker plot) Es una forma visual de mostrar cómo se distribuye una colección de datos. El ejemplo a continuación se basa en las diez siguientes anotaciones de prueba: 52, 64, 75, 79, 80, 80, 81, 88, 92, 99.

Ejemplo:

Anotaciones de prueba

52   75 80 88   99
      cuartil   mediana   cuartil
      inferior   superior

calendario (calendar) Es una tabla que muestra los meses, los días y las fechas.

Ejemplo:

MAYO						
S	M	T	W	T	F	S
		1	2	3	4	5
6	7	8	9	10	11	12
13	14	15	16	17	18	19
20	21	22	23	24	25	26
27	28	29	30	31		

capacidad (capacity) Es la cantidad de líquido que puede contener un recipiente.

Ejemplos:

1000 mL   1 mL   1L   1 taza   1 cuarto   1 galón

centavo (¢) (cent) Unidad de moneda. 100 centavos equivalen a 1 dólar.

Ejemplo:

Un centavo es 1¢.

centro (center) Es el punto con respecto al cual todos los puntos en un círculo son equidistantes.

Ejemplo:

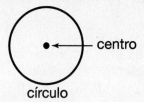

centro

círculo

centi- (centi-) Un prefijo que significa $\frac{1}{100}$.

Ejemplo: 1 centímetro $= \frac{1}{100}$ metro

centímetro (cm) (centimeter) Es una unidad para la medición de longitud en el sistema métrico.

Ejemplos:

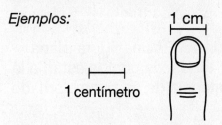

1 cm

1 centímetro

con seguridad (certain) Que ocurrirá definitivamente.

Ejemplo:

El mes después de Febrero es Marzo con seguridad.

posibilidad (chances) Es la probabilidad de que un evento particular ocurra.

Ejemplo:

Cuando usted lanza una moneda, tiene la misma posibilidad de obtener una cara que de obtener una cruz.

Cara   Cruz

cambio (change) Es la cantidad de dinero que ud. recibe en devolución cuando paga por alguna cosa más dinero de lo que ésta cuesta.

Ejemplo:

Dinero dado al dependiente	Costo del artículo	Cambio
$1.00 −	0.75 =	$0.25

cuerda (chord) Es un segmento de línea que tiene ambos puntos extremos en un círculo.

Ejemplo:

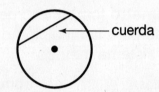
cuerda

círculo (circle) Es una figura plana en la cual todos los puntos están a la misma distancia de un punto llamado centro.

Ejemplo:

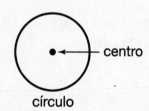
centro

círculo

gráfica circular (circle graph) Es un gráfica en forma de círculo que muestra cómo el todo se divide en partes.

Ejemplo:

Mascotas favoritas

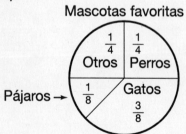
Pájaros →

circunferencia (circumference) Es la distancia alrededor de un círculo.
$C = 2 \times \pi \times r$ or $C = \pi \times d$

Ejemplo:

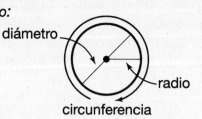
diámetro

radio

circunferencia

en el sentido de las manecillas del reloj (clockwise) Es la dirección de rotación cuando la parte superior de una figura gira hacia la derecha.

Ejemplo:

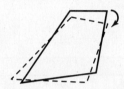

agrupación (cluster) Son los datos que se agrupan alrededor de un valor de una gráfica lineal.

Ejemplo:

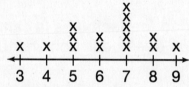

La gráfica lineal tiene una agrupación en el 7.

agrupación (clustering) Un método de estimación donde los números que son aproximadamente iguales se tratan como si fueran iguales.

Ejemplo:

26 + 24 + 23 es aproximadamente 25 + 25 + 25, ó 3 × 25.

denominador común (common denominator) Es un número que es un denominador de dos o más fracciones.

Ejemplo: $\frac{1}{8}$ $\frac{3}{8}$ $\frac{6}{8}$

8 es el denominador común.

factor común (common factor) Número que es un factor de cada dos o más números diferentes.

Ejemplo:

3 es un factor de 6.

3 es un factor de 9.

3 es un factor común de 6 y de 9.

múltiplo común (common multiple) Un número que es múltiplo de dos o más números diferentes.

24 es un múltiplo de 6.

24 es un múltiplo de 8.

24 es un múltiplo común de 6 y de 8.

propiedad (orden) conmutativa (commutative property) El cambio del orden de los sumandos o de los factores no cambia la suma o el producto.

Ejemplos:

$8 + 5 = 5 + 8$ $3 \times 6 = 6 \times 3$

comparar (compare) Acción para decidir cuál de dos números es mayor.

Ejemplo:

126   126 > 118   118

compás (compass) Instrumento utilizado para hacer círculos.

Ejemplo:

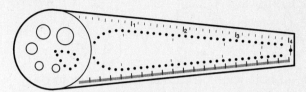

números compatibles (compatible numbers) Números que son fáciles de computar mentalmente.

Ejemplos:

$25 + 175$ 5×20 $360 \div 9$

compensación (compensation) La estrategia matemática mental de escoger números cercanos a los números en un problema y luego ajustar la respuesta para compensar por los números escogidos.

Ejemplo: $99 \times 4 = (100 - 1) \times 4$
$= (100 \times 4) - (1 \times 4)$
$= 400 - 4$
$= 396$

ángulos complementarios (complementary angles) Dos ángulos que al ser medidos suman 90°.

Ejemplo:

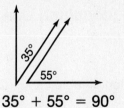

$35° + 55° = 90°$

número compuesto (composite number) Es un número mayor que 1 con más de dos factores diferentes.

Ejemplo:

6 es un número compuesto. Sus factores son 1, 2, 3 y 6.

suceso compuesto (compound event) Evento que es la combinación de dos o más eventos sencillos.

Ejemplo:

 y

La obtención de cara en el lanzamiento de una moneda y de rodar un 1 con un cubo numérico es un suceso compuesto.

cono (cone) Es una figura sólida con una base circular y un vértice.

Ejemplo:

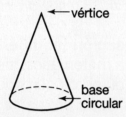

figuras congruentes (congruent figures) Son las figuras que tienen la misma forma y el mismo tamaño.

Ejemplo:

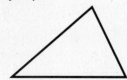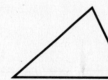

triángulos congruentes

constante (constant) Una cantidad que no cambia.

Ejemplo:

En la expresión algebraica $x + 7$, 7 es una constante.

fórmula de conversión (conversion factor) Es una equivalencia de medida que se utiliza para convertir cantidades de una unidad a otra. Se expresa a menudo como una fracción.

Ejemplos:

12 pulgadas = 1 pie; $\dfrac{12 \text{ pulgadas}}{1 \text{ pie}}$

4 cuartos = 1 galón; $\dfrac{4 \text{ cuartos}}{1 \text{ galón}}$

gráfica de coordenadas (coordinate grid) Es una gráfica utilizado para localizar puntos en el mismo.

Ejemplo:

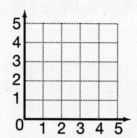

coordenadas (coordinates) Son un par de números utilizados para localizar un punto en una gráfica. *Vea también* par ordenado.

Ejemplo:

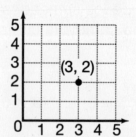

esquina (corner) Es donde dos lados se encuentran entre sí.

Ejemplo:

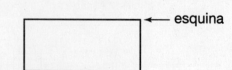

en sentido contrario a las manecillas del reloj (counterclockwise) Es la dirección de rotación cuando la parte superior de una figura gira hacia la izquierda.

Ejemplo:

producto cruzado (cross product) Es el producto del numerador de una relación con el denominador de otra.

Ejemplo:

Productos cruzados:
$$1 \times 5 = 5$$
$$3 \times 2 = 6$$

cubo (cube) Es una figura sólida cuyas seis caras son todas cuadradas.

Ejemplo:

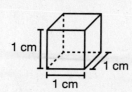

elevado al cubo (cubed) Elevado a la tercera potencia.

Ejemplo:

2 al cubo se escribe 2^3.
$$= 2 \times 2 \times 2 = 8$$

centímetro cúbico (cubic centimeter) Es un cubo con aristas de 1 centímetro de largo. Es una unidad para la medición de volumen. Su abreviatura es cm^3.

Ejemplo:

1 cm
1 cm
1 cm

pulgada cúbica (cubic inch) Es un cubo con aristas de 1 pulgada de largo. Es una unidad para la medición de volumen. Su abreviatura es $pulg^3$.

Ejemplo:

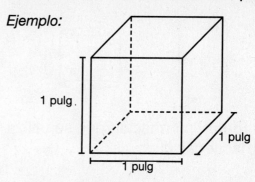

1 pulg.
1 pulg
1 pulg

unidad cúbica (cubic unit) Es un cubo con aristas de 1 unidad de largo. Es la unidad para la medición de volumen.

Ejemplo:

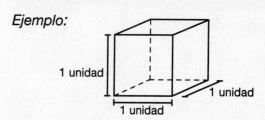

1 unidad
1 unidad
1 unidad

taza (c) (cup) Es una unidad para la medición de capacidad en el sistema usual de los EE.UU.

Ejemplo:

unidades usuales de longitud, peso, capacidad y temperatura en los EE.UU. (customary units of length, weight, capacity and temperature)

Ejemplos:

longitud   peso   capacidad   temperatura

cilindro (cylinder) Es una figura sólida con dos caras circulares congruentes.

Ejemplos:

dato (data) Información que se utiliza para hacer cálculos.

Ejemplo:

Los estudiantes en la clase anotaron las altas temperaturas diarias durante 5 días: 74° F, 79° F, 82° F, 85° F, 80° F.

decágono (decagon) Es un polígono que tiene 10 lados.

Ejemplo:

deci- (deci-) Es un prefijo que significa $\frac{1}{10}$.

Ejemplo: 1 decímetro = $\frac{1}{10}$ metros

decimal (decimal) Es un número que utiliza un punto decimal para mostrar las décimas, las centésimas y así sucesivamente.

Ejemplos:

3.142   0.5   15.19

adición decimal (decimal addition) Es la suma de dos o más decimales.

Ejemplo:
$$\begin{array}{r} \overset{1}{3}\overset{1}{6}.29 \\ +\ 25.12 \\ \hline 61.41 \end{array}$$

división decimal (decimal division) Es la división de dos decimales.

Ejemplo:
$$\begin{array}{r} 2.564 \\ 7\overline{)17.948} \\ -14 \\ \hline 39 \\ -35 \\ \hline 44 \\ -42 \\ \hline 28 \\ -28 \\ \hline 0 \end{array}$$

multiplicación decimal (decimal multiplication) Es la multiplicación de dos o más decimales.

Ejemplo:

$$\begin{array}{r} 2.75 \leftarrow \text{2 lugares decimales} \\ \times\ 0.3 \leftarrow \text{1 lugar decimal} \\ \hline 0.825 \leftarrow \text{3 lugares decimales} \end{array}$$

punto decimal (decimal point) Es un símbolo utilizado para separar los lugares de unidad de los lugares de décimas en los decimales o los dólares de los centavos en cuanto al dinero.

Ejemplo :   4.57 $2.13

punto decimal

sustracción decimal (decimal subtraction) Es la resta de dos decimales.

Ejemplo:
$$\begin{array}{r} \overset{5\ 12}{8\cancel{6}.27} \\ -\ 2.85 \\ \hline 83.42 \end{array}$$

sistema decimal (decimal system) Sistema de valor de lugar de base 10.

Ejemplo:

decímetro (dm) (decimeter) Es una unidad para la medición de longitud en el sistema métrico.

Ejemplo:

1 decímetro = 10 centímetros

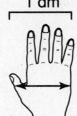

1 dm

grado (°) (degree) Es una unidad de medida para los ángulos y la temperatura.

Ejemplo:

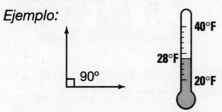

90°   40°F   28°F   20°F

grado Celsius (°C) (degree Celsius) Es una unidad para medir la temperatura en el sistema métrico.

Ejemplo:

Temperatura en un día frío: −10°C

Temperatura normal del cuerpo: 37°C

grado Fahrenheit (°F) (degree Fahrenheit) Es una unidad para medir la temperatura en el sistema usual de los EE.UU.

Ejemplo:

Temperatura en un día frío: 14°F

Temperatura normal del cuerpo: 98.6°F

deka- (deka-) Es un prefijo que significa 10.

Ejemplo: 1 dekámetro = 10 metros

denominador (denominator) Es el número inferior de una fracción e indica la cantidad de partes iguales en el todo.

Ejemplo:

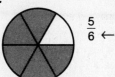

$\frac{5}{6}$ ← denominador

diagonal (diagonal) Es un segmento de línea diferente de un lado y que conecta dos vértices de un polígono.

Ejemplo:

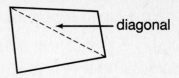

diagonal

diámetro (diameter) Es un segmento de línea que va desde un punto en un círculo a través del centro hasta otro punto en el círculo.

Ejemplo:

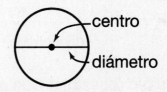

centro   diámetro

diferencia (difference) Es el número que resulta de sustraer un número de otro.

Ejemplo:

diferencia

$6 - 4 = 2$

dígito (digits) Son los símbolos usados para escribir los números 0, 1, 2, 3, 4, 5, 6, 7, 8 y 9.

reloj digital (digital clock) Es un reloj que muestra la hora utilizando números.

Ejemplo:

pantalla (display) Es la ventana que muestra los números en una calculadora a medida que éstos se introducen así como los resultados de los cálculos.

Se introduce: Se muestra:

Ejemplo: 225 ⊕ 133 ⊜ *358*

propiedad distributiva (distributive property) La multiplicación de una suma por un número es lo mismo que multiplicar cada adendo por el número y luego sumar los productos.

Ejemplo: $3 \times (2 + 4) = 18$
    $(3 \times 2) + (3 \times 4) = 18$

dividendo (dividend) Es el número que se divide en una expresión numérica de división.

Ejemplo:

$$9\overline{)63} \qquad 63 \div 9 = 7$$

dividendo

divisible (divisible) Que puede ser dividido por otro número sin dejar un residuo.

Ejemplo: 18 es divisible por 6.

división (division) Es una operación que indica cuántos grupos hay o cuántos hay en cada grupo.

Ejemplos:

$$4\overline{)256} \\ 64 \\ -24 \\ 16 \\ -16 \\ 0$$

$18 \div 6 = 3$ $18 \div 3 = 6$

divisor (divisor) Es el número por el cual se divide un dividendo.

Ejemplo:

$$9\overline{)63} \qquad 63 \div 9 = 7$$

divisor

dodecágono (dodecagon) Es un polígono con 12 lados.

Ejemplo:

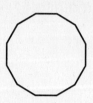

dólar ($) (dollar) Es un billete o moneda que vale 100 centavos.

Ejemplo:

arista (edge) Es un segmento de línea donde se unen dos caras de una figura sólida.

Ejemplo:

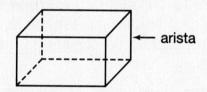

← arista

tiempo transcurrido (elapsed time) Es la diferencia entre dos horas.

Ejemplo:

Comienza a las   Termina a las
8:15 A.M.   10:30 A.M.

El tiempo transcurrido es de 2 horas y 15 minutos

punto extremo (endpoint) Es un punto al inicio de una raya o en cualquier extremo de un segmento de línea.

Ejemplos:

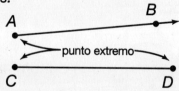

punto extremo

igualdad (equality) Es una relación matemática de que es exactamente lo mismo.

Ejemplos:

$$16 + 8 = 24 \qquad 25 \div 5 = 5$$

igualmente posible (equally likely) Cuando la probabilidad de que ocurra es exactamente igual a la probabilidad de que no ocurra.

Ejemplo:

Cuando se lanza una moneda, la probabilidad de que caiga cara es exactamente igual a la de que caiga cruz.

razones iguales (equal ratios) Son relaciones que dan la misma comparación.

Ejemplo:

$\frac{1}{2}$ y $\frac{2}{4}$ son relaciones iguales.

ecuación (equation) Es una oración numérica que utiliza el signo igual (=) para mostrar que dos expresiones tienen el mismo valor. *Vea también expresión numérica.*

Ejemplos:

$$9 + 2 = 11 \qquad 32 \div 4 = 8$$

triángulo equilátero (equilateral triangle) Es un triángulo con sus tres lados iguales.

Ejemplo:

decimales equivalentes (equivalent decimals) Son decimales que nombran la misma cantidad.

Ejemplo:

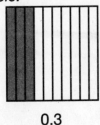 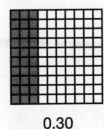

$$0.3 \qquad = \qquad 0.30$$

fracciones equivalentes (equivalent fractions) Son fracciones que nombran la misma región, parte de un conjunto o parte de un segmento.

Ejemplo:

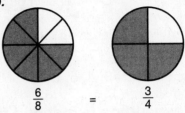

$$\frac{6}{8} \qquad = \qquad \frac{3}{4}$$

estimar (estimate) Es encontrar un número que se aproxime a una respuesta exacta.

Ejemplo:

$$
\begin{array}{ccc}
382 & \to & 400 \\
+\,115 & \to & +\,100 \\
\hline
 & & 500
\end{array}
$$

suma estimada

Fórmula de Euler (Euler's formula) Se trata de una fórmula sobre el número de caras (F), vértices (V) y aristas (E) de un poliedro, que establece que $F + V - E = 2$.

Ejemplo:

Para la pirámide triangular que se muestra,

$$5 \;+\; 5 \;-\; 8 = 2$$
caras vértices aristas

evaluar (evaluate) Es encontrar el número que una expresión algebraica indica, mediante el reemplazo de una variable con un número dado.

Ejemplo:

Utilizar $n = 3$ para evaluar $2 \times n + 5$. La respuesta es $2 \times 3 + 5 = 6 + 5 = 11$.

número par (even number) Es un número entero que tiene 0, 2, 4, 6 u 8 en el lugar numérico de las unidades. Es un número entero divisible por 2.

Ejemplos:

$$8 \qquad 12 \qquad 20 \qquad 36 \qquad 54$$

suceso (event) Un resultado o conjunto de resultados de un experimento o situación.

Ejemplo:

Evento: La obtención de 3 o un valor más alto cuando se lanza un cubo.

Resultados posibles para este suceso: 3, 4, 5, 6

forma expandida (expanded form) Es una forma de escribir un número en la cual se muestra el valor del lugar numérico de cada dígito.

Ejemplo:

Forma expandida para 9,325:

$$9,000 + 300 + 20 + 5$$

probabilidad anticipada (expected probability) Es la probabilidad de que ocurra un resultado si el número de intentos se extiende indefinidamente.

Ejemplo:

La probabilidad anticipada de caras en el lanzamiento de una moneda es de $\frac{1}{2}$.

experimento (experiment) Es una prueba o intento.

Ejemplos: lanzar una moneda
rodar un cubo numérico
girar una ruleta

probabilidad experimental (experimental probability) Es la probabilidad basada en los resultados de un experimento.

Ejemplo:

Dos monedas se lanzan 50 veces. Los resultados son:

2 caras: 13 veces
2 cruces: 15 veces
1 cara y 1 cruz: 22 veces

La probabilidad experimental para obtener 2 caras es de $\frac{13}{50}$.

exponente (exponent) Es un número que indica cuántas veces se utiliza otro número como factor.

Ejemplo:

$$3 \times 3 \times 3 \times 3 = 3^4 \leftarrow \text{exponente}$$

notación exponencial (exponential notation) Es una forma de escribir la multiplicación repetida de un número, utilizando exponentes.

Ejemplos: 2^8 5^2 9^3

expresión (expression) Son números combinados con una o más operaciones. *Vea también* expresión algebraica.

Ejemplos:

$4 + 5$ $6 \times 3 \times 2$ $8 \div 2 + 3$

cara (face) Es una superficie plana de una figura sólida.

Ejemplo:

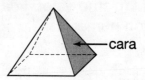

familia de operaciones (fact family) Es un grupo de hechos relacionados que utilizan el mismo conjunto de números.

Ejemplo:

$4 + 3 = 7$
$3 + 4 = 7$
$7 - 3 = 4$
$7 - 4 = 3$

factores (factors) Números que se multiplican entre sí para obtener un producto.

Ejemplo:

factores
/ \
$7 \times 3 = 21$

árbol de factores (factor tree) Es un diagrama que se utiliza para encontrar los factores primos de un número.

Ejemplo:

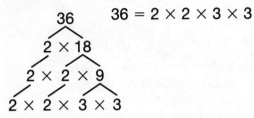

$$36 = 2 \times 2 \times 3 \times 3$$

justo (fair) Todos los resultados tienen la misma posibilidad de ocurrir.

Ejemplos:

Lanzar una moneda y que caiga en cara o en cruz.

Rodar un cubo numérico y que caiga en 1, 2, 3, 4, 5 ó 6.

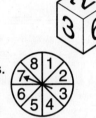

Hacer girar una ruleta con segmentos iguales.

juego justo (fair game) Es un juego donde cada jugador tiene una posibilidad igual de ganar.

Ejemplo:

Juego justo: Cada jugador tiene un turno para hacer girar la ruleta. Un jugador obtiene un punto cuando la ruleta se detiene en su nombre.

dar la vuelta (flip) Girar de posición una figura plana.

Ejemplo:

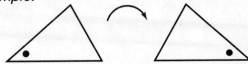

onza fluida (fl oz) (fluid ounce) Es una unidad para medir capacidad en el sistema usual de los EE.UU.

Ejemplo:

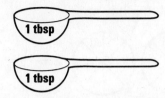

2 cucharadas es igual a 1 onza fluida.

pie (foot) (ft) Es una unidad para medir longitud en el sistema usual de los EE.UU.

Ejemplo:

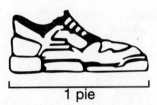

1 pie

fórmula (formula) Es una regla general expresada mediante símbolos.

Ejemplo:

La fórmula para el perímetro de un rectángulo es $P = 2 \times (l + w)$.

fracción (fraction) Es una forma de comparar partes iguales con respecto a un todo, un segmento o un conjunto.

Ejemplo:

$\frac{3}{8}$ equivale a 3 partes iguales de 8 partes iguales.

adición de fracciones (fraction addition) Es la adición de dos o más fracciones.

Ejemplo:

$$
\begin{array}{r}
\frac{1}{3} = \frac{4}{12} \\
+ \frac{1}{4} = + \frac{3}{12} \\
\hline
\frac{7}{12}
\end{array}
$$

división de fracciones (fraction division) Es la división de fracciones.

Ejemplo:

¿Cuántos $\frac{1}{8}$ hay en 2?

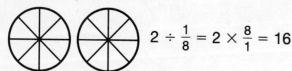

$$2 \div \frac{1}{8} = 2 \times \frac{8}{1} = 16$$

multiplicación de fracciones (fraction multiplication) Es la multiplicación de dos o más fracciones.

Ejemplo: $\frac{1}{3} \times \frac{2}{5} = \frac{1 \times 2}{3 \times 5} = \frac{2}{15}$

sustracción de fracciones (fraction subtraction) Es la sustracción de dos fracciones.

Ejemplo:

$$\begin{array}{r} \frac{3}{4} = \frac{9}{12} \\ - \frac{2}{3} = -\frac{8}{12} \\ \hline \frac{1}{12} \end{array}$$

tabla o carta de frecuencia (frequency chart or table) Es una tabla que muestra las clases de cosas y la frecuencia conque ocurren esas cosas.

Ejemplo:

Color de camisa	Frecuencia
Negro	8
Canela	2
Blanco	5
Azul	4

estimación por los primeros dígitos (front-end estimation) Es una forma de estimar una suma mediante la adición del primer dígito de cada adendo y ajustando el resultado basado en los dígitos restantes.

Ejemplo:
$$\begin{array}{r} 476 \\ + 388 \end{array}$$

$$\begin{array}{rcr} 476 & \to & 400 \\ + 388 & \to & + 300 \\ \hline & & 700 \end{array} \qquad \begin{array}{rcr} 476 & \to & 70 \\ + 388 & \to & + 80 \\ \hline & & 150 \end{array}$$

$$700 + 150 = 850$$

galón (gal) (gallon) Es una unidad para medir la capacidad en el sistema usual de los EE.UU.

Ejemplo:

La leche viene frecuentemente en contenedores de 1 galón.

geometría (geometry) Es una rama de las matemáticas en la cual se tratan las relaciones entre puntos, líneas, figuras y sólidos.

gramo (g) (gram) Es una unidad para medir la masa en el sistema métrico decimal.

Ejemplo:

La masa de una presilla de papel grande es de aproximadamente 1 gramo.

gráfica (graph) Es un dibujo que muestra los datos en una forma organizada.

Ejemplos:

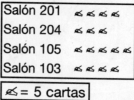

Número de cartas escritas

Salón 201	✍ ✍ ✍ ✍
Salón 204	✍ ✍ ✍
Salón 105	✍ ✍ ✍ ✍ ✍
Salón 103	✍ ✍ ✍ ✍

✍ = 5 cartas

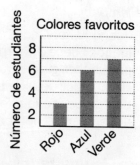

mayor que (>) (greater than) Es la relación de un número que queda más a la derecha que otro número, en una línea numérica.

Ejemplo:

7 > 3   "Siete es mayor que tres".

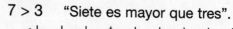
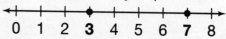

máximo factor común (greatest common factor) (GCF) Es el máximo número que es factor de dos o más números.

Ejemplo:

factores de 12: **1** **2** **3** 4 **6** 12

factores de 18: **1** **2** **3** **6** 9 18

1, 2, 3 y 6 son factores comunes. 6 es el máximo factor común.

propiedad (asociativa) de agrupamiento (grouping (associative) property) Cuando se cambia el agrupamiento de los adendos o de los factores, la suma o el producto permanece igual.

Ejemplos:

$$(5 + 2) + 3 = 5 + (2 + 3)$$
$$(3 \times 2) \times 1 = 3 \times (2 \times 1)$$

hecto- (hecto-) Prefijo que significa 100.

Ejemplo: 1 hectometro = 100 metros

altura (height) Es la longitud del segmento de línea perpendicular desde el vértice a la base de un triángulo.

Ejemplo:

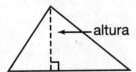

altura

heptágono (heptagon) Es un polígono de siete lados.

Ejemplo:

hexágono (hexagon) Es un polígono con 6 lados.

Ejemplos:

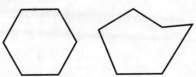

eje horizontal (horizontal axis) Es la línea numérica que va de izquierda a derecha en una gráfica.

Ejemplo:

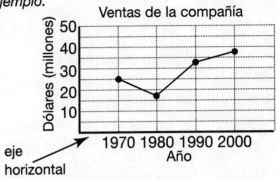

eje horizontal

centésima (hundredth) Es cada una de las 100 partes iguales de un todo.

Ejemplo:

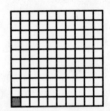

imposible (impossible) Que no puede suceder.

Ejemplo:

Es imposible obtener un 9 en un cubo numérico numerado del 1 al 6.

fracción impropia (improper fraction) Es una fracción cuyo numerador es mayor que o igual que su denominador.

Ejemplos:

$$\frac{15}{2} \qquad \frac{3}{3} \qquad \frac{4}{3} \qquad \frac{8}{1}$$

pulgada (pulg) (inch (in)) Es una unidad para medir longitud en el sistema numérico usual de los EE.UU.

Ejemplo:

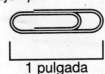

Una presilla de papel es de aproximadamente 1 pulgada de largo.

1 pulgada

desigualdad (inequality) Es una sentencia matemática que implica <, >, ≤, o ≥.

Ejemplos:

$6 < 9$ $x + 3 \geq 21$ $2x - 8 > 0$

números enteros (integers) Es el conjunto de números enteros positivos, sus opuestos y el 0.

Ejemplos: ..., −3, −2, −1, 0, 1, 2, 3, ...

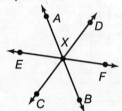

intersecarse (intersect) Cruzar a través del mismo punto.

Ejemplo:

$\overleftrightarrow{AB}$, $\overleftrightarrow{CD}$, y $\overleftrightarrow{EF}$ se intersecan en el punto X.

rectas secantes (intersecting lines) Son las líneas que se cruzan en un punto.

Ejemplo:

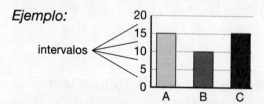

intervalo (interval) Una de las divisiones de igual tamaño en una gráfica de barras o la escala de la gráfica lineal.

Ejemplo:

intervalos

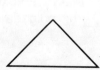

triángulo isósceles (isosceles triangle) Es un triángulo que tiene al menos dos lados iguales.

Ejemplos:

clave (key) Es la parte de un pictograma que indica lo que representa cada símbolo. *Vea también* símbolo.

Ejemplo: Número de cartas escritas

Salón 201	✍ ✍ ✍ ✍
Salón 204	✍ ✍ ✍
Salón 105	✍ ✍ ✍ ✍ ✍
Salón 103	✍ ✍ ✍ ✍

✍ = 5 cartas ◄—— clave

kilo- (kilo-) Prefijo que signfica 1000.

Ejemplo: 1 kilómetro = 1000 metros

kilogramo (kilogram (kg)) Es una unidad para la medición de masa en el sistema métrico.

Ejemplo:

La masa de un libro de texto es de aproximadamente 1 kilogramo.

kilómetro (km) (kilometer) Es una unidad para la medición de longitud en el sistema métrico.

Ejemplo:

La distancia que usted puede caminar en aproximadamente 15 minutos.

hoja (leaf) Es la parte de un gráfico de tallo y hoja que muestra el dígito de las unidades de un número.

Ejemplo:

Tallo	Hoja
0	1 1 2 3 4 8
1	0 3 5 9
2	1 1 7 8
3	2 6

mínimo común denominador (least common denominator) (LCD) Es el mínimo común múltiplo de los denominadores de dos o más fracciones.

Ejemplo: Encuentre el LCD de $\frac{1}{4}$ y $\frac{1}{6}$.

múltiplos de 4: 4 8 **12** 16 20 **24** ...

múltiplos de 6: 6 **12** 18 **24** 30 **36** ...

12 y 24 son dos múltiplos comunes de 4 y de 6. 12 es el mínimo común múltiplo que sería el LCD.

mínimo común múltiplo (least common multiple) (LCM) Es el menor número diferente de cero que es múltiplo de dos o más números diferentes.

Ejemplo: Encuentre el MCM de 2 y de 3.

múltiplos de 2: 2 4 **6** 8 10 **12** ...

múltiplos de 3: 3 **6** 9 **12** 15 ...

6 y 12 son los dos múltiplos comunes de 2 y de 3. 6 es el mínimo común múltiplo.

menor que (<) (less than) Es la relación con respecto a un número que queda más a la izquierda de otro número en una recta numérica.

Ejemplo:

3 < 7   "Tres es menor que siete".

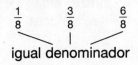

igual denominador (like denominators) Se trata de los denominadores que son iguales en dos o más fracciones.

Example: $\frac{1}{8}$ $\frac{3}{8}$ $\frac{6}{8}$

igual denominador

probable (likely) Que ocurrirá probablemente.

Ejemplos:

Es probable que nieve en Montana el próximo invierno.

recta (line) Es un recorrido recto que se extiende al infinito en ambas direcciones.

Ejemplo:

⟵——————————⟶

gráfica lineal (line graph) Es una gráfica donde se conectan puntos para mostrar cómo cambia un dato en el tiempo.

Ejemplo:

eje de simetría (line of symmetry) Es una línea en la cual se puede doblar una figura de modo que ambas mitades sean congruentes.

Ejemplos:

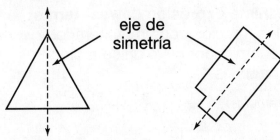

eje de simetría

diagrama de puntos (line plot) Es una gráfica que utiliza símbolos por encima de una recta numérica para representar los datos.

Ejemplo:

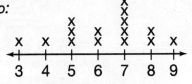

Número de libros

segmento de recta (line segment)
Es la parte de una línea que tiene dos puntos extremos.

Ejemplo:

simetría axial (line symmetry) Una figura tiene simetría lineal si puede ser dividida en dos mitades idénticas.

Ejemplo:

Figura con simetría lineal   Figura sin simetría lineal

litro (liter) (L) Es una unidad para medir capacidad en el sistema métrico.

Ejemplo:

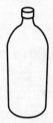

La botella contiene 2 litros

mínima expresión (lowest terms) Una fracción con un numerador y denominador cuyo único factor común es 1.

Ejemplos: $\frac{1}{2}$ $\frac{3}{5}$ $\frac{21}{23}$

masa (mass) La cantidad de materia contenida por algo.

Ejemplos:

Una pasa tiene una masa de 1 gramo.   Un par de zapatos atléticos tiene una masa de 1 kilogramo.

media (mean) Es el número que se encuentra cuando la suma de dos o más números se divide por el número de adendos. También se le llama promedio.

Ejemplo:

Encuentre la media (el promedio) de 12, 14, 16 y 18.

```
   12              15
   14          4)60
   16            -4
 + 18            20
   60           - 20
                   0
```

La media es 15.

mediana (median) Es el número intermedio cuando los datos están arreglados en orden.

Ejemplo:

27 27 27 29 32 33 36 38 42 43 62
                     |
                mediana

cálculo mental (mental math) Es la realización de cálculos en su mente, sin utilizar lápiz ni papel ni una calculadora.

Ejemplo: **200 × 30 = 6,000**

metro (m) (meter) Es una unidad para medir longitud en el sistema métrico.

Ejemplo:

1 metro

Un metro es la distancia aproximada desde una mano a la otra cuando sus brazos están extendidos hacia afuera.

unidades métricas de longitud, masa, capacidad y temperatura (metric units of length, mass, capacity and temperature)

Ejemplos:

longitud — masa — capacidad — temperatura

milla (mile) (mi) Es una unidad para medir longitud en el sistema usual de los EE.UU.

Ejemplo:

La distancia que usted puede caminar en aproximadamente 20 minutos.

mili- (milli-) Un prefijo que significa $\frac{1}{1000}$.

Ejemplo: 1 milímetro = $\frac{1}{1000}$ metro

mililitro (milliliter) (mL) Es una unidad para medir capacidad en el sistema métrico.

Ejemplo:

Un gotero de medicina contiene aproximadamente un mililitro.

milímetro (millimeter) (mm) Es una unidad para medir longitud en el sistema métrico.

Ejemplo:

Una moneda tiene aproximadamente 1 milímetro de espesor.
10 mm = 1 cm

número mixto (mixed number) Es un número que tiene una parte numérica entera y una parte fraccionaria.

Ejemplos: $1\frac{1}{2}$ $3\frac{2}{5}$ $15\frac{7}{8}$

moda (mode) Es el número o los números que se presentan con más frecuencia en un conjunto de datos.

Ejemplo:

27 27 27 29 32 33 36 38 42 43 62

27 es la moda.

múltiplo (multiple) Es el producto de un número entero dado por cualquier otro número entero.

Ejemplos:

múltiplos de 5:   0   5   10   15 . . .
                 5×0 5×1 5×2 5×3

multiplicación (multiplication) Es una operación que da el número total cuando se ponen unidos grupos iguales.

Ejemplos:

$$\begin{array}{r} 45 \\ \times\ 12 \\ \hline 90 \\ 450 \\ \hline 540 \end{array}$$

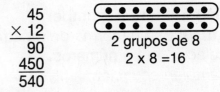

2 grupos de 8
2 x 8 =16

números negativos (negative numbers) Números menores que cero.

Ejemplo: –2°C

desarrollo de un sólido (net) Es un patrón que se puede cortar y doblar para formar un sólido.

Ejemplo:

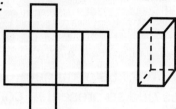

nonágono (nonagon) Se trata de un polígono con 9 lados.

Ejemplos:

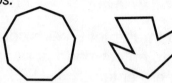

recta numérica (number line) Es una recta que muestra los números en orden utilizando una escala.

Ejemplo:

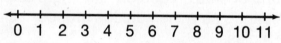

oración numérica (number sentence) Es una forma de mostrar una relación entre números. *Vea también* ecuación.

Ejemplos: $2 + 5 = 7$ $6 \div 2 = 3$

forma de numérica-verbal (number-word form) Es una forma de escribir un número utilizando palabras y números.

Ejemplos: 45 trillones   9 millares

numeral (numeral) Un símbolo que se utiliza para un número.

Ejemplos: 7   58   234

numerador (numerator) Es el número superior de una fracción, que indica el número de partes iguales consideradas.

Ejemplo:

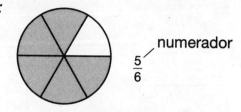

ángulo obtuso (obtuse angle) Es un ángulo con una medida mayor de 90°.

Ejemplos:

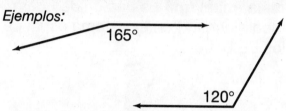

triángulo obtusángulo (obtuse triangle) Es un triángulo con un ángulo obtuso.

Ejemplos:

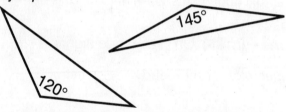

octágono (octagon) Es un polígono con 8 lados.

Ejemplos:

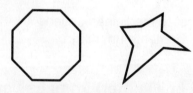

número impar (odd number) Es un número entero que tiene 1, 3, 5, 7 ó 9 en el lugar numérico de las unidades. Es un número entero que no es divisible por 2.

Ejemplos: 3   91   205   445

probabilidades (odds) Es la relación del número de formas en que un evento puede suceder con respecto al número de formas que no puede.

Ejemplo:

Probabilidad para obtener un 3: de 1 a 5.

Probabilidad de no obtener un 3: de 5 a 1.

propiedad del uno (one property) En la multiplicación, el producto de un número por 1 es ese número. En la división, un número dividido por 1 es ese número.

Ejemplos: $5 \times 1 = 5$ $3 \div 1 = 3$

operación (operation) Adición, sustracción, multiplicación y división.

números opuestos (opposite numbers) Son los números que están a la misma distancia en la línea numérica a partir del cero pero en lados opuestos.

Ejemplo:

7 y −7 son opuestos uno del otro

−7   0   7

ordenar (order) Es arreglar los números de menor a mayor o de mayor a menor.

Ejemplos:

de menor a mayor   12 17 21 26 30

de mayor a menor   30 26 21 17 12

orden de las operaciones (order of operations) Las reglas que indican en qué orden deben hacerse las operaciones: (1) simplificar los paréntesis interiores, (2) simplificar los exponentes, (3) multiplicar y dividir de izquierda a derecha y (4) sumar y restar de izquierda a derecha.

Ejemplo:

Evaluar $2x^2 + 4(x − 2)$ for $x = 3$.

(1) simplificar los paréntesis interiores	$2 \cdot 3^2 + 4(3 − 2)$ $2 \cdot 3^2 + 4(1)$
(2) simplificar los exponentes	$2 \cdot 9 + 4$
(3) multiplicar y dividir de izquierda a derecha	$18 + 4$
(4) sumar y restar de izquierda a derecha	22

par ordenado (ordered pair) Es un par de números que se utilizan para localizar un punto en un plano de coordenadas.

Ejemplo:

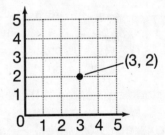

propiedad (conmutativa) de orden (order (commutative) property) El cambio de orden de los adendos o de los factores no cambia la suma o el producto.

Ejemplos:

$8 + 5 = 5 + 8$ $3 \times 6 = 6 \times 3$

número ordinal (ordinal number) Es un número que se utiliza para indicar orden.

Ejemplos: primero, décimotercero, 1ro, 4to

origen (origin) Es el punto cero de una recta numérica o el punto (0,0) donde se intersectan los ejes de un sistema de coordenadas.

Ejemplos:

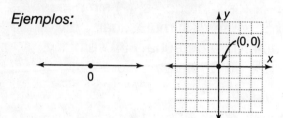

onza (oz) (ounce) Es una unidad para medir peso en el sistema usual de los EE.UU.

Ejemplo:

Una carta pesa aproximadamente una onza.

resultado (outcome) Es un resultado posible de un experimento.

Ejemplo: Lanzamiento de 2 monedas

moneda 1	moneda 2
cara	cruz
cara	cara
cruz	cara
cruz	cruz

Un resultado es 1 cara y 1 cruz.

valor extremo (outlier) El valor extremo en un conjunto de datos, separado de la mayoría de los otros valores.

Ejemplo:

27 27 27 29 32 33 36 38 42 43 62

valor extremo

P.M. (P.M.) Son las horas que van desde el mediodía hasta la medianoche.

Ejemplo:

mediodía												medianoche	
11	**12**	**1**	**2**	**3**	**4**	**5**	**6**	**7**	**8**	**9**	**10**	**11**	12
AM	PM	PM	PM	PM	PM	PM	PM	PM	PM	PM	PM	PM	AM

recta paralelas (parallel lines) Son rectas que no se intersectan.

Ejemplo:

paralelogramo (parallelogram) Es un cuadrilátero con dos pares de lados opuestos paralelos.

Ejemplos:

patrón (pattern) Es una secuencia de objetos, eventos o ideas que se repiten.

Ejemplos:

▲ ▼ ▲ ▲ ▼ ▼ ▲ ▲ ▲

✖ ◆ ■ ✖ ◆ ■ ✖ ◆ ■

pentágono (pentagon) Es un polígono de 5 lados.

Ejemplos:

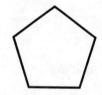

por ciento (percent) (%) Por cien. Es una forma de comparar un número con 100.

Ejemplo:

$$\frac{40}{100} = 0.40 = 40\%$$

perímetro (perimeter) Es la distancia alrededor de una figura cerrada.

Ejemplo:

Perímetro =
5 + 2 + 6 + 4 + 11 + 6 = 34

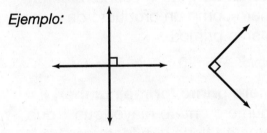

período (period) Es un grupo de tres dígitos en un número. Los períodos se separan por una coma.

Ejemplo:

Período de millares			Período de unidades		
centenas de millar	decenas de millar	millares	centenas	decenas	unidades
3	0	5 ,	2	1	6

305,216

rectas perpendiculares (perpendicular lines) Son dos rectas que forman ángulos rectos donde se intersectan.

Ejemplo:

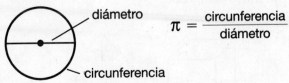

pi (pi) (π) Es la relación de la circunferencia de un círculo con respecto a su diámetro. La representación decimal para pi es de 3.141592.... 3.14 ó 3 1/7 se utilizan a menudo como aproximaciones para π.

Ejemplo:

$$\pi = \frac{circunferencia}{diámetro}$$

diámetro

circunferencia

pictografía (pictograph) Es una gráfica que utiliza símbolos para mostrar los datos.

Ejemplo:

Número de cartas escritas

pinta (pint) (pt) Es una unidad para medir capacidad en el sistema usual de los EE.UU.

Ejemplo:

2 tazas = 1 pinta

valor posiciónal (place value) Es el valor dado al lugar numérico que un dígito tiene dentro de un número.

Ejemplo:

Período de millares			Período de unidades		
centenas de millar	decenas de millar	millares	centenas	decenas	unidades
3	0	5 ,	2	1	6

305,216

En 305,216, el valor posiciónal del dígito 2 es el de las centenas.

figura plana (plane figure) Es una figura que descansa en una superficie plana.

Ejemplos:

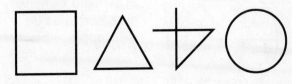

punto (point) Es una posición exacta que a menudo se marca por un punto.

Ejemplos:

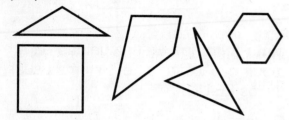

polígono (polygon) Es una figura plana cerrada hecha de segmentos de línea.

Ejemplos:

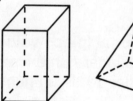

poliedro (polyhedron) Es un sólido cuyas caras son polígonos.

Ejemplos:

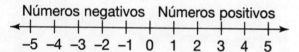

números positivos (positive numbers) Son los números mayores que cero.

Ejemplo:

Números negativos   Números positivos

−5 −4 −3 −2 −1 0 1 2 3 4 5

posible (possible) Que es capaz de suceder.

Ejemplo:

azul
verde   rojo
amarillo   gris
blanco

Si la ruleta se hace girar, el rojo es un resultado posible.

libra (pound) (lb) Es una unidad para la medición del peso en el sistema usual de los EE.UU.

Ejemplo:

Arroz 1 libra

potencia (power) Un exponente o el número producido cuando se eleva una base al exponente.

Ejemplo:

$16 = 2^4$ 2 está elevado a la 4ta potencia.

16 es la 4ta potencia de 2.

predicción (prediction) Es una adivinanza educada sobre lo que sucederá.

Ejemplo:

Juana predice que $\frac{1}{6}$ de las veces ella rodará un 2.

descomposición factorial (prime factorization) Es la escritura de un número como un producto de números primos.

Ejemplo: $70 = 2 \times 5 \times 7$

número primo (prime number) Es un número entero mayor que 1 que solamente tiene dos factores, 1 y el propio número.

Ejemplo:

Los números primos comienzan con 2, 3, 5, 7, 11....

prisma (prism) Es una figura sólida cuyas bases descansan en planos paralelos y cuyas caras son paralelogramos.

Ejemplos:

probabilidad (probability) Es la posibilidad de que ocurra un evento. Es la relación del número de veces que puede ocurrir un evento con respecto al número total de resultados posibles.

Ejemplo:

La probabilidad de rodar un 2 es $\frac{1}{6}$.

La probabilidad de no rodar un 2 es $\frac{5}{6}$.

guía para resolver problemas (problem solving guide) Un proceso para resolver un problema: Entender, planificar, resolver, revisar.

Ejemplo:

Solución del problema
Entender
Planificar
Resolver
Revisar

producto (product) Número que es el resultado de multiplicar dos o más factores.

Ejemplo:

factores   producto
$2 \times 3 \times 5 = 30$

proporción (proportion) Una expresión que muestra que dos relaciones son iguales.

Ejemplo: $\frac{12}{34} = \frac{6}{17}$

transportador (protractor) Es un instrumento utilizado para medir el tamaño de un ángulo.

Ejemplo:

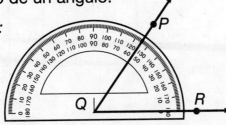

pirámide (pyramid) Es una figura sólida cuya base es un polígono y cuyas caras son triángulos con un vértice común.

Ejemplos:

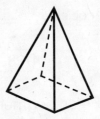 

cuadrantes (quadrants) Son las cuatro regiones determinadas por los ejes de un plano de coordenadas.

Ejemplo:

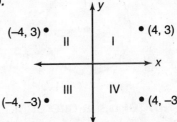

cuadrilátero (quadrilateral) Es un polígono con 4 lados.

Ejemplos:

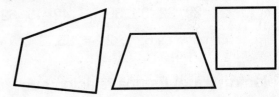

cuarto (quart) (qt) Es una unidad para medir capacidad en el sistema usual de los EE.UU.

Ejemplo:

Un cuarto de leche

cociente (quotient) Es el número, diferente del residuo, que forma el resultado de la división.

Ejemplo:

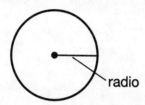

$$28 \div 4 = 7$$

cociente

$$4\overline{)28}$$
$$7$$

radio (radius) Es un segmento de línea que va desde el centro de un círculo hasta cualquier punto en el círculo.

Ejemplo:

radio

rango (range) Es la diferencia entre el número más grande y el número más pequeño en un conjunto de datos.

Ejemplo:

27 27 27 29 32 33 36 38 42 43 62

El rango es $62 - 27 = 35$.

relación (rate) Es una relación que muestra cómo se relacionan las cantidades con diferentes unidades.

Ejemplos: $\dfrac{72 \text{ dólars}}{28 \text{ horas}}$ $\dfrac{55 \text{ millas}}{1 \text{ hora}}$

razón (ratio) Es un par de números utilizados para comparar cantidades.

Ejemplos: $\dfrac{2}{1}$ 2 a 1   2:1

tabla de razones (ratio table) Es una tabla que muestra un conjunto de relaciones iguales.

Ejemplo:

(12×2) (12×3) (12×4)

cajas	12	24	36	48
cartón	1	2	3	4

(1×2) (1×3) (1×4)

rayo (ray) Es la parte de una recta que comienza en un punto y se extiende al infinito en una dirección.

Ejemplo:

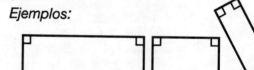

recíprocos (reciprocals) Son dos números cuyo producto es 1.

Ejemplo:

$\dfrac{3}{5}$ y $\dfrac{5}{3}$ son recíprocos ya que $\dfrac{3}{5} \cdot \dfrac{5}{3} = 1$.

rectángulo (rectangle) Es un cuadrilátero con cuatro ángulos rectos y los lados opuestos paralelos y de la misma longitud.

Ejemplos:

prisma rectangular (rectangular prism) Es una figura sólida cuyas seis caras son todas rectángulos.

Ejemplos:

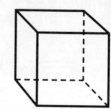

reflexión (reflection) Es la imagen de espejo de una figura que ha sido "volteada" sobre una recta. Es también el nombre para la transformación que voltea la figura sobre la recta.

Ejemplo:

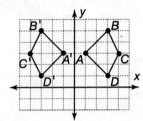

reagrupar (regroup) Es nombrar un número entero o decimal de una forma diferente.

Ejemplos: 28 es 2 decenas y 8 unidades.
0,3 es 0,30 ó 0,300.

polígono regular (regular polygon) Es un polígono cuyos lados son todos iguales y cuyos ángulos son todos iguales.

Ejemplos:

residuo (remainder) Es el número menor que el divisor y que queda después que se ha completado el proceso de división.

Ejemplo:

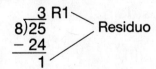

decimal periódico (repeating decimal) Un decimal con un dígito o grupo de dígitos repetitivos a la derecha del punto decimal.

Ejemplos: 0.$\overline{6}$ 0.$\overline{123}$ 2.1$\overline{8}$

rombo (rhombus) Es un cuadrilátero con dos pares de lados paralelos y todos los lados de la misma longitud.

Ejemplos:

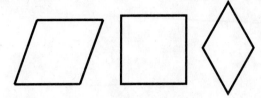

ángulo recto (right angle) Es un ángulo que forma una esquina cuadrada y tiene una medida de 90°.

Ejemplo:

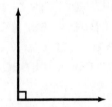

triángulo rectángulo (right triangle) Un triángulo que tiene un ángulo recto.

Ejemplos:

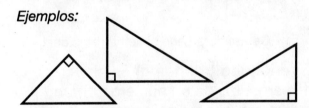

Números romanos (Roman numerals) Son los números en un sistema numérico utilizado por los antiguos romanos.

Ejemplos:

I = 1   IV = 4   V = 5   VI = 6

rotación (rotation) Es la imagen de una figura que ha sido "girada", como en una rueda. Es también el nombre para la transformación que gira la figura.

Ejemplo:

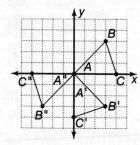

simetría rotacional (rotational symmetry) Una figura tiene simetría rotacional si puede ser rotada menos de un círculo completo y coincide exactamente con su imagen original.

Ejemplos:

 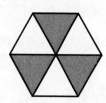

Cada figura tiene simetría rotacional.

redondeo (rounding) Es el reemplazo de un número con un número que indica aproximadamente cuánto o qué cantidad.

Ejemplo:

Redondear 2153 a lo más próximo del (de la):	
millar	2,000
centena	2,200
decena	2,150

muestreo (sample) Es una parte que se selecciona de un grupo grande.

Ejemplo:

La totalidad de los 1000 nombres de la membresía de un club fue puesta en tarjetas y las tarjetas fueron barajadas. Después se extrajeron 100 tarjetas y a estos miembros de les hizo una encuesta telefónica. El muestreo es el grupo de 100 miembros tomados para la encuesta telefónica.

escala (scale) Son los números que muestran las unidades utilizadas en una gráfica. Es también un instrumento utilizado para medir el peso de un objeto. Es también una razón que muestra la relación entre un dibujo a escala y el objeto real.

Ejemplos:

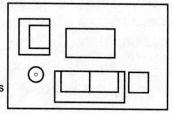

Dibujo a escala del salón de estar

Escala
1 pulg. = 10 pies

triángulo escaleno (scalene triangle) Es un triángulo con todos sus lados desiguales.

Ejemplos:

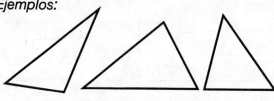

diagrama de dispersión (scatterplot) Una gráfica que utiliza valores de datos pares como puntos para mostrar la relación entre los dos conjuntos de datos.

Ejemplo:

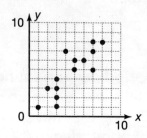

28 Spanish

programación (schedule) Es una lista que muestra la ocurrencia de eventos en el tiempo.

Ejemplo:

Programa de la tarde del sábado

12:00	Almuerzo
12:45	Caminar al perro
1:15	Limpiar tu cuarto
2:30	Jugar con los amigos
5:00	En la casa para cenar

notación científica (scientific notation) Un número escrito como un decimal mayor que o igual a 1 y menor que 10, multiplicado por una potencia de 10.

Ejemplo: $350{,}000 = 3.5 \times 10^5$

segmento (segment) Vea *segmento de recta*.

lado (side) Es un segmento de línea que forma parte de una figura plana.

Ejemplo:

figuras similares (similar figures) Son figuras que tienen la misma forma y que pueden o no tener el mismo tamaño.

Ejemplos:

 y

 y

 y

mínima expresión (simplest form) Es una fracción en la cual el numerador y el denominador no tienen factores comunes diferentes de 1.

Ejemplos:

Fracciones en la forma más simple:

$$\frac{1}{2} \qquad \frac{3}{5} \qquad \frac{21}{23}$$

sesgo (skew) Son rectas que no son paralelas y no se intersectan.

Ejemplo:

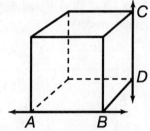

$\overleftrightarrow{AB}$ y $\overleftrightarrow{CD}$ son rectas sesgo.

contar salteado (skip counting) Es la forma de contar diferente de 1 en 1.

Ejemplo:

Para contar por saltos de 2 en 2, pensar: 2, 4, 6, 6, 8......

trasladar (slide) Para mover una figura plana en una dirección.

Ejemplo:

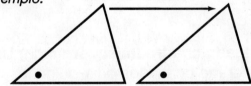

sólido geométrico (solid figure) Es una figura que tiene largo, ancho, altura y volumen.

Ejemplos:

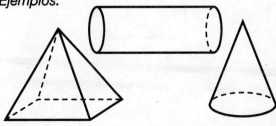

esfera (sphere) Es una figura sólida que tiene la forma de una pelota redonda.

Ejemplo:

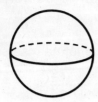

cuadrado (square) Es un polígono que tiene cuatro lados iguales y cuatro ángulos rectos.

Ejemplo:

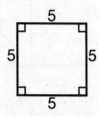

centímetro cuadrado (square centimeter) Es un cuadrado con lados de 1 centímetro. Unidad utilizada para medir áreas.

Ejemplo:

1 centímetro cuadrado

pulgada cuadrada (square inch) Un cuadrado con lados de 1 pulgada. Unidad utilizada para medir área.

Ejemplo:

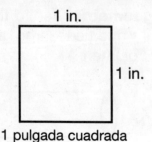

1 pulgada cuadrada

cuadrado de un número (square number) Es el producto de un número multiplicado por sí mismo.

Ejemplo:

$$5 \times 5 = 25$$
↑
cuadrado de un número

raíz cuadrada (square root) La raíz cuadrada de *N* es el número que cuando se multiplica por sí mismo da *N*. También, la raíz cuadrada de un número dado es la longitud de un lado de un cuadrado con un área igual al número dado.

Ejemplo:
$9 \times 9 = 81$, por tanto 9 es la raíz cuadrada de 81.
$9 = \sqrt{81}$

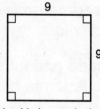

El área es de 81 unidades cuadradas.

unidad cuadrada (square unit) Un cuadrado con lados de 1 unidad. Unidad utilizada para medir área.

Ejemplo:

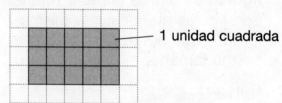

1 unidad cuadrada

Area = 15 unidades cuadradas

forma usual (standard form) Es una forma de escribir un número que muestra solamente sus dígitos.

Ejemplos: 85   239   9,325

tallo (stem) Es la parte de un gráfico de tallo y hoja que muestra todos los dígitos de un número menos los unos.

Ejemplo:

Tallo	Hoja
6	7 8 8 0
7	0 0 5 6 8
8	4 6 9

dígitos de las decenas

diagrama de tallo y hojas (stem-and-leaf plot) Es una gráfica que utiliza el valor del lugar numérico para organizar los números en un dato.

Ejemplo:

Tallo	Hoja
3	3 4 4 5
4	2 5 6
5	1 1 2 3 5 8

4 | 2 representa 42.

ángulo llano (straight angle) Es un ángulo que forma una línea recta y tiene una medida de 180°.

Ejemplo:

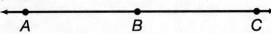

A   B   C

estrategia (strategy) Es un plan o método utilizado para resolver un problema.

Algunas estrategias de solución de problemas son:

Dibujar un diagrama   Buscar un patrón
Hacer una tabla   Adivinar y comprobar

la resta (subtraction) Una operación que dice la diferencia entre dos números o cuánto queda cuando se toma una parte.

Ejemplos:

$$\begin{array}{r} 275 \\ -\ 32 \\ \hline 243 \end{array}$$

$8 - 3 = 5$

■ ■ ■ ■ ■ ✕ ✕ ✕

suma (sum) Es el número que resulta de agregar dos o más adendos.

Ejemplo: $7 + 9 = 16$
                      suma

ángulos suplementarios (supplementary angles) Dos ángulos cuyas medidas suman 180°.

Ejemplo:

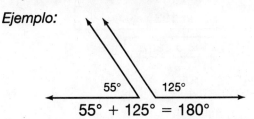

55°   125°

$55° + 125° = 180°$

área del superficie (surface area) Es la suma de las áreas de todas las caras de un sólido.

Ejemplo:

área superficial = (2 x área delantera) + (2 x área lateral) + (2 x área superior)

área superficial = $(2 \times 50) + (2 \times 20) + (2 \times 40)$
            $= 100 + 40 + 80$
            $= 220 \text{ cm}^2$

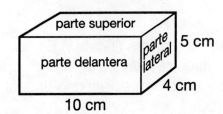

parte superior
parte delantera   parte lateral   5 cm
10 cm   4 cm

encuesta (survey) Pregunta o preguntas que se responden por un grupo de personas.

Ejemplo:

Encuesta al cliente
¿Cuán a menudo usted compra aquí? _____
¿Cuántos artículos usted compró? _____
¿Fue amable el empleado de la tienda? _____

símbolo (symbol) Es un dibujo en un pictograma que equivale a un número dado de objetos.

Ejemplo:

Número de cartas escritas

Salón 201	✍ ✍ ✍ ✍
Salón 204	✍ ✍ ✍
Salón 105	✍ ✍ ✍ ✍ ✍
Salón 103	✍ ✍ ✍ ✍

✍ = 5 cartas

símbolo

simetría (symmetry) Una figura tiene simetría si se le puede doblar a lo largo de una recta de modo tal que ambas partes combinen exactamente. *Vea también* simetría axial.

Ejemplos:

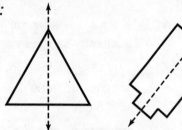

tabla de valores (T-table) Es una tabla que muestra los valores de "*x*" y de "*y*" correspondientes para una ecuación.

Ejemplo:

$y = 2x + 1$

x	y
−2	−3
−1	−1
0	1
1	3
2	5

cucharada (tablespoon) (tbsp) Es una unidad para medir capacidad en el sistema usual de los EE.UU.

Ejemplo:

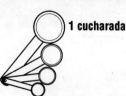

1 cucharada

marca de conteo (tally mark) Es una marca que se utiliza para registrar datos.

Ejemplos:

I = Uno

Ш1 = Cinco

cucharadita (teaspoon) (tsp) Es una unidad para medir capacidad en el sistema usual en los EE.UU.

Ejemplo:

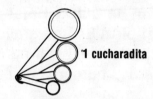

1 cucharadita

3 cucharaditas = 1 cuchara

décima (tenth) Una de las 10 partes iguales de un todo.

Ejemplo:

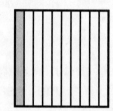

decimal finito (terminating decimal) Un decimal con un número de dígitos fijo.

Ejemplos: 3.5   0.599992   4.05

teselado (tessellation) Un patrón de figuras repetido que cubre un plano sin espaciamientos intermedios ni sobreposiciones.

Ejemplos:

 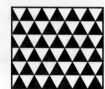

milésimas (thousandths) Una de las 1000 partes iguales de un todo.

Ejemplo:

unidades	décimas	centésimas	milésimas
0 .	0	0	2

0,002 se lee 2 milésimas.

tonelada (ton) Es una unidad para la medición de peso en el sistema usual de los EE.UU.

Ejemplo:

El camión pesa aproximadamente 1 tonelada.

traslación (translation) Es la imagen de una figura que ha sido desplazada a una nueva posición sin voltearla o girarla. Es también el nombre para la transformación que desplaza la figura.

Ejemplo:

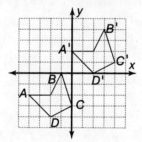

trapecio (trapezoid) Es un cuadrilátero que tiene exactamente un par de lados paralelos.

Ejemplos:

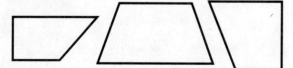

diagrama de árbol (tree diagram) Es un diagrama que muestra todos los resultados posibles de un evento.

Ejemplo:

Moneda 1   Moneda 2   Resultados posibles

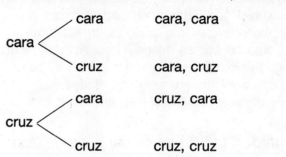

	cara	cara, cara
cara		
	cruz	cara, cruz
	cara	cruz, cara
cruz		
	cruz	cruz, cruz

tendencia (trend) Es una relación entre dos conjuntos de datos que se muestran como un patrón en una dispersión de puntos. Vea *relación positiva, relación negativa, no relación*.

triángulo (triangle) Un polígono con tres lados.

Ejemplos:

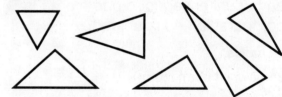

girar (turn) Rotar una figura plana.

Ejemplo:

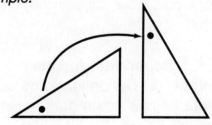

juego no limpio (unfair game) Un juego en el cual no todos los jugadores tienen la misma probabilidad de ganar.

Ejemplo:

Juego no limpio: Se lanza un par de cubos numéricos y a cada jugador se le asigna una suma desde 2 hasta 12. Cada jugador obtiene un punto cuando se tira su suma. Como las sumas desde 2 hasta 12 no tienen iguales oportunidades de ser tiradas, los jugadores no tienen oportunidades iguales de ganar y por eso el juego no es limpio.

unidad (unit) Es una cantidad utilizada como un estándar de medida.

Ejemplos:

pulgada, minuto, litro, onza, día, libra

fracción integrante (unit fraction) Una fracción con un numerador de 1.

Ejemplos: $\frac{1}{4}$ $\frac{1}{2}$ $\frac{1}{7}$

razón unitaria (unit rate) Una razón en la cual el segundo número en la comparación es la unidad.

Ejemplos:

25 galones por minuto $\qquad \frac{55\ \text{millas}}{\text{hora}}$

unidades de tiempo (units of time)

Ejemplos:

segundo, minuto, hora, día, semana , mes, año, década, siglo.

distinto denominador (unlike denominators) Denominadores que son diferentes en dos o más fracciones.

Ejemplo: $\frac{1}{2}$ $\frac{2}{5}$ $\frac{2}{9}$

distinto denominadores

improbable (unlike) Probabilidad de que no ocurra.

Ejemplo:

Es improbable que un perro hable.

variable (variable) Es una letra que representa un número en un rango de números.

Ejemplo: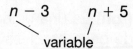

$n - 3 \qquad n + 5$

variable

diagrama de Venn (Venn diagram) Es un diagrama que utiliza regiones para mostrar las relaciones entre conjuntos de cosas.

Ejemplo:

Paralelogramos
Rectángulo
Cuadrado
Rombo

vértice (plural, vértices) (vertex (plural, vertices)) Es el punto que dos rayas de un ángulo tienen en común. Es también un punto donde dos o más aristas se unen.

Ejemplos:

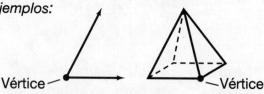

Vértice

Vértice

eje vertical (vertical axis) Es la recta numérica que va de arriba a abajo en una gráfica.

Ejemplo:

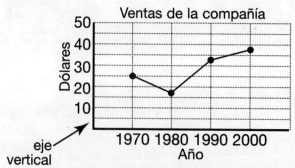

Ventas de la compañía

Dólares

1970 1980 1990 2000
Año

eje vertical

volumen (volume) Es el número de unidades cúbicas que se necesitan para llenar un sólido geométrico.

Ejemplo:

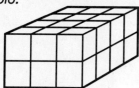

El volumen es de 24 unidades cúbicas.

peso (weight) Medida de la fuerza que ejerce la gravedad sobre un cuerpo.

Ejemplos:

1 onza   1 lb   1 ton

número entero positivo (whole number) Cualquier número en el conjunto {0, 1, 2, 3, 4,.......}

forma verbal (word name) Es una forma de mostrar un número utilizando palabras.

Ejemplo:

nueve mil, tres cientos veinticinco

eje de las x (x-axis) El eje horizontal en un plano de coordenadas.

Ejemplo:

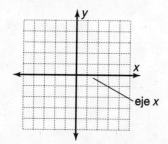

eje x

la abscisa (x-coordinate) El primer número en un par ordenado.

Ejemplo:

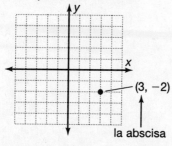

(3, −2)

la abscisa

eje de las y (y-axis) El eje vertical en un plano de coordenadas.

Ejemplo:

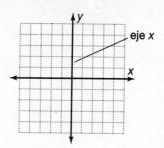

eje x

ordenada (y-coordinate) El segundo número en un par ordenado.

Ejemplo:

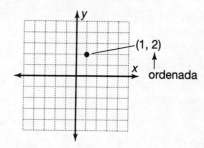

(1, 2)

ordenada

yarda (yard) (yd) Es una unidad para medir longitud en el sistema usual de los EE.UU.

Ejemplo:

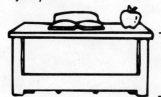

La altura de un escritorio es de aproximadamente una yarda.

par cero (zero pair) Un número y su opuesto.

Ejemplos: 7 y −7   23 y −23

propiedad del cero (zero property) En adición, la suma de un número y cero es ese número. En multiplicación, el producto de un número y 0 es 0.

Ejemplos: $7 + 0 = 7$ $7 \times 0 = 0$

Vietnamese Glossary

A.M. (A.M.) Khoảng thời gian từ nửa đêm đến trưa.

Ví Dụ:

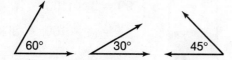

góc nhọn (acute angle) Góc đo được ít hơn 90 độ.

Ví Dụ:

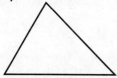

tam giác nhọn (acute triangle) Một tam giác mà tất cả các góc đều nhỏ hơn những góc vuông.

Ví Dụ:

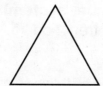

số cộng (addend) Một số được cộng để tạo thành một tổng số.

Ví Dụ:

các số cộng

$2 + 7 = 9$

tính cộng (addition) Một phép tính cho ra một tổng số khi ta gộp hai hay nhiều số lại với nhau.

Ví Dụ:

$5 + 7 = 12$

$$\begin{array}{r} 1 \\ 438 \\ +725 \\ \hline 1{,}163 \end{array}$$

đại số (algebra) Một ngành của toán học trong đó những tương quan số học được triển khai bằng những biến số dùng để đại diện cho các số.

biểu thức đại số (algebraic expression) Một biểu thức gồm một biến số.

Ví Dụ:

$$n + 8 \qquad 4 \times n \qquad n - 2$$

đồng hồ kim (analog clock) Một đồng hồ chỉ giờ bằng các cây kim.

Ví Dụ:

7:29

góc (angle) Hai nửa đường thẳng với một điểm gốc chung.

Ví Dụ:

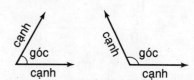

diện tích (area) Số lượng những đơn vị vuông cần thiết để che phủ một hình.

Ví Dụ:

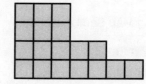

Diện tích là 18 đơn vị vuông.

bảng dãy (array) Những vật được sắp xếp theo hàng ngang và cột dọc.

Ví Dụ:

```
* * * * *        * * *
* * * * *        * * *
* * * * *        * * *
                 * * *
                 * * *
```

một bảng dãy cho thấy 3 nhóm, mỗi nhóm gồm 5 vật

một bảng dãy cho thấy 5 nhóm, mỗi nhóm gồm 3 vật

tính chất tập hợp (nhóm) (associative (grouping) property)

Trong một nhóm khi những số cộng hay những số nhân thay đổi vị trí, tổng số hay tích số của nhóm đó vẫn như cũ.

Ví Dụ:

$$(5 + 2) + 3 = 5 + (2 + 3)$$

$$(3 \times 2) \times 1 = 3 \times (2 \times 1)$$

số trung bình (average)

Một số được tạo thành bởi tổng số của hai nhiều số cộng chia cho số lượng các số cộng đó. Cũng còn được gọi là *số bình vị.*

Ví Dụ:

Tìm số trung bình (số bình vị) của 12, 14, 16, và 18.

```
        12            15
        14         4)60
        16           -4
      + 18           20
      ────          -20
        60            0
```

Số trung bình là 15.

trục tọa độ (axes)

Xem *trục-x (x-axis)* và *trục-y (y-axis).*

biểu đồ thanh (bar graph)

Một biểu đồ dùng những thanh để trình bày các dữ kiện.

Ví Dụ:

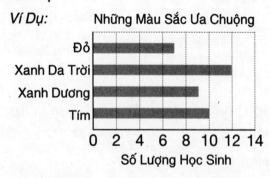

Những Màu Sắc Ưa Chuộng

Số Lượng Học Sinh

đáy (base)

phần dưới cùng của một đa giác hay một hình khối. Cũng còn được dùng để chỉ một cơ số trong 4^3, 4 là cơ số (base).

Ví Dụ:

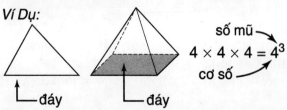

$$4 \times 4 \times 4 = 4^3$$

số mũ — cơ số

đáy   đáy

điểm chuẩn (benchmark)

Một số đo đã biết được dùng để ước tính những số đo khác. Cũng vậy, một số dễ tính, chẳng hạn như số 10, 50, 100, 500, 1,000, hay 1,000,000, được dùng để giúp cho việc tính nhẩm được dễ dàng.

Ví Dụ:

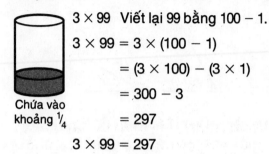

Chứa vào khoảng $\frac{1}{4}$

3×99 Viết lại 99 bằng $100 - 1$.

$$3 \times 99 = 3 \times (100 - 1)$$
$$= (3 \times 100) - (3 \times 1)$$
$$= 300 - 3$$
$$= 297$$
$$3 \times 99 = 297$$

hệ thống số nhị phân (binary number system)

Hệ thống trị số vị trí dựa trên 2 cơ số.

Ví Dụ:

Trong hệ thống số nhị phân, 1011 bằng với 11 trong hệ thống số thập phân (dựa trên 10 cơ số).

	Vị trí hàng tám	Vị trí hàng bốn	Vị trí hàng hai	Vị trí hàng một
Cơ Số 2	1	0	1	1
Trị Số Vị Trí	8	4	2	1
Tích Số	1×8=8	0×4=0	1×2=2	1×1=1

$(1 \times 8) + (0 \times 4) + (1 \times 2) + (1 \times 1) = 8 + 0 + 2 + 1 = 11$

chia đôi (bisect)

Chia một góc hay một đoạn thành hai góc hay hai phân đoạn đồng dạng với nhau.

Examples:

điểm giữa

$\overrightarrow{CD}$ chia đôi $\overline{AB}$.

$\overrightarrow{BD}$ chia đôi $\angle ABC$.

biểu đồ box-and-whisker (box-and-whisker plot) Một phương pháp biểu thị cho thấy cách thu thập các dữ kiện được trình bày ra sao. Ví dụ sau dựa trên cơ sở mười số điểm thí nghiệm sau đây: 52, 64, 75, 79, 80, 80, 81, 88, 92, 99.

Ví Dụ:

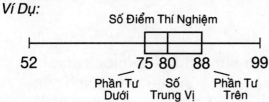

Số Điểm Thí Nghiệm

52   75 80 88   99

Phần Tư Dưới   Số Trung Vị   Phần Tư Trên

lịch (calendar) Một biểu đồ cho thấy các tháng, ngày, và niên đại.

Ví Dụ:

Tháng NĂM						
S	M	T	W	T	F	S
		1	2	3	4	5
6	7	8	9	10	11	12
13	14	15	16	17	18	19
20	21	22	23	24	25	26
27	28	29	30	31		

thể tích (capacity) Số lượng chất lỏng mà một vật chứa có thể đựng được.

Ví Dụ:

1000 ml   1 ml   1L   1 cup   1 quart   1 ga lông

xu (¢) (cent (¢)) Đơn vị của tiền tệ. 100 xu bằng 1 Mỹ kim.

Ví Dụ:

    Một penny là 1¢.

tâm (center) Một điểm cách đều tất cả những điểm trên một vòng tròn.

Ví Dụ:

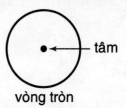

← tâm

vòng tròn

bách phân- (centi-) Tiếp đầu ngữ có nghĩa là $\frac{1}{100}$.

Ví Dụ: 1 xen ti mét $= \frac{1}{100}$ mét

xen ti mét (cm) (centimeter (cm)) Một đơn vị để đo chiều dài trong hệ thống mét.

Ví Dụ:

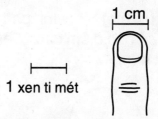

1 cm

1 xen ti mét

chắc chắn (certain) Sẽ xảy ra một cách rõ ràng.

Ví Dụ:

Tháng sau tháng Hai chắc chắn là tháng Ba.

những cơ hội (chances) Xác xuất mà một sự kiện nào đó sẽ xảy ra.

Ví Dụ:

Khi các em thảy một đồng tiền các em có cùng cơ hội sẽ được hình đuôi cũng như hình đầu.

hình đầu   hình đuôi

tiền thối lại (change) Số tiền các em được nhận lại khi các em trả nhiều hơn trị giá của món đồ mình mua.

Ví Dụ:

Tiền trả cho người thu tiền		Trị giá món hàng		Tiền thối lại
$1.00	−	0.75	=	$0.25

dây cung (chord) Một đoạn thẳng với hai đầu nằm trên một vòng tròn.

Ví Dụ:

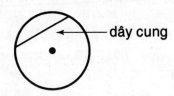

dây cung

vòng tròn (circle) Một hình phẳng trên đó tất cả các điểm cách đều một điểm gọi là tâm.

Ví Dụ:

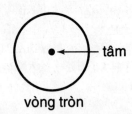

tâm

vòng tròn

biểu đồ tròn (circle graph) Một biểu đồ trong dạng hình tròn cho thấy một tổng thể được chia ra thành từng phần như thế nào.

Ví Dụ:

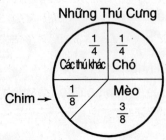

Những Thú Cưng

Các thú khác $\frac{1}{4}$ | Chó $\frac{1}{4}$

Chim → $\frac{1}{8}$ | Mèo $\frac{3}{8}$

chu vi (circumference) Chiều dài chung quanh một vòng tròn.
$C = 2 \times \pi \times r$ hoặc $C = \pi \times d$

Ví Dụ:

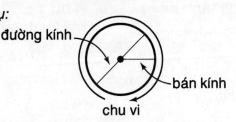

đường kính

bán kính

chu vi

chiều kim đồng hồ (clockwise) Chiều của vòng quay khi đỉnh của hình xoay hướng về phía bên phải.

Ví Dụ:

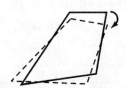

một chùm (cluster) Những dữ kiện tụ thành từng nhóm quanh một trị số trên một đường thẳng biểu diễn.

Ví Dụ:

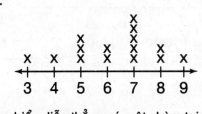

Đường biểu diễn thẳng có một chùm tại điểm 7.

đồng hóa (clustering) Một phương pháp ước tính khi các con số gần bằng nhau được xem như bằng nhau.

Ví Dụ:

$26 + 24 + 23$ là vào khoảng $25 + 25 + 25$, hoặc 3×25.

mẫu số chung (common denominator) Một số là mẫu số của hai hay nhiều phân số.

Ví Dụ:

$$\frac{1}{8} \qquad \frac{3}{8} \qquad \frac{6}{8}$$

8 là mẫu số chung.

thừa số chung (common factor) Một số là thừa số của hai hay nhiều số khác nhau.

Ví Dụ:

3 là thừa số của 6.

3 là thừa số của 9.

3 là thừa số chung của 6 và 9.

bội số chung (common multiple) Một số là bội số chung của hai hay nhiều số khác nhau.

24 là một bội số của 6.

24 là một bội số của 8.

24 là một bội số chung của 6 và 8.

tính chất giao hoán (thứ tự) (commutative (order) property) Thay đổi thứ tự của các số cộng hay số nhân không làm thay đổi tổng số hay tích số của phép toán.

Ví Dụ:

$$8 + 5 = 5 + 8 \qquad 3 \times 6 = 6 \times 3$$

so sánh (compare) Quyết định xem số nào trong hai số là số lớn hơn.

Ví Dụ:

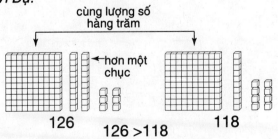

126 > 118

com pa (compass) Một dụng cụ để vẽ những hình tròn.

Ví Dụ:

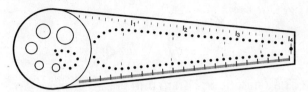

những số tương hợp (compatible numbers) những số dễ tính nhẩm.

Ví Dụ:

$$25 + 175 \qquad 5 \times 20 \qquad 360 \div 9$$

bù trừ (compensation) Tính nhẩm bằng cách chọn những số gần với những số trong bài toán để cho dễ tính, và sau đó chỉnh lại đáp số để bù trừ cho những số đã chọn.

Ví Dụ:

$$99 \times 4 = (100 - 1) \times 4$$
$$= (100 \times 4) - (1 \times 4)$$
$$= 400 - 4$$
$$= 396$$

những góc bù (complementary angles) Hai góc có số đo cộng lại bằng 90 độ.

Ví Dụ:

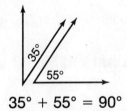

$$35° + 55° = 90°$$

số phức hợp (composite number) Một số nguyên lớn hơn 1 có nhiều hơn hai thừa số.

Ví Dụ:

6 là một số phức hợp. Những thừa số của nó là 1, 2, 3, và 6.

sự kiện kép (compound event) Một sự kiện kết hợp hai hay nhiều sự kiện đơn độc khác.

Ví Dụ:

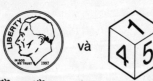

và

Thảy một đồng tiền ra được hình đầu và gieo một hột tào cáo ra được số 1 là một sự kiện kép.

hình hón (cone) Một hình khối với một đáy tròn và một đỉnh.

Ví Dụ:

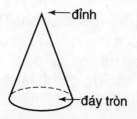

những hình đồng dạng (congruent figures) Những hình có cùng kích thước và hình dạng.

Ví Dụ:

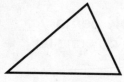 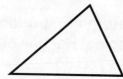

hai tam giác đồng dạng

hằng số (constant) Một lượng không thay đổi.

Ví Dụ:

Trong biểu thức đại số $x + 7$, 7 là một hằng số.

hệ số chuyển đổi (conversion factor) Một số đo tương đương dùng để chuyển đổi những lượng từ một đơn vị này sang một đơn vị khác. Hệ số này thường được biểu thị như một phân số.

Ví Dụ:

12 inches = 1 bộ; $\frac{12 \text{ inches}}{1 \text{ bộ}}$

4 quarts = 1 ga lông; $\frac{4 \text{ quarts}}{1 \text{ ga lông}}$

khung tọa độ (coordinate grid) Một biểu đồ dùng để định vị những điểm.

Ví Dụ:

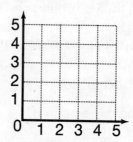

tọa độ (coordinates) Một cặp số dùng để định vị một điểm trên một biểu đồ. *Xem* cặp thứ tự (cặp số thứ tự).

Ví Dụ:

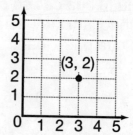

góc (corner) Nơi hai cạnh gặp nhau.

Ví Dụ:

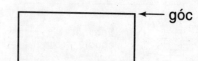

ngược chiều kim đồng hồ (counterclockwise) Chiều quay khi đỉnh của hình quay xoay về phía bên trái.

Ví Dụ:

Tích số chéo (cross product) Tích số của tử số của một tỷ số với mẫu số của một tỷ số khác.

Ví Dụ:

những tích số chéo:
$1 \times 5 = 5$
$3 \times 2 = 6$

hình khối vuông (cube) Một hình khối có sáu mặt đều là những hình vuông.

Ví Dụ:

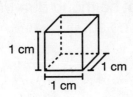

khối (cubed) Tăng lên tới lũy thừa ba.

Ví Dụ:

$2 \text{ khối} = 2^3 = 2 \times 2 \times 2 = 8$

xen ti mét khối (cubic centimeter) Một hình khối vuông có mỗi cạnh dài 1 xen ti mét. Đơn vị để đo thể tích. Được viết tắt là cm³.

Ví Dụ:

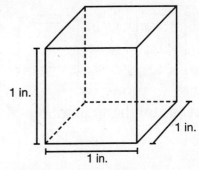

1 cm
1 cm
1 cm

in khối (cubic inch) Một hình khối vuông có mỗi cạnh dài 1 in. Đơn vị để đo thể tích. Được viết tắt là in³.

Ví Dụ:

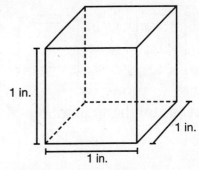

1 in.
1 in.
1 in.

đơn vị khối (cubic unit) Một hình khối vuông có mỗi cạnh dài 1 đơn vị. Đơn vị để đo thể tích.

Ví Dụ:

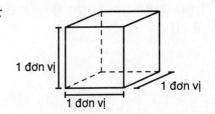

1 đơn vị
1 đơn vị
1 đơn vị

cúp (c) (cup (c)) Một đơn vị đo thể tích trong hệ thống đo lường thông dụng.

Ví Dụ:

những đơn vị đo lường thông dụng về chiều dài, trọng lượng, thể tích, và nhiệt độ (customary units of length, weight, capacity, and temperature)

Ví Dụ:

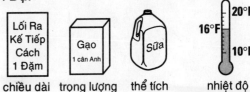

chiều dài   trọng lượng   thể tích   nhiệt độ

Vietnamese 7

hình lăng trụ (cylinder) Một hình khối với hai đáy tròn và song song với nhau.

Ví Dụ:

dữ kiện (data) thông tin dùng để tính toán.

Ví Dụ:

Những học sinh trong lớp học ghi chú lại nhiệt độ cao hằng ngày trong 5 ngày: 74°F, 79°F, 82°F, 85°F, 80°F.

hình thập giác (decagon) Một đa giác với 10 cạnh.

Ví Dụ:

đề xi- (deci-) Một tiếp đầu ngữ có nghĩa là $\frac{1}{10}$.

Ví Dụ: 1 đề xi mét = $\frac{1}{10}$ mét

số thập phân (decimal) Một số dùng một dấu chấm thập phân để cho thấy số lẻ hàng chục, số lẻ hàng trăm, và các số lẻ khác.

Ví Dụ:

3.142   0.5   15.19

phép cộng số thập phân (decimal addition) Cộng hai hay nhiều số thập phân lại với nhau.

Ví Dụ:

$$\begin{array}{r} \overset{1}{}\overset{1}{} \\ 3\,6.2\,9 \\ +\,2\,5.1\,2 \\ \hline 6\,1.4\,1 \end{array}$$

phép chia số thập phân (decimal division) Chia hai số thập phân.

Ví Dụ:

$$\begin{array}{r} 2.564 \\ 7\overline{)17.948} \\ -14 \\ \hline 39 \\ -35 \\ \hline 44 \\ -42 \\ \hline 28 \\ -28 \\ \hline 0 \end{array}$$

phép nhân số thập phân (decimal multiplication) Nhân hai hay nhiều số thập phân.

Ví Dụ:

$$\begin{array}{r} 2.75 \leftarrow \text{2 vị trí thập phân} \\ \times\,0.3 \leftarrow \text{1 vị trí thập phân} \\ \hline 0.825 \leftarrow \text{3 vị trí thập phân} \end{array}$$

dấu chấm thập phân (decimal point) Một ký hiệu dùng để chia tách vị trí hàng đơn vị với vị trí lẻ hàng chục trong những số thập phân, hoặc chia tách đồng Mỹ kim với các xu lẻ trong tiền tệ.

Ví Dụ: 4.57 $2.13

dấu chấm thập phân

phép trừ số thập phân (decimal subtraction) Trừ hai số thập phân.

Ví Dụ:

$$\begin{array}{r} \overset{5}{}\overset{12}{} \\ 86.27 \\ -\,2.85 \\ \hline 83.42 \end{array}$$

hệ thống thập phân (decimal system) Một hệ thống dựa trên giá trị vị trí của 10 cơ số.

Ví Dụ:

$100,000 = 10^5$	$10,000 = 10^4$	$1000 = 10^3$	$100 = 10^2$	10	1	$\frac{1}{10}$	$\frac{1}{100} = \frac{1}{10^2}$	$\frac{1}{1000} = \frac{1}{10^3}$	
9	7	6 ,	5	2	3 .	0	4	8	

đề xi mét (dm) (decimeter (dm)) Một đơn vị đo chiều dài trong hệ thống mét.

Ví Dụ:

1 đề xi mét = 10 xen ti mét

độ (°) (degree (°)) Một đơn vị dùng để đo góc và nhiệt độ.

Ví Dụ:

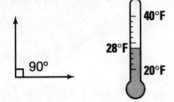

độ Bách Phân (°C) (degree Celsius (°C)) Một đơn vị dùng để đo nhiệt độ trong hệ thống mét.

Ví Dụ:

Nhiệt độ trong một ngày lạnh −10°C
Thân nhiệt bình thường 37°C

độ Fahrenheit (°F) (degree Fahrenheit (°F)) Một đơn vị dùng để đo nhiệt độ trong hệ thống đo lường thông dụng.

Ví Dụ:

Nhiệt độ trong một ngày lạnh 14°F
Thân nhiệt bình thường 98.6°F

đề ka- (deka-) Một tiếp đầu ngữ có nghĩa là 10.

Ví Dụ: 1 đề ka mét = 10 mét

mẫu số (denominator) Con số bên dưới của một phân số cho thấy số lượng những phần bằng nhau trong một tổng thể.

Ví Dụ:

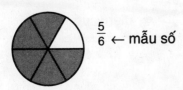

$\frac{5}{6}$ ← mẫu số

đường chéo (diagonal) Một đoạn thẳng không phải là một cạnh nối liền hai góc của một đa giác.

Ví Dụ:

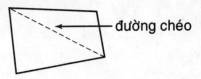

đường chéo

đường kính (diameter) Một đoạn thẳng chạy từ một điểm trên một vòng tròn ngang qua tâm đến một điểm khác trên vòng tròn đó.

Ví Dụ:

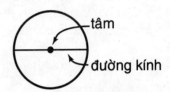

tâm

đường kính

hiệu số (difference) Một số là kết quả của việc trừ một số với một số khác.

Ví Dụ:

hiệu số

$6 - 4 = 2$

con số (digit) Những ký hiệu được sử dụng để viết các số tự 0, 1, 2, 3, 4, 5, 6, 7, 8, và 9.

đồng hồ số (digital clock) Một đồng hồ chỉ giờ bằng những con số.

Ví Dụ:

hiển thị màn hình (display) Một khung cửa sổ nhỏ trên một máy tính cho thấy các con số khi người ta đưa vào và cho thấy những kết quả của việc tính toán.

Đưa Vào   Hiển Thị Màn Hình

Ví Dụ: 225 + 133 = 358

tính chất phân phối (distributive property) Nhân một tổng số với một số bằng với kết quả của việc nhân mỗi số cộng với một số và cộng các tích số lại.

Ví Dụ:
$$3 \times (2 + 4) = 18$$
$$(3 \times 2) + (3 \times 4) = 18$$

số bị chia (dividend) Một số bị chia trong bài toán chia.

Ví Dụ:

$$9\overline{)63} \qquad 63 \div 9 = 7$$

số bị chia

chia chẵn (divisible) Có thể được chia chẵn bởi một số khác mà không còn thừa lại số nào.

Ví Dụ: 18 chia chẵn cho 6.

tính chia (division) Một phép tính cho biết có bao nhiêu nhóm hoặc có bao nhiêu trong mỗi nhóm.

Ví Dụ:

$$4\overline{)256}$$

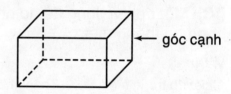

$$18 \div 6 = 3 \qquad 18 \div 3 = 6$$

ước số (divisor) Một số dùng để chia một số khác.

Ví Dụ:

$$9\overline{)63} \qquad 63 \div 9 = 7$$

ước số

đa giác 12 cạnh (dodecagon) Một đa giác có 12 cạnh.

Ví Dụ:

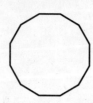

Mỹ kim ($) (dollar ($)) Một đồng tiền giấy hay một đồng tiền kim khí trị giá 100 xu.

Ví Dụ:

góc cạnh (edge) Một đoạn thẳng nơi hai mặt của một hình khối gặp nhau.

Ví Dụ:

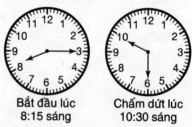

góc cạnh

thời gian trôi qua (elapsed time) Hiệu số giữa hai khoảng thời gian.

Ví Dụ:

Bắt đầu lúc 8:15 sáng   Chấm dứt lúc 10:30 sáng

Thời gian trôi qua là 2 giờ 15 phút.

điểm cuối (endpoint) Một điểm tại chỗ khởi đầu của một nửa đường thẳng hay tại hai đầu tận cùng của một đoạn thẳng.

Ví Dụ:

A —————————→ B

điểm cuối

C ————————— D

sự cân bằng (equality) Một sự liên quan toán học của tình trạng hoàn toàn bằng nhau.

Ví Dụ:

$$16 + 8 = 24 \qquad 25 \div 5 = 5$$

khả năng xảy ra ngang nhau (equally likely) Khả năng xảy ra ngang với khả năng không xảy ra.

Ví Dụ:

Khi người ta thảy một đồng tiền, khả năng ra được mặt hình đầu ngang với khả năng ra được mặt hình đuôi.

tỷ số bằng nhau (equal ratios) Những tỷ số cho ra sự so sánh bằng nhau.

Ví Dụ:

$\frac{1}{2}$ và $\frac{2}{4}$ là những tỷ số bằng nhau.

phương trình (equation) Một bài toán viết thành hàng ngang dùng dấu bằng (=) để cho thấy hai biểu thức có cùng một giá trị. Xem bài toán viết thành hàng ngang (con toán nằm ngang).

Ví Dụ:

$$9 + 2 = 11 \qquad 32 \div 4 = 8$$

tam giác đều (equilateral triangle) Một tam giác với ba cạnh bằng nhau.

Ví Dụ:

những số thập phân tương đương (equivalent decimals) Những số thập phân nêu lên một lượng bằng nhau.

Ví Dụ:

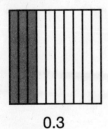

$$0.3 \qquad = \qquad 0.30$$

những phân số bằng nhau (equivalent fractions) Những phân số nêu lên một vùng, một phần của tổng thể, hay một phần của một nhóm bằng nhau.

Ví Dụ:

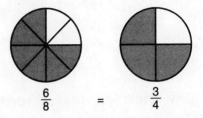

$$\frac{6}{8} \qquad = \qquad \frac{3}{4}$$

ước tính (estimate) Tìm một số gần với số đúng thực.

Ví Dụ:

$$\begin{array}{rcr} 382 & \to & 400 \\ + 115 & \to & + 100 \\ \hline & & 500 \end{array}$$

tổng số ước tính

công thức Euler (Euler's formula) Một công thức về số lượng của các mặt (*F*), các đỉnh (*V*), và các cạnh (*E*) của một đa giác cho biết rằng $F + V - E = 2$.

Ví Dụ:

Đối với một tháp hình tam giác ta thấy

$$\underset{\text{các mặt}}{5} + \underset{\text{các đỉnh}}{5} - \underset{\text{các cạnh}}{8} = 2$$

định giá (evaluate) Tìm một số mà một biểu thức đại số nêu lên bằng cách thay thế một biến số với một số cho sẵn.

Ví Dụ:

Dùng $n = 3$ để định giá $2 \times n + 5$.
Câu trả lời là $2 \times 3 + 5 = 6 + 5 = 11$.

số chẳn (even number) Một số nguyên có số 0, 2, 4, 6 hay 8 tại vị trí của hàng đơn vị. Một số nguyên chia đúng cho 2.

Ví Dụ:

$$8 \quad 12 \quad 20 \quad 36 \quad 54$$

sự kiện (event) Một kết quả hay một nhóm những kết quả của một sự thử nghiệm hay của một tình huống.

Ví Dụ:

Sự kiện: Đạt được số 3 hay số lớn hơn khi gieo một hột tào cáo.

Những kết quả có thể xảy ra cho sự kiện này: 3, 4, 5, 6

dạng khai triển (expanded form) Lối viết một số cho thấy trị số vị trí của từng số hạng.

Ví Dụ:

Dạng khai triển của 9,325:

$$9,000 + 300 + 20 + 5$$

xác xuất sẽ xảy ra (expected probability) Xác xuất của một kết quả nào đó sẽ xảy ra dù số lần thử nghiệm được thực hiện bất tận.

Ví Dụ:

Xác xuất sẽ xảy ra của mặt hình đầu trong việc gieo một đồng tiền là $\frac{1}{2}$.

thử nghiệm (experiment) Một cuộc trắc nghiệm hay làm thử.

Ví Dụ: thảy một đồng tiền
          gieo một hột tào cáo
          quay một hộp quay số

xác xuất thử nghiệm (experimental probability) Xác xuất dựa trên những kết quả của một thử nghiệm.

Ví Dụ:

Người ta thảy hai đồng tiền trong 50 lần. Những kết quả là:

    cả 2 ra được hình đầu: 13 lần
    cả 2 ra được hình đuôi: 15 lần
    1 ra hình đầu và 1 ra hình đuôi: 22 lần

Xác xuất thử nghiệm của việc ra 2 hình đầu là $\frac{13}{50}$.

số mũ (exponent) Một số cho biết mấy lần mà một số khác phải nhân với chính nó.

Ví Dụ:

$$3 \times 3 \times 3 \times 3 = 3^4 \leftarrow \text{số mũ}$$

ký hiệu số mũ (exponential notation) Một cách viết số lần nhân lập lại của một số bằng những số mũ.

Ví Dụ: 2^8 5^2 9^3

biểu thức (expression) Những số kết hợp với một hay nhiều phép toán. *Xem* biểu thức đại số (biểu thức đại số).

Ví Dụ:

   $4 + 5$ $6 \times 3 \times 2$ $8 \div 2 + 3$

mặt (face) Một bề mặt phẳng của một hình khối.

Ví Dụ:

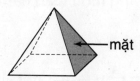

con toán cùng nhóm (fact family) Một nhóm những con toán có liên quan đến nhau có những nhóm số giống nhau.

Ví Dụ: $4 + 3 = 7$
               $3 + 4 = 7$
               $7 - 3 = 4$
               $7 - 4 = 3$

những thừa số (factors) Những số được nhân với nhau để cho ra một tích số.

Ví Dụ: những thừa số
               $7 \times 3 = 21$

cây thừa số (factor tree) Một đồ hình được dùng để tìm những thừa số nguyên tố của một số.

Ví Dụ:

$$36 \quad 36 = 2 \times 2 \times 3 \times 3$$
$$2 \times 18$$
$$2 \times 2 \times 9$$
$$2 \times 2 \times 3 \times 3$$

công bình (fair) Tất cả những kết quả đều có thể xảy ra với mức độ ngang nhau.

Ví Dụ:

Thảy một đồng tiền và có thể ra được mặt hình đầu hay mặt hình đuôi.

Gieo một hột tào cáo và có thể ra được mặt số 1, 2, 3, 4, 5, hay 6.

Quay một hộp quay số với các số nằm trên các phần bằng nhau.

trò chơi công bình (fair game) Một trò chơi mà các người tham dự đều có cơ hội đồng đều để thắng cuộc.

Ví Dụ:

Trò chơi công bình: Mỗi người tham dự thay phiên nhau quay một hộp quay. Người tham dự sẽ được một điểm khi kim của hộp quay chỉ tên của người đó.

lật ngược lại (flip) Lật một hình phẳng ngược qua bên kia.

Ví Dụ:

lạng chất lỏng (fluid ounce (fl oz)) Một đơn vị đo thể tích trong hệ thống đo lường thông dụng.

Ví Dụ:

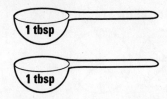

2 muỗng để bàn bằng 1 lạng chất lỏng.

bộ (foot (ft)) Một đơn vị đo chiều dài trong hệ thống đo lường thông dụng.

Ví Dụ:

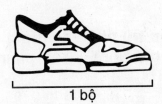

1 bộ

công thức (formula) Một quy luật tổng quát được thể hiện bằng những ký hiệu.

Ví Dụ:

Công thức tính chu vi của một hình chữ nhật là $P = 2 \times (l + w)$.

phân số (fraction) Một cách so sánh những phần bằng nhau với một tổng thể, một mảng, hay một nhóm.

Ví Dụ:

 $\frac{3}{8}$ là 3 phần bằng nhau trong 8 phần bằng nhau.

phép cộng phân số (fraction addition) Cộng hai hay nhiều phân số lại với nhau.

Ví Dụ:

$$\frac{1}{3} = \frac{4}{12}$$
$$+ \frac{1}{4} = + \frac{3}{12}$$
$$\frac{7}{12}$$

phép chia phân số (fraction division) Chia hai phân số.

Ví Dụ:

Có bao nhiêu số $\frac{1}{8}$ trong số 2?

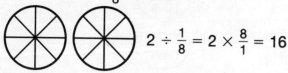

$2 \div \frac{1}{8} = 2 \times \frac{8}{1} = 16$

phép nhân phân số (fraction multiplication) Nhân hai hay nhiều phân số.

Ví Dụ: $\frac{1}{3} \times \frac{2}{5} = \frac{1 \times 2}{3 \times 5} = \frac{2}{15}$

phép trừ phân số (fraction subtraction) Trừ hai phân số với nhau.

Ví Dụ:

$$\begin{array}{r} \frac{3}{4} = \frac{9}{12} \\ - \frac{2}{3} = -\frac{8}{12} \\ \hline \frac{1}{12} \end{array}$$

biểu đồ hay bảng tần số (frequency chart or table) Một bảng cho thấy những loại sự việc và tần số qua đó những sự việc này xảy ra.

Ví Dụ:

Màu Áo	Tần số
Đen	8
Nâu Lạt	2
Trắng	5
Xanh	4

ước tính bằng con số đầu (front-end estimation) Một cách ước tính tổng số bằng cách cộng con số đầu tiên của các số cộng và sau đó điều chỉnh kết quả dựa trên những con số còn lại.

Ví Dụ:

$$\begin{array}{r} 476 \\ + 388 \end{array}$$

$$\begin{array}{rr} 476 \rightarrow & 400 \\ + 388 \rightarrow & + 300 \\ \hline & 700 \end{array} \quad \begin{array}{rr} 476 \rightarrow & 70 \\ + 388 \rightarrow & + 80 \\ \hline & 150 \end{array}$$

$$700 + 150 = 850$$

ga lông (gallon (gal)) Một đơn vị đo thể tích trong hệ thống đo lường thông dụng.

Ví Dụ:

Người ta thường bán sữa trong những bình chứa 1 ga lông.

hình học (geometry) Một ngành của toán học trong đó những sự liên hệ giữa các điểm, các đường thẳng, các hình, và các khối được triển khai.

gam (gram (g)) Một đơn vị đo trọng lượng trong hệ thống đo lường thông dụng.

Ví Dụ:

Khối lượng của một cái kẹp giấy lớn là vào khoảng 1 gam.

biểu đồ (graph) Một hình cho thấy những dữ kiện được trình bày theo cách có tổ chức.

Ví Dụ:

Số Lượng Những Lá Thư Đã Viết

Phòng 201	✍ ✍ ✍ ✍
Phòng 204	✍ ✍ ✍
Phòng 105	✍ ✍ ✍ ✍ ✍
Phòng 103	✍ ✍ ✍ ✍

✍ = 5 lá thư

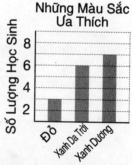

lớn hơn (>) (greater than (>)) Sự liên hệ giữa một số nằm xa hơn về bên mặt một số khác trên một hàng số thứ tự.

Ví Dụ:

$7 > 3$ "Bảy lớn hơn 3."

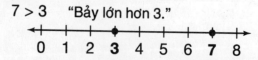

thừa số chung lớn nhất (greatest common factor (GCF)) Con số lớn nhất là thừa số của hai hay nhiều số khác.

Ví Dụ:

những thừa số của 12: **1 2 3** 4 **6** 12

những thừa số của 18: **1 2 3 6** 9 18

1, 2, 3, và 6 là những thừa số chung. 6 là thừa số chung lớn nhất.

tính chất nhóm (tập hợp) (grouping (associative) property) Khi người ta thay đổi nhóm của các số cộng hay số nhân, tổng số hay tích số vẫn không thay đổi.

Ví Dụ:

$$(5 + 2) + 3 = 5 + (2 + 3)$$

$$(3 \times 2) \times 1 = 3 \times (2 \times 1)$$

héc tô- (hecto-) Tiếp đầu ngữ có nghĩa là 100.

Ví Dụ: 1 héc tô mét = 100 mét

chiều cao (height) Chiều dài của một đoạn thẳng trực giao từ đỉnh xuống tới đáy của một hình tam giác.

Ví Dụ:

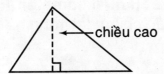
chiều cao

hình thất giác (heptagon) Một đa giác có 7 cạnh.

Ví Dụ:

hình lục giác (hexagon) Một đa giác có 6 cạnh.

Ví Dụ:

trục tung (horizontal axis) Một hàng số từ trái qua phải trên một đồ thị.

Ví Dụ:

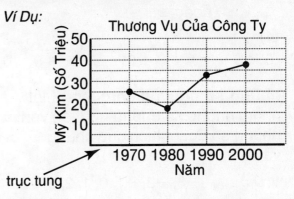
trục tung

một phần trăm (hundredth) Một trong 100 phần tử bằng nhau của một tổng thể.

Ví Dụ:

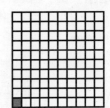

không thể xảy ra (impossible) Không thể nào xảy ra được.

Ví Dụ:

Gieo ra con số 9 trên một hột tào cáo chỉ có từ số 1 đến số 6 là điều không thể xảy ra được.

phân số không hợp cách (improper fraction) Một phân số mà tử số lớn hơn hay bằng với mẫu số.

Ví Dụ:

$$\frac{15}{2} \qquad \frac{3}{3} \qquad \frac{4}{3} \qquad \frac{8}{1}$$

in (inch (in.)) Một đơn vị đo chiều dài trong hệ thống đo lường thông dụng.

Ví Dụ:

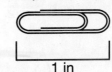

Một cái kẹp giấy dài khoảng 1 in.

1 in

Vietnamese 15

sự bất bình đẳng (inequality) Một biểu thị toán học gồm có các ký hiệu $<$, $>$, $\leq$, hoặc $\geq$.

Ví Dụ:

$$6 < 9 \qquad x + 3 \geq 21 \qquad 2x - 8 > 0$$

những số nguyên (integers) Một nhóm những số dương nguyên vẹn, những số đối nghịch của chúng, và số 0.

Ví Dụ: $\ldots, -3, -2, -1, 0, 1, 2, 3, \ldots$

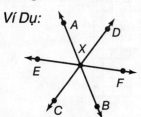

giao nhau (intersect) Cắt xuyên qua cùng một điểm.

Ví Dụ:

$\overrightarrow{AB}$, $\overrightarrow{CD}$, và $\overrightarrow{EF}$ giao nhau tại điểm X.

những đường giao nhau (intersecting lines) Những đường cắt nhau tại một điểm.

Ví Dụ:

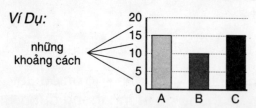

khoảng cách (interval) Một trong những phần chia đều trên một đồ thị thanh hay trên một biểu đồ ngang.

Ví Dụ:

những khoảng cách

tam giác cân (isosceles triangle) Một tam giác có ít nhất hai cạnh bằng nhau.

Ví Dụ:

lời chú giải (key) Một phần của một biểu đồ hình cho biết mỗi ký hiệu tượng trưng cho cái gì. Xem ký hiệu (symbol).

Ví Dụ: Số Lượng Những Lá Thư Đã Viết

Phòng 201	✍ ✍ ✍
Phòng 204	✍ ✍
Phòng 105	✍ ✍ ✍ ✍
Phòng 103	✍ ✍ ✍

✍ = 5 lá thư ← lời chú giải

kí lô- (kilo-) Một tiếp đầu ngữ có nghĩa là 1000.

Ví Dụ: 1 kí lô mét = 1000 mét

kí lô gam (kg) (kilogram (kg)) Một đơn vị đo trọng lượng trong hệ thống mét.

Ví Dụ:

Trọng lượng của cuốn sách bài học vào khoảng 1 kí lô gam.

kí lô mét (km) (kilometer (km)) Một đơn vị đo chiều dài trong hệ thống mét.

Ví Dụ:

Khoảng cách các em có thể đi bộ qua trong vòng mười lăm phút.

lá (leaf) Một phần trong đồ hình thân và lá cho thấy con số hàng đơn vị của một số.

Ví Dụ:

Thân	Lá
0	1 1 2 3 4 8
1	0 3 5 9
2	1 1 7 8
3	2 6

16 Vietnamese

© Scott Foresman Addison Wesley 3-6

mẫu số chung nhỏ nhất (least common denominator (LCD)) Bội số chung nhỏ nhất của các mẫu số của hai hay nhiều phân số.

Ví Dụ: Tìm MSCNN của $\frac{1}{4}$ và $\frac{1}{6}$.

bội số của 4:   4   8   **12**   16   20   **24** . . .

bội số của 6:   6   **12**   18   **24**   30   **36** . . .

12 và 24 là hai bội số chung của 4 và 6. 12 là bội số chung nhỏ nhất và là MSCNN.

bội số chung nhỏ nhất (least common multiple (LCM)) Số nhỏ nhất không phải là số không là bội số của hai hay nhiều số khác nhau.

Ví Dụ: Tìm BSCNN của 2 và 3.

bội số của 2:   2   4   **6**   8   10   **12** . . .

bội số của 3:   3   **6**   9   **12**   15 . . .

6 và 12 là hai bội số chung của 1 và 3. 6 là bội số chung nhỏ nhất.

nhỏ hơn (<) (less than (<)) Sự liên hệ giữa một số nằm xa hơn một số khác về bên trái trên một hàng số thứ tự.

Ví Dụ:

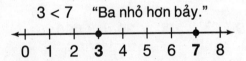

3 < 7   "Ba nhỏ hơn bảy."

những mẫu số giống nhau (like denominators) những mẫu số giống như nhau trong hai hay nhiều phân số.

Example:

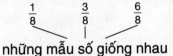

những mẫu số giống nhau

có thể xảy ra (likely) Xác xuất sẽ xảy ra.

Ví Dụ:

Tuyết có thể sẽ rơi tại Montana vào mùa đông tới.

đường thẳng (line) Một đường thẳng mà ở hai chiều không có điểm tận cùng.

Ví Dụ:

biểu đồ đường thẳng (line graph) Một biểu đồ nối các điểm để cho thấy những dữ kiện qua thời gian thay đổi như thế nào.

Ví Dụ:

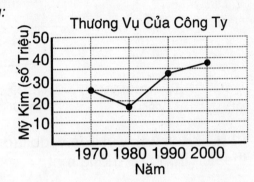

đường thẳng đối xứng (line of symmetry) Một đường thẳng qua đó người ta có thể gấp đôi một hình sao cho hai phân nửa hình đồng dạng với nhau.

Ví Dụ:

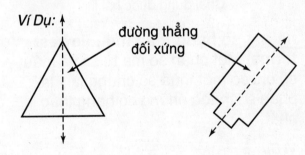

đường thẳng đối xứng

sơ đồ thẳng (line plot) Một biểu đồ sử dụng những ký hiệu bên trên một hàng số để tượng trưng cho các dữ kiện.

Ví Dụ:

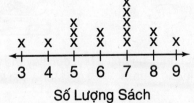

Số Lượng Sách

đoạn thẳng (line segment) Một phần của một đường thẳng có hai điểm cuối.

Ví Dụ:

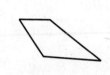

đường đối xứng (line symmetry) Một hình có đường đối xứng nếu nó có thể chia được ra làm hai nửa giống nhau.

Ví Dụ:

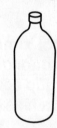

Hình với đường đối xứng

Hình không có đường đối xứng

lít (L) (liter (L)) Một đơn vị đo lường thể tích trong hệ thống mét.

Ví Dụ:

Chai đựng được hai lít.

những số hạng thấp nhất (lowest terms) Một phân số mà tử số và mẫu số chỉ có một thừa số chung là 1 là phân số thuộc những số hạng thấp nhất.

Ví Dụ: $\frac{1}{2}$ $\frac{3}{5}$ $\frac{21}{23}$

khối lượng (mass) Số lượng vật chất mà một vật chứa đựng.

Ví Dụ:

Một hột nho khô có khối lượng 1 gam.

Một đôi giày thể thao có khối lượng 1 kí lô gam.

số bình vị (mean) Số có được khi lấy tổng số của hai hay nhiều số đem chia cho số lượng những số cộng đó. Xem *số trung bình (average)*.

Ví Dụ:

Tìm số bình vị (trung bình) của 12, 14, 16, và 18.

```
  12          15
  14      4)60
  16       −4
+ 18        20
  60      − 20
             0
```

Số bình vị là 15.

số trung vị (median) Số giữa khi những dữ kiện được sắp xếp theo thứ tự.

Ví Dụ:

27 27 27 29 32 33 36 38 42 43 62
                      |
                 số trung vị

tính nhẩm (mental math) Thực hiện các phép tính trong đầu của bạn, mà không sử dụng đến giấy bút hay máy tính.

Ví Dụ: $200 \times 30 = 6,000$

mét (m) (meter (m)) Một đơn vị đo chiều dài trong hệ thống mét.

Ví Dụ:

1 mét

Một mét là khoảng cách từ tay này sang tay kia khi các em giang rộng hai tay ra.

những đơn vị đo chiều dài, khối lượng, thể tích, và nhiệt độ của hệ thống mét (metric units of length, mass, capacity, and temperature)

Ví Dụ:

Lối Ra Kế Tiếp 1 kí lô mét
chiều dài

vào khoảng 1 gam
trọng lượng

NƯỚC 2 lít
thể tích

°C
5
0
−5
−10
−15
nhiệt độ

dặm (mile) (mi) Một đơn vị đo chiều dài trong hệ thống đo lường thông dụng.

Ví Dụ:

Khoảng cách mà các em có thể đi bộ qua trong vòng 20 phút.

mi li- (milli-) Một tiếp đầu ngữ có nghĩa là $\frac{1}{1000}$.

Ví Dụ: 1 mi li mét = $\frac{1}{1000}$ mét

mi li lít (mL) (milliliter (mL)) Một đơn vị đo thể tích trong hệ thống đo lường thông dụng.

Ví Dụ:

Ống nhỏ thuốc chứa chừng 1 mi li lít.

mi li mét (mm) (millimeter (mm)) Một đơn vị đo chiều dài trong hệ thống mét.

Ví Dụ:

Đồng xu dày vào khoảng 1 mi li mét.
10 mm = 1 cm

số hỗn hợp (mixed number) Một số gồm một số nguyên và một phân số.

Ví Dụ: $1\frac{1}{2}$ $3\frac{2}{5}$ $15\frac{7}{8}$

số thường gặp (mode) Một số hay nhiều số thường xuất hiện nhiều nhất trong một nhóm dữ kiện.

Ví Dụ:

27 27 27 29 32 33 36 38 42 43 62

27 là số thường gặp.

bội số (multiple) Tích số của một số nguyên cho sẵn với bất cứ một số nguyên nào khác.

Ví Dụ:

những bội số của 5: 0   5   10   15 . . .
5 × 0 5 × 1 5 × 2   5 × 3

tính nhân (multiplication) Một phép tính cho ra một tổng số khi các em gộp chung nhiều nhóm bằng nhau lại với nhau.

Ví Dụ:

45
× 12
90
450
540

2 nhóm 8
2 × 8 =16

những số âm (negative number) Những số nhỏ hơn số không.

Ví Dụ: −2°C

°C
5
0
−5
−10
−15

mạng (net) Một mẫu hình có thể cắt ra và gấp lại thành một hình khối.

Ví Dụ:

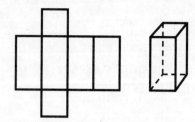

hình cửu giác (nonagon) Một hình đa giác có chín cạnh.

Ví Dụ:

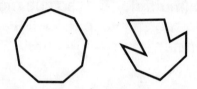

đường số thứ tự (number line) Một đường thẳng cho thấy các số nằm theo thứ tự trong khoảng cách đều nhau.

Ví Dụ:

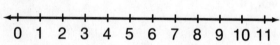

con toán nằm ngang (number sentence) Một cách viết cho thấy sự liên hệ giữa các số. *Xem* phương trình (equation).

Ví Dụ: 2 + 5 = 7   6 ÷ 2 = 3

hình thức số-chữ (number-word form) Cách viết một số bằng con số và chữ viết.

Ví Dụ: 45 ngàn tỷ   9 ngàn

chữ số (numeral) Một ký hiệu cho một con số.

Ví Dụ: 7   58   234

tử số (numerator) con số nằm ở phần trên của một phân số cho biết số lượng những phần bằng nhau được xét đến.

Ví Dụ:

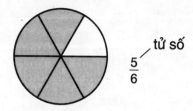

$\frac{5}{6}$ — tử số

góc tù (obtuse angle) Một góc có số đo lớn hơn 90°.

Ví Dụ:

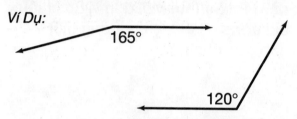

tam giác tù (obtuse triangle) Một tam giác có một góc lớn hơn 90°.

Ví Dụ:

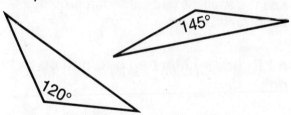

hình bác giác (octagon) Một hình đa giác có 8 cạnh.

Ví Dụ:

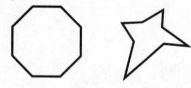

số lẻ (odd number) Một số nguyên có các số 1, 3, 5, 7, hay 9 tại vị trí hàng đơn vị. Một số nguyên không thể chia chẵn cho 2.

Ví Dụ: 3   91   205   445

tỷ số (odds) Tỷ lệ của số lần có thể xảy ra của một sự kiện đối với số lần mà nó không thể xảy ra.

Ví Dụ:

 Tỷ số của việc thảy ra số 3 là: 1 trên 5.

Tỷ số của việc thảy không ra số 3 là: 5 trên 1.

tính chất của số một (one property) Trong tính nhân, tích số của một số với số 1 chính là số ấy. Trong tính chia, một số chia cho 1 chính là số đó.

Ví Dụ: $5 \times 1 = 5$ $3 \div 1 = 3$

phép tính (operation) Cộng, trừ, nhân, và chia.

những số đối nghịch (opposite numbers) Những số có cùng khoảng cách trên một hàng số tính từ số không nhưng nằm ở phía đối nghịch.

Ví Dụ:

7 và -7 là những số đối nghịch nhau.

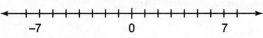

thứ tự (order) Sắp xếp các số từ nhỏ nhất đến lớn nhất hoặc từ lớn nhất đến nhỏ nhất.

Ví Dụ:

nhỏ nhất đến lớn nhất: 12 17 21 26 30

lớn nhất đến nhỏ nhất: 30 26 21 17 12

thứ tự của các phép toán (order of operations) Những quy tắc cho biết về thứ tự để tính các phép toán: (1) đơn giản hóa bên trong ngoặc đơn, (2) tính các số mũ, (3) nhân và chia từ trái qua phải, và (4) cộng và trừ từ trái qua phải.

Ví Dụ:

Tính trị số $2x^2 + 4(x - 2)$ cho $x = 3$.

(1) đơn giản hóa bên trong ngoặc đơn	$2 \cdot 3^2 + 4(3 - 2)$ $2 \cdot 3^2 + 4(1)$
(2) tính các số mũ	$2 \cdot 9 + 4$
(3) nhân và chia từ trái qua phải	$18 + 4$
(4) cộng và trừ từ trái qua phải	22

cặp số thứ tự (ordered pair) Một cặp số dùng để định vị một điểm trên một mặt phẳng tọa độ.

Ví Dụ:

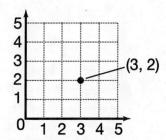

tính chất thứ tự (thế chỗ) (order (commutative) property) Thay đổi thứ tự của các số cộng hay các số nhân không làm thay đổi tổng số hay tích số của chúng.

Ví Dụ:

$8 + 5 = 5 + 8$ $3 \times 6 = 6 \times 3$

số thứ tự (ordinal number) Một số dùng để chỉ thứ tự.

Ví Dụ: thứ nhất, thứ mười ba, hạng 1, hạng 4

gốc (origin) Điểm số không trên một hàng số, hoặc điểm (0, 0) nơi những trục của một hệ thống tọa độ giao nhau.

Ví Dụ:

lạng (ounce (oz)) Một đơn vị đo trọng lượng trong hệ thống đo lường thông dụng.

Ví Dụ:

 Một lá thư cân nặng vào khoảng một lạng.

kết quả (outcome) Một kết quả có thể xảy ra của một thử nghiệm.

Ví Dụ: Thảy 2 đồng tiền

đồng tiền 1	đồng tiền 2
hình đầu	hình đuôi
hình đầu	hình đầu
hình đuôi	hình đầu
hình đuôi	hình đuôi

Kết quả là 1 hình đầu và 1 hình đuôi.

số ngoại hạng (outlier) Một trị số cực đại trong một nhóm dữ kiện, khác xa hầu hết những trị số khác.

Ví Dụ:

27 27 27 29 32 33 36 38 42 43 62

số ngoại hạng

P.M. (P.M.) Khoảng thời gian từ trưa đến nửa đêm.

Ví Dụ:

trưa   nửa đêm

11 **12** 1 **2** 3 **4** 5 **6** 7 **8** 9 **10** 11 12
AM PM PM PM PM PM PM PM PM PM PM PM PM AM

những đường thẳng song song (parallel lines) Những đường thẳng không giao nhau.

Ví Dụ:

hình bình hành (parallelogram) Một hình tứ giác có hai cặp cạnh đối diện song song với nhau.

Ví Dụ:

mẫu thức (pattern) Một chuỗi các vật, sự kiện, hay những ý tưởng lập đi lập lại.

Ví Dụ:

▲ ▼ ▲ ▲ ▼ ▼ ▲ ▲ ▲
✕ ◆ ■ ✕ ◆ ■ ✕ ◆ ■

hình ngũ giác (pentagon) Một hình đa giác có năm cạnh.

Ví Dụ:

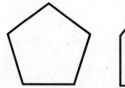

bách phân (%) (percent (%)) Phần trăm. Một cách so sánh một số với số 100.

Ví Dụ:

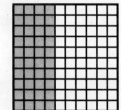 $\frac{40}{100} = 0.40 = 40\%$

chu vi (perimeter) Khoảng cách quanh một hình khép kín.

Ví Dụ:

Chu vi =
5 + 2 + 6 + 4 + 11 + 6 = 34

khoản số (period) Một nhóm gồm ba con số của một số. Các nhóm được phân cách với nhau bằng một dấu phẩy.

Ví Dụ:

Khoản Số Hàng Ngàn			Khoản Số Hàng Đơn Vị		
trăm ngàn	mười ngàn	hàng ngàn	hàng trăm	hàng chục	hàng đơn vị
3	0	5 ,	2	1	6

305,216

những đường thẳng trực giao (perpendicular lines) Hai đường thẳng tạo thành những góc vuông tại chỗ chúng giao nhau.

Ví Dụ:

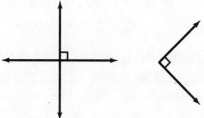

pi (π) (pi) Tỷ số của chu vi một hình tròn với đường kính của vòng tròn đó. Số thập phân của π là 3.141592. . . 3.14 hay $3\frac{1}{7}$ thường được sử dụng như là số áng chừng của π.

Ví Dụ:

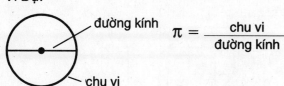

$$\pi = \frac{\text{chu vi}}{\text{đường kính}}$$

biểu đồ hình vẽ (pictograph) Một biểu đồ sử dụng những ký hiệu để trình bày những dữ kiện.

Ví Dụ:

Số Lượng Những Lá Thư Đã Viết

Phòng 201	✍ ✍ ✍ ✍
Phòng 204	✍ ✍ ✍
Phòng 105	✍ ✍ ✍ ✍
Phòng 103	✍ ✍ ✍ ✍

✍ = 5 lá thư

pây-tờ (pint (pt)) Một đơn vị đo lường thể tích trong hệ thống đo lường thông dụng.

Ví Dụ:

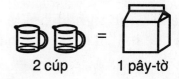

2 cúp = 1 pây-tờ

trị số vị trí (place value) Trị số được gán cho một vị trí của một con số trong một số.

Ví Dụ:

Khoản Số Hàng Ngàn			Khoản Số Hàng Đơn Vị		
trăm ngàn	mười ngàn	hàng ngàn	hàng trăm	hàng chục	hàng đơn vị
3	0	5 ,	2	1	6

305,216

Trong số 305,216 trị số vị trí của con số 2 là số hàng trăm.

hình phẳng (plane figure) Một hình nằm trên một mặt phẳng.

Ví Dụ:

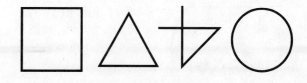

điểm (point) Một vị trí cố định thường được đánh dấu bằng một dấu chấm.

Ví Dụ:

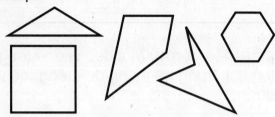

hình đa giác (polygon) Một hình khép kín được tạo thành bởi những đoạn thẳng.

Ví Dụ:

khối đa diện (polyhedron) Một hình khối có các mặt là những hình đa giác.

Ví Dụ:

số dương (positive number) Những số lớn hơn số không.

Ví Dụ:

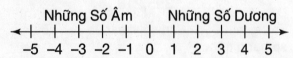

có thể xảy ra (possible) Có thể xảy ra được.

Ví Dụ:

Nếu người ta quay hộp quay, màu đỏ là một kết quả có thể xảy ra.

cân Anh (pound (lb)) Một đơn vị đo trọng lượng trong hệ thống đo lường thông dụng.

Ví Dụ:

1 cân Anh gạo

lũy thừa (power) Số mũ hay một số được tạo thành bởi sự gia tăng số lần của cơ số đến số mũ của nó.

Ví Dụ:

$16 = 2^4$ 2 được gia tăng đến lũy thừa 4.

16 là lũy thừa 4 của 2.

tiên đoán (prediction) Một sự phỏng đoán dựa trên kinh nghiệm về điều gì sẽ xảy ra.

Ví Dụ:

Jane tiên đoán rằng cô sẽ gieo ra được con số 2 trong $\frac{1}{6}$ lần.

thừa số hóa nguyên tố (prime factorization) Viết một số như là một tích số của những số nguyên tố.

Ví Dụ: $70 = 2 \times 5 \times 7$

số nguyên tố (prime number) Một số nguyên lớn hơn 1 chỉ có 2 thừa số là 1 và chính nó.

Ví Dụ:

Những số nguyên tố bắt đầu từ 2, 3, 5, 7, 11, . . .

hình khối (prism) Một hình khối có hai đáy nằm trong những mặt phẳng song song và có các mặt là những hình bình hành.

Ví Dụ:

xác xuất (probability) Cơ hội một sự kiện sẽ xảy ra. Tỷ số lần một sự kiện có thể xảy ra đối với tổng số những kết quả có thể xảy ra.

Ví Dụ:

Xác xuất của việc gieo ra được mặt con số 2 là $\frac{1}{6}$.

Xác xuất của việc gieo không ra được mặt con số 2 là $\frac{5}{6}$.

hướng dẫn giải toán (problem solving guide) Một tiến trình để giải toán: Hiểu, Đặt Kế Hoạch, Giải, Xem Lại.

Ví Dụ:

tích số (product) Một số là kết quả của việc nhân hai hay nhiều số nhân khác với nhau.

Ví Dụ:

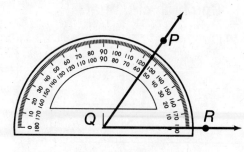

những số nhân tích số

$2 \times 3 \times 5 = 30$

số tỷ lệ (proportion) Một sự trình bày cho thấy hai tỷ số bằng nhau.

Ví Dụ: $\frac{12}{34} = \frac{6}{17}$

thước đo góc (protractor) Một dụng cụ dùng để đo kích cỡ của một góc.

Ví Dụ:

hình tháp (pyramid) Một hình khối có đáy là một hình đa giác và các mặt là những tam giác có cùng chung một đỉnh.

Ví Dụ:

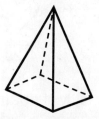

những góc phần tư (quadrants) Bốn vùng được chia bởi các trục của một mặt phẳng tọa độ.

Ví Dụ:

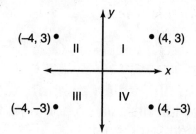

hình tứ giác (quadrilateral) Một hình đa giác có 4 cạnh.

Ví Dụ:

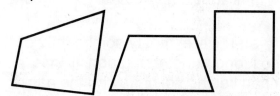

quạt (quart (qt)) Một đơn vị đo lường thể tích trong hệ thống đo lường thông dụng.

Ví Dụ:

Một quạt sữa

thương số (quotient) Một số, không phải là số còn thừa, được tạo thành do kết quả của việc chia.

Ví Dụ:

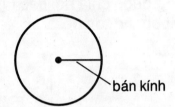

$$28 \div 4 = 7$$

thương số

$$4\overline{)28}$$

bán kính (radius) Một đoạn thẳng chạy từ tâm của vòng tròn đến bất kỳ một điểm nào trên vòng tròn đó.

Ví Dụ:

bán kính

khoảng biến thiên (range) Hiệu số giữa số lớn nhất và số nhỏ nhất trong một nhóm dữ kiện số.

Ví Dụ:

27 27 27 29 32 33 36 38 42 43 62

Khoảng biến thiên là $62 - 27 = 35$.

tỷ suất (rate) một tỷ số cho thấy các số lượng trong những đơn vị khác nhau liên hệ với nhau như thế nào.

Ví Dụ:
$$\frac{72 \text{ mỹ kim}}{28 \text{ giờ}} \qquad \frac{55 \text{ dặm}}{1 \text{ giờ}}$$

tỷ số (ratio) Một cặp số dùng để so sánh các lượng.

Ví Dụ: $\frac{2}{1}$ 2 đối với 1   2:1

bảng tỷ số (ratio table) Một bảng cho thấy một nhóm những tỷ số bằng nhau.

Ví Dụ:

	(12×2)	(12×3)	(12×4)
Số Hộp	12	24	36	48
Cạt Tông	1	2	3	4

(1×2) (1×3) (1×4)

nửa đường thẳng (ray) Phần của một đường thẳng bắt đầu từ một điểm và kéo dài đến vô tận.

Ví Dụ:

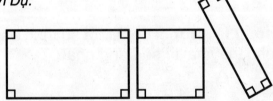

những số đảo (reciprocals) Hai số có tích số bằng 1.

Ví Dụ:

$\frac{3}{5}$ và $\frac{5}{3}$ là những số đảo vì $\frac{3}{5} \cdot \frac{5}{3} = 1$.

hình chữ nhật (rectangle) Một hình đa giác có bốn góc vuông và những cạnh đối diện song song và bằng nhau.

Ví Dụ:

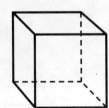

khối hình chữ nhật (rectangular prism) Một hình khối có sáu mặt là những hình chữ nhật.

Ví Dụ:

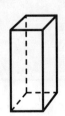

phản chiếu (reflection) Hình trong kính của một hình lật ngược qua một đường thẳng. Cũng còn được dùng để gọi việc biến đổi lật ngược một hình qua một đường thẳng.

Ví Dụ:

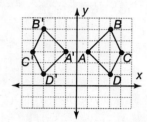

tái nhóm (regroup) Trình bày lại một tổng thể hay một số thập phân trong một cách khác.

Ví Dụ: 28 là 2 hàng chục và 8 hàng đơn vị.
0.3 là 0.30 hay 0.300.

đa giác đều (regular polygon) Một đa giác có tất cả các cạnh đều bằng nhau và tất cả các góc đều bằng nhau.

Ví Dụ:

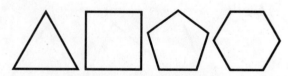

số dư (remainder) Số ít hơn số chia (ước số) còn lại sau khi chia xong.

Ví Dụ:

$$\begin{array}{r} 3 \text{ R1} \\ 8\overline{)25} \\ -24 \\ \hline 1 \end{array}$$ Số dư

số thập phân lập lại với số lẻ (repeating decimal) Một số thập phân với một hay một nhóm số lập lại nằm bên mặt của dấu chấm thập phân.

Ví Dụ: $0.\overline{6}$ $0.\overline{123}$ $2.\overline{18}$

hình thoi (rhombus) Một hình tứ giác có hai cặp cạnh song song và tất cả các cạnh đều bằng nhau.

Ví Dụ:

góc vuông (right angle) Một góc tạo thành một góc vuông và đo được 90°.

Ví Dụ:

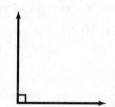

tam giác vuông (right triangle) Một tam giác có một góc vuông.

Ví Dụ:

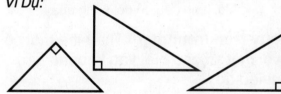

những số La Mã (Roman numerals) Những số trong một hệ thống số được người La Mã cổ đại sử dụng.

Ví Dụ:

I = 1   IV = 4   V = 5   VI = 6

quay (rotation) Ảnh của một hình đang "quay" như nằm trên một trục quay. Cũng còn dùng để gọi một sự biến đổi làm quay một hình.

Ví Dụ:

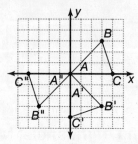

đối xứng quay (rotation symmetry) Một hình có đối xứng quay nếu nó có thể quay ít hơn một vòng tròn mà vẫn hoàn toàn trùng với hình nguyên thủy.

Ví Dụ:

 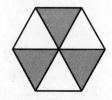

Mỗi hình đều có đối xứng quay.

quy tròn (rounding) Thay thế một số với một số cho biết vào khoảng bao nhiêu đó.

Ví Dụ:

Quy tròn 2153 đến số gần nhất:	
số ngàn	2,000
số trăm	2,200
số mười	2,150

mẫu (sample) Một phần tử được chọn từ một nhóm lớn.

Ví Dụ:

Người ta viết tất cả 1000 tên của hội viên câu lạc bộ lên các tấm thẻ riêng biệt và xào trộn các tấm thẻ ấy. Sau đó người ta rút ra 100 thẻ và tiếp xúc bằng điện thoại với những hội viên có tên trên những thẻ này để thực hiện một cuộc thăm dò. Người ta gọi 100 hội viên nghe điện thoại thăm dò đó là mẫu.

chia độ; cân; tỷ lệ (scale) Những con số cho thấy những đơn vị sử dụng trong một biểu đồ. Cũng còn là một dụng cụ dùng để đo trọng lượng của một vật. Cũng còn là một tỷ số cho thấy sự liên hệ giữa một vật vẽ theo tỷ lệ và vật thật bên ngoài.

Ví Dụ:

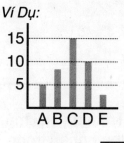 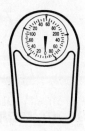

Vẽ theo tỷ lệ một phòng khách.

Tỷ lệ:
1 in. = 10 bộ

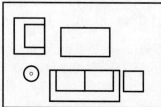

tam giác lệch (scalene triangle) Một tam giác với các cạnh có chiều dài khác nhau.

Ví Dụ:

biểu đồ rải rác (scatterplot) Một đồ thị dùng những cặp trị số dữ kiện như là những điểm để trình bày những sự liên hệ giữa hai nhóm dữ kiện.

Ví Dụ:

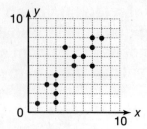

thời biểu (schedule) Một danh sách cho thấy thời gian các sự kiện xảy ra.

Ví Dụ:

Thời Biểu Chiều Ngày Thứ Bảy

12:00	Ăn trưa
12:45	Dẫn chó đi chơi
1:15	Dọn dẹp phòng
2:30	Chơi với bạn
5:00	Về nhà ăn cơm tối

ký hiệu khoa học (scientific notation) Một số được viết như là một số thập phân lớn hơn hay bằng 1 và nhỏ hơn 10, được nhân lên với một lũy thừa của số 10.

Ví Dụ: $350{,}000 = 3.5 \times 10^5$

đoạn (segment) xem *đoạn thẳng*.

cạnh (side) Một đoạn thẳng tạo thành một phần của một hình phẳng.

Ví Dụ:

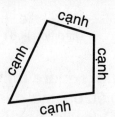

những hình tương tự (similar figures) Những hình có cùng một dạng và có thể cùng hay không cùng kích thước.

Ví Dụ:

và

và

và

dạng đơn giản nhất (simplest form) Một phân số trong đó tử số và mẫu số không có một thừa số chung nào lớn hơn 1.

Ví Dụ:

Những phân số trong dạng đơn giản nhất:

$$\frac{1}{2} \qquad \frac{3}{5} \qquad \frac{21}{23}$$

xiêng (skew) Những đường thẳng không song song và cũng không giao nhau.

Ví Dụ:

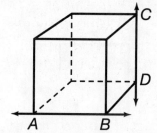

$\overleftrightarrow{AB}$ và $\overleftrightarrow{CD}$ là những đường thẳng xiêng.

đếm cách khoảng (skip counting) Đếm bằng một số không phải là số 1.

Ví Dụ:

Đếm cách khoảng 2, hãy suy nghĩ: 2, 4, 6, 8, . . .

trượt (slide) Di chuyển một hình theo một hướng.

Ví Dụ:

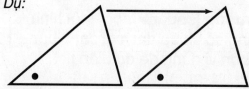

hình khối (solid figure) Một hình có chiều dài, chiều rộng, chiều cao, và thể tích.

Ví Dụ:

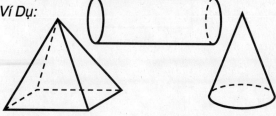

hình cầu (sphere) Một hình khối có hình dạng như một trái banh tròn.

Ví Dụ:

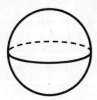

hình vuông (square) Một hình đa giác có bốn cạnh bằng nhau và bốn góc vuông.

Ví Dụ:

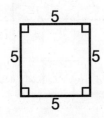

xen ti mét vuông (square centimeter) Một hình vuông có chiều dài mỗi cạnh bằng 1 xen ti mét. Đơn vị dùng để đo diện tích.

Ví Dụ:

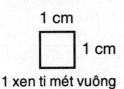

1 xen ti mét vuông

in vuông (square inch) Một hình vuông có chiều dài mỗi cạnh bằng 1 in. Đơn vị dùng để đo diện tích.

Ví Dụ:

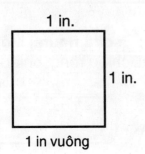

1 in vuông

số bình phương (square number) Tích số của một số nhân với chính nó.

Ví Dụ:

$$5 \times 5 = 25$$
$$\uparrow$$
bình phương

căn số bậc hai (square root) Căn số bậc hai của *N* là một số mà khi nhân với chính nó sẽ cho ra *N*. Cũng vậy, căn số bậc hai của của một số cho sẵn là chiều dài một cạnh của một hình vuông có diện tích bằng với số cho sẵn đó.

Ví Dụ:
$9 \times 9 = 81$, vì thế 9 là căn số bậc hai của 81.
$9 = \sqrt{81}$

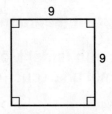

Diện tích là 81 đơn vị vuông.

đơn vị vuông (square unit) Một hình vuông có chiều dài mỗi cạnh bằng một đơn vị. Đơn vị dùng để đo diện tích.

Ví Dụ:

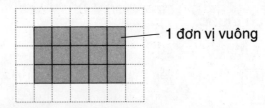

1 đơn vị vuông

Diện tích = 15 đơn vị vuông

dạng tiêu chuẩn (standard form) Cách viết một số chỉ trình bày các số hạng của nó mà thôi.

Ví Dụ: 85   239   9,325

thân (stem) Một phần của đồ hình thân-và-lá cho thấy tất cả trừ những con số hàng đơn vị của một số.

Ví Dụ:

Thân	Lá
6	7 8 8 0
7	0 0 5 6 8
8	4 6 9

những số hàng chục

đồ hình thân-và-lá (stem-and-leaf plot) Một biểu đồ sử dụng trị số vị trí để tổ chức những con số trong những dữ kiện.

Ví Dụ:

Thân	Lá
3	3 4 4 5
4	2 5 6
5	1 1 2 3 5 8

4 | 2 đại diện cho 42.

góc bẹt (straight angle) Một góc tạo thành một đường thẳng và đo được 180°.

Ví Dụ:

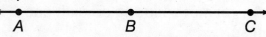

chiến thuật (strategy) Một kế hoạch hay một phương pháp dùng để giải quyết một vấn đề.

Một số những chiến thuật giải quyết vấn đề là:

Vẽ một Bức Tranh   Tìm một Mẫu Thức
Lập một Bảng   Đoán và Kiểm Lại

trừ (subtraction) Một phép toán cho biết hiệu số của hai số, hoặc còn lại bao nhiêu khi một số lượng bị lấy đi.

Ví Dụ:
$$\begin{array}{r} 275 \\ -\ 32 \\ \hline 243 \end{array}$$ $8 - 3 = 5$

■ ■ ■ ■ ■ ■ ◨ ◫

tổng số (sum) Một số là kết quả của việc cộng hai hay nhiều số cộng lại với nhau.

Ví Dụ: $7 + 9 = 16$ tổng số

những góc phụ (supplementary angles) Hai góc có số đo cộng lại bằng 180°.

Ví Dụ:

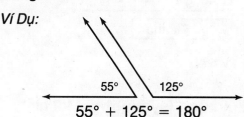

$55° + 125° = 180°$

diện tích bề mặt (surface area) Tổng số diện tích của tất cả các mặt của một hình khối.

Ví Dụ:

diện tích bề mặt = (2 x diện tích mặt trước)
    + (2 x diện tích bên hông)
    + (2 x diện tích mặt trên)

diện tích bề mặt = $(2 \times 50) + (2 \times 20) + (2 \times 40)$
    $= 100 + 40 + 80$
    $= 220\ cm^2$

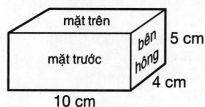

thăm dò (survey) Câu hỏi hay những câu hỏi được trả lời bởi một nhóm người.

Ví Dụ:

Thăm Dò Khách Hàng
Quý vị thường xuyên đến mua sắm tại đây như thế nào? _____
Quý vị mua mấy món hàng? _____
Nhân viên bán hàng có lễ phép với quý vị không? _____

ký hiệu (symbol) Một bức hình hay một biểu đồ hình đại diện cho những số hay những vật cho sẵn.

Ví Dụ:

Số Lượng Những Lá Thư Đã Viết

Phòng 201	✍ ✍ ✍ ✍
Phòng 204	✍ ✍ ✍
Phòng 105	✍ ✍ ✍ ✍ ✍
Phòng 103	✍ ✍ ✍ ✍

✍ = 5 lá thư

ký hiệu

hình đối xứng (symmetry) Một hình có hình đối xứng nếu người ta có thể gấp đôi hình đó lại theo một đường thẳng sao cho cả hai phần trùng khớp với nhau. *Xem* đường đối xứng (đường thẳng đối xứng).

Ví Dụ:

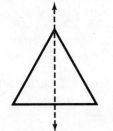 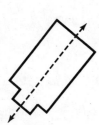

bảng-T (T-table) Một bảng cho thấy những trị số tương ứng của x và y trong một phương trình.

Ví Dụ: $y = 2x + 1$

x	y
–2	–3
–1	–1
0	1
1	3
2	5

muỗng để bàn (tablespoon (tbsp)) Một đơn vị đo dung tích trong hệ thống đo lường thông thường.

Ví Dụ:

1 muỗng để bàn

dấu đếm (tally mark) Một dấu dùng để ghi lại những dữ kiện.

Ví Dụ:

l = Một

卅1 = Năm

muỗng trà (teaspoon (tsp)) Một đơn vị đo dung tích trong hệ thống đo lường thông dụng.

Ví Dụ:

1 muỗng trà

3 muỗng trà = 1 muỗng để bàn

một phần mười (tenth) Một trong 10 phần bằng nhau của một tổng thể.

Ví Dụ:

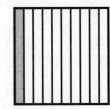

số thập phân chấm dứt (terminating decimal) Một số thập phân với một số lượng cố định các con số.

Ví Dụ: 3.5   0.599992   4.05

sự lát hoa (tessellation) Sự lập lại mẫu thức những hình ảnh bao phủ một mặt phẳng một cách liên tục không có sự gián đoạn hay trùng lặp.

Ví Dụ:

32   Vietnamese

phần ngàn (thousandths) Một trong số 1,000 phần bằng nhau của một tổng thể.

Ví Dụ:

hàng đơn vị	phần mười	phần trăm	phần ngàn
0 .	0	0	2

0.002 được đọc là 2 phần ngàn.

tấn (ton) Một đơn vị đo trọng lượng trong hệ thống đo lường thông dụng.

Ví Dụ:

Chiếc xe vận tải nặng khoảng 1 tấn.

sự tịnh tiến (translation) Hình ảnh một hình trượt đến một vị trí mới mà không lật ngược lại hay quay. Cũng còn được dùng để gọi sự biến đổi làm trượt một hình.

Ví Dụ:

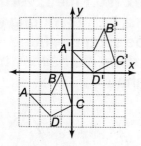

hình thang (trapezoid) Một hình tứ giác chỉ có hai cạnh song song với nhau mà thôi.

Ví Dụ:

biểu đồ cây (tree diagram) Một biểu đồ cho thấy tất cả những kết quả có thể xảy ra của mnột sự kiện.

Ví Dụ:

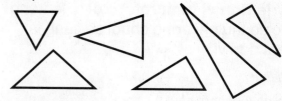

Đồng tiền 1   Đồng tiền 2   Những kết quả có thể xảy ra

hình đầu — hình đầu → hình đầu, hình đầu

hình đầu — hình đuôi → hình đầu, hình đuôi

hình đuôi — hình đầu → hình đuôi, hình đầu

hình đuôi — hình đuôi → hình đuôi, hình đuôi

xu hướng (trend) Sự liên hệ giữa hai nhóm dữ kiện được thấy như là một mẫu thức trong một biểu đồ rải rác. Xem *sự liên hệ thuận chiều, sự liên hệ nghịch chiều, không có sự liên hệ.*

hình tam giác (triangle) Một hình đa giác có ba cạnh.

Ví Dụ:

quay (turn) Quay tròn một hình phẳng.

Ví Dụ:

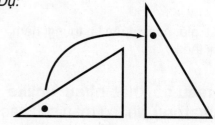

trò chơi bất công (unfair game) Một trò chơi trong đó tất cả những người tham dự đều không có cơ hội đồng đều để thắng cuộc.

Ví Dụ:

Trò chơi bất công: Trong trò chơi gieo một cặp hột tào cáo, mỗi người tham dự được chỉ định một tổng số từ 2 đến 12. Mỗi người sẽ được một điểm khi gieo ra được tổng số của họ. Vì không có những cơ hội bằng nhau để gieo ra những tổng số từ 2 đến 12, những người tham dự không có cơ hội đồng đều để thắng và như vậy trò chơi này không công bình.

đơn vị (unit) Một lượng dùng như là một tiêu chuẩn của sự đo lường.

Ví Dụ:

in, phút, lít, lượng, ngày, cân Anh

phân số đơn vị (unit fraction) Một phân số có tử số bằng 1.

Ví Dụ: $\frac{1}{4}$ $\frac{1}{2}$ $\frac{1}{7}$

tỷ lệ đơn vị (unit rate) Một tỷ lệ trong đó số thứ nhì trong chuỗi so sánh là một đơn vị.

Ví Dụ:

25 ga lông một phút $\frac{55 \text{ dặm}}{1 \text{ giờ}}$

những đơn vị thời gian (units of time)

Ví Dụ:

giây, phút, giờ, ngày, tuần lễ, tháng, năm, thập niên, thế kỷ

những mẫu số khác nhau (unlike denominators) Những mẫu số khác nhau trong hai hay nhiều phân số.

Ví Dụ:

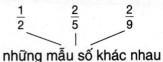

những mẫu số khác nhau

chắc chắn không xảy ra (unlikely) Chắc chắn sẽ không xảy ra.

Ví Dụ:

Con chó chắc chắn sẽ không nói được.

biến số (variable) Một mẫu tự đại diện cho một số hay một khoảng biến thiên của những số.

Ví Dụ:

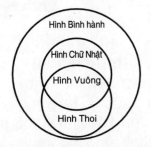

biểu đồ Venn (Venn diagram) Một biểu đồ dùng những vùng để trình bày những sự liên hệ giữa những nhóm vật.

Ví Dụ:

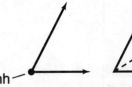

đỉnh (vertex (số nhiều, vertices)) Một điểm mà hai nửa đường thẳng của một góc cùng có chung. Cũng còn là một điểm mà hai hay nhiều cạnh gặp nhau.

Ví Dụ:

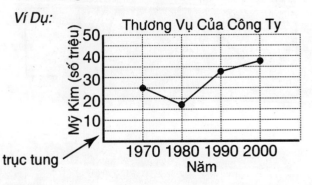

trục tung (vertical axis) hàng số lên-và-xuống trên một biểu đồ.

Ví Dụ:

thể tích (volume) Số lượng những đơn vị khối cần có để làm đầy một hình khối.

Ví Dụ:

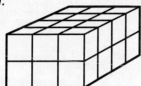

Thể tích là 24 đơn vị khối.

trọng lượng (weight) Số đo lực hút của trọng lực tác dụng vào một vật.

Ví Dụ:

1 oz   1 lb   1 ton

số nguyên (whole number) Bất cứ số nào trong các con số {0, 1, 2, 3, 4,. . . . . .}

gọi bằng chữ (word name) Cách trình bày một số bằng những chữ viết.

Ví Dụ:

năm ngàn, ba trăm hai mươi lăm

trục-x (x-axis) Trục hoành trên một mặt phẳng tọa độ.

Ví Dụ:

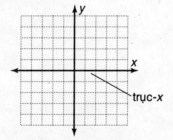

trục-x

tọa độ-x (x-coordinate) Con số đầu tiên trong một cặp số thứ tự.

Ví Dụ:

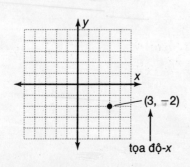

(3, −2)

tọa độ-x

trục-y (y-axis) Trục tung của một mặt phẳng tọa độ.

Ví Dụ:

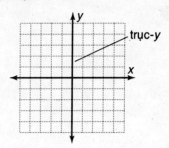

trục-y

tọa độ-y (y-coordinate) Con số thứ nhì trong một cặp số thứ tự.

Ví Dụ:

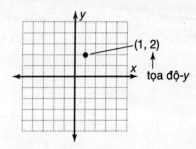

(1, 2)

tọa độ-y

mét Anh (yard (yd)) Một đơn vị đo chiều dài trong hệ thống đo lường thông dụng.

Ví Dụ:

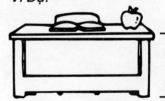

Chiều cao của cái bàn vào khoảng một mét Anh.

cặp số triệt tiêu (zero pair) Một số và số đối nghịch của nó.

Ví Dụ: 7 và −7   23 và −23

tính chất số không (zero property) Trong tính cộng, tổng số của một số với số 0 chính là số đó. Trong tính nhân, tích số của một số với số 0 là số 0.

Ví Dụ: 7 + 0 = 7   7 × 0 = 0